AF748590

# ஓர் இரவின் மொழிபெயர்ப்பு

# ஓர் இரவின் மொழிபெயர்ப்பு

பாரத தேவி

பாரதி புத்தகாலயம்

**Orr Iravin Mozhipayarpu** (in Tamil)
**Bharatha Devi**

First Published: December, 2019 | Second Print: December, 2020

Published by

BHARATHI PUTHAKALAYAM

7, Elango Salai, Teynampet, Chennai - 600 018

Email: bharathiputhakalayam@gmail.com / www.thamizhbooks.com

**ஓர் இரவின் மொழிபெயர்ப்பு**

**பாரத தேவி**

*முதல் பதிப்பு: டிசம்பர், 2019 | இரண்டாம் அச்சு: டிசம்பர், 2020*

**வெளியீடு:**

பாரதி புத்தகாலயம்

7, இளங்கோசாலை, தேனாம்பேட்டை, சென்னை - 600 018

தொலைபேசி : 044 24332424, 24332924, 24330024

**விற்பனை நிலையங்கள்**

**அருப்புக்கோட்டை:** *கதவுஎண் 49 A/4 மெயின் ரோடு, தெற்கு தெரு - 9994173551*
**ஈரோடு:** *39: 39 ஸ்டேட் பாங்க் சாலை - 9245448353*
**கரூர்:** *நாரத கானசபா அருகில் (TNGEA OFFICE) - 9442706676*
**காரைக்குடி :** *12, 2 வது தெரு, கம்பன் மணிமண்டபம் பின்புறம் - 9443406150*
**கும்பகோணம்:** *352, ரயில் நிலையம் எதிரில் - 9443995061*
**குன்னூர்:** *N.K.N வணிக வளாகம் பெட்போர்ட்*
**கோவை:** *77, மசக்காளிபாளையம் ரோடு, பீளமேடு - 8903707294*
**சிதம்பரம்:** *22A / 18B தேரடி கடைத் தெரு, கீழவீதி அருகில் - 9994399347*
**செங்கல்பட்டு:** *1 D ஜி.எஸ்.டி சாலை - 044 27426964* | **சேலம்:** *15, வித்யாலயா சாலை சாலை*
**சேலம்:** *பாலம் 35, அத்வைத ஆஸ்ரமம் சாலை 0427 2335952*
**தஞ்சாவூர்:** *காந்திஜி வணிக வளாகம் காந்திஜி சாலை - 9655542400*
**திண்டுக்கல்:** *பேருந்து நிலையம் - 9942331105, 9976053719*
**திருச்சி:** *வெண்மணி இல்லம், கரூர் புறவழிச்சாலை - 9994289492*
**திருநெல்வேலி:** *நவஜீவன் டிரஸ்ட் வளாகம், 48-B/10, அம்பை ரோடு, வீரமாணிக்கபுரம் - 9442149981*
**திருப்பூர்:** *447, அவினாசி சாலை - 9486105018*
**திருவண்ணாமலை:** *முத்தம்மாள் நகர்* | **திருவல்லிக்கேணி:** *48, தேரடி தெரு - 9444428358*
**திருவாரூர்:** *35, நேதாஜி சாலை - 9442540543* | **நாகர்கோவில்:** *699 கே.பி.ரோடு R.V.புரம் - 9443450111*
**நெய்வேலி:** *பேருந்து நிலையம் அருகில், - 9443659147*
**பழனி:** *பேருந்து நிலையம் அருகில் - 7010760693*
**பாண்டிச்சேரி :** *கிழக்கு கடற்கரைச்சாலை, இலாசுப்பேட்டை, 9486102777*
**பெரம்பூர்:** *52, கூக்ஸ் ரோடு - 9444373716* | **மதுரை:** *37A, பெரியார் பேருந்து நிலையம் - 045 22324674*
**மதுரை:** *சர்வோதயா மெயின்ரோடு*
**வடபழனி:** *பேருந்து நிலையம் எதிரில் அடையார் ஆனந்தபவன் மாடியில் - 9444476967*
**விருதுநகர்:** *131, கச்சேரி சாலை - 0456 2245300* | **வேலூர்:** *பேஸ் III, சத்துவாச்சாரி - 9442553893*



அச்சு : அருணா எண்டர்பிரைசஸ், சென்னை - 600 018.

**வா**சலில் கோலம் போட்டு விட்டு ஓரமாய் நின்னு அழகு பார்த்தாள் மதுமிதா. பூக்கோலம் வெள்ளைப் பொடியின் புள்ளியிலும் கலர் பொடி தூவலிலும் நிஜப்பூவாகவே மலர்ந்திருந்தது.

அவளுக்கு எல்லாமே அழகு தான். விடியற்காலையில் கோலம் போடுவதிலிருந்து சூரியன் புறப்படுவது, விடிந்தும் விடியாமலும் ஏதோ ஒரு திசை நோக்கி கொத்தாக பறவைகள் பறப்பதும், வரப்பிலிருக்கும் புற்கள் பனிக் கிரீடம் சுமப்பது, வானத்திலிருக்கும் பஞ்சுப் பொதியான மேகங்கள் யானைகளையும், குதிரைகளையும் வரைந்து கொண்டிருக்கும் போதே அவை அவசரமாய் கலைந்து ஓடுவதும், அம்மா அரிசியைச் சொளவிலிட்டு வீசி வீசி புடைப்பதும், கொல்லைப்புறத் தோட்டத்தில் இவள் நட்டிருக்கும் செடிகள் புதிதாய் துளிர் விடுவதும், பூப்பதும், செடிகளுக்குள்ளும், கொடிகளுக்குள்ளும் மறைந்து கொண்டு சின்னதாய் பிஞ்சு விடுவதும் எல்லாமே அழகுதான்.

அதே போல் இரவில் கருத்த வானமும், அதில் சிதறிக்கிடக்கும் நட்ச்சத்திரங்களும், தேய்ந்து வளரும் நிலாக்களும், வளர்ந்து தேயும் நிலாக்களும் எல்லாமே அழகு, அழகு என்று கொண்டாடுகிறவள் மதுமிதா

ஏழ்மையான குடும்பத்தில் பிறந்தால்கூட சந்தனத்தைக் கரைத்து விட்ட நிறத்தில் பார்ப்பவர்களின் கண்களைப் பளிச் சென்று நிறைத்தன. மதுமிதா மையிட்ட கண்களாய் அவளின் இமைகளும், கண்ணின் இரு கருவிழிகளும் கருத்திருந்தன. குவிந்த நாடி சிவந்த இதழ்களை தாங்கியிருந்தது. வளைந்த புருவங்களுக்கும், அவளின் பால் விழிகளுக்கும் நீ அழகா, நான் அழகா? என்று போட்டி போடுவது போல் இரண்டும் அழகாக பொருந்தியிருந்தன. சிறு வரியிட்ட அவளின் மென்மையான கழுத்திலிருந்து உள் பாதத்தை தொட்டுக் கொண்டிருந்த அவளின் உடல் ஒரு சிறந்த ஓவியத்தைத் தான் ஞாபகப்படுத்திக் கொண்டிருந்தன.

இருபது வயதை முடித்து விட்டு இருபத்து ஐந்தாவது வயதை தொட்டுக் கொண்டிருந்தாள். இத்தனை வருசமாய் மகளை ரசித்து ரசித்துப் பார்த்த அவள் அம்மா சிவகாமிக்கும் அப்பா நாகேந்திரனுக்கும் இப்போதெல்லாம் அப்படி ரசித்துப் பார்க்க முடியவில்லை. அவள் அழகைவிட அவள் வயதுதான் அவர்களின் நினைவில் வந்து எப்போதும் பயமுறுத்திக் கொண்டிருந்தது.

மதுமிதா பிறந்த இரண்டு வருசம் முடியுமுன்பே இரண்டாவதாக கௌசல்யா பிறந்து விட்டாள். இதில் சிவகாமிக்கும், நாகேந்திரனுக்கும் வருத்தம் தான். அவர்கள் ஆண் குழந்தையைத்தான் ரொம்பவும் எதிர்பார்த்து இருந்தார்கள். ஆனால் அதுவும் பெண்ணாக போய்விட்டது. இனி கருத்தடை செய்து கொள்வது என்ற முடிவோடு இருக்கையில் நாகேந்திரனின் அம்மா தாயம்மாள் "நாகேந்திரா! அவசரப்பட்டு ஆபரேசன் பண்ணிராதே. அடுத்து பிறக்கப்போறது உனக்கு ஆம்பளப் பிள்ள தான்!" என்று அடித்துச் சொல்ல, நாகேந்திரன் திகைத்துப்போனார்.

"உனக்கெப்படிம்மா தெரியும்? நீ எப்பத்தில இருந்து சோசியம் சொல்ல ஆரம்பிச்சே? அப்படியே நீ சோசியம் சொன்னாலும் சில சமயம் சோசியம்கூட பொய்யாப் போகுதே."

"அடேய், எனக்கு ஒரு சோசியமும் தெரியாது. நம்ம பெருமாள் சாமி என் கனவுல வந்து சொன்னாராக்கும்."

"ஆமா பெருமாளுக்கு நீ ஒருத்திதான் பக்தையா இருக்கே பாரு, அதனால உன் கிட்ட மட்டும் வந்து சொன்னாரு"

'சிவ, சிவ" என்று கன்னத்தில் அடித்துக் கொண்ட தாயம்மாள் "இப்படி எடக்கு, மடக்கா பேசாதே நாகு அன்னைக்கு சனிக்கிழமை நானு தலைக்கு குளிச்சிட்டு"....

"ஏம்மா, பொம்பளைகள்லாம் வெள்ளிக்கிழமை தானே தலைக்கு குளிப்பாங்க."

"அது சுமங்கலிகளுக்கு... என்னைப் போல இருக்கிறவங்க பெரும்பாலும் சனிக்கிழமை தான் குளிப்பாங்க."

"சரி சொல்லு."

அப்படி குளிச்சிட்டு சுவாமிக்கு விளக்கேத்தி சாமி கும்புட்டுட்டு படுத்துருக்கேன். அப்படி கடுமையான தூக்கம்கூட இல்லை. நடந்தது கனவுன்னு சொல்றதுக்கு கண்ணு பொருந்தாத தூக்கம்தான் தூங்கிக்கிட்டு இருக்கேன்!"

"கண்ணு பொருந்தாத தூக்கமின்னா என்னதும்மா?"

"இப்படி ஒன்னும் தெரியாத அப்பாவியா இருக்கயேடா நாகு"

"நீதான் அப்படி வளத்திருக்கே.. சரி, நான் கேட்டதுக்கு அர்த்தம் சொல்லு."

"தூக்கம் வாரதுக்காக கண்ண மூடிக்கிட்டு முழிச்சிருப்போமில்ல அதுதான். அப்படி தூக்கம் வராம கண்ணை மட்டும் மூடிக்கிட்டு இருக்கேன் பெருமாளு தச்ரூபமா அப்படியே வந்து என் பக்கத்தில நிக்காரு.!"

"அந்த நேரத்தில் நீ என்னம்மா பண்ணுனே?"

"நானும் என்னடா பண்ணுவேன்? உன்னப்பத்திதான் நினைச்சுட்டு இருந்தேன்."

"என்னப்பத்தியா?"

"ஆமா நாகு. என்பிள்ளை ஆபரேசன் பண்ணனுமின்னு சொல்றானே. இந்த வீட்டுக்கு ஓடி, ஓடி உழைக்கிறவன் அவன் உடம்புக்கு ஒன்னும் வந்துராம பாத்துக்கோ பெருமாளேன்னு மனசுக்குள்ளேயே அந்த பெருமாளத்தான் கும்புட்டுக்கிட்டு இருக்கேன்."

"நீ கும்புட்டதுமே அந்த பெருமாளு வந்துட்டாரு பாரு அதுதாம்மா உன் சிறப்பு."

"சொல்ல வந்த விஷயத்தை சொல்ல விடுடா."

"சொல்லும்மா,"

"உன் மகன் ஆபரேசன் பண்ணப் போறானேன்னு நீ கவலைப்பட வேண்டாம். ஏன்னா இனி உன் மகனுக்கு மூணாவதா பொறக்கப்போறது ஆம்பள புள்ள. நம்ம வாரிசுக்கு ஒரு ஆம்பளை பிள்ளை இல்லை யேன்னு நீ மட்டுமில்ல, உன் மகனும் கவலைப்பட்டுத்தான் இருக்கான். இனி நிச்சயம் ஆண் பிள்ளை தான் பொறக்கப் போவுது, ஆபரேசன் பண்ண வேண்டாமின்னு சொல்லிட்டு அப்படியே மறைஞ்சிருச்சுடா!"

"ஆபரேசன்பத்திகூட பெருமாளு பேசுனாராம்மா? ஆச்சரியமா இருக்கே."

"பெருமாள் ஒன்னும் ஆப்ரேசனப்பத்தி சொல்லல. அது நானாத்தான் சொன்னது. அதனால் நீ ஆபரேசனப்பத்தி இனிமே நினச்சிக்கூட பாத்துராதே. நம் குடும்பத்து வாரிசாக மூணாவது நிச்சயம் ஆம்பள புள்ளதான். இதை நீ உன் நெஞ்சுல எழுதி வச்சுக்கோ" என்றாள் தாயம்மாள். அவள் வார்த்தையில் சத்தியம் தோய்ந்திருந்தது.

ஆசை யாரைவிட்டது? இனி பிறக்கப்போகும் ஆண்பிள்ளைக்காக நாகேந்திரனும், சிவகாமியும் காத்திருந்தார்கள். சிவகாமிக்கு ஏழுமாதம் முடியுமுன்னே ஒரு வார காய்ச்சலில் செத்துப்போனாள் தாயம்மாள்.

மூன்றாவதாகவும் பெண்பிள்ளை பிறந்ததைப் பார்க்க அவளுக்கு கொடுத்து வைக்கவில்லை. அதுகூட நல்லதுதான் என்று நினைத்தார் நாகேந்திரன். ஏனென்றால் தன்னோடு சேர்ந்து அம்மாவும் கவலைப்பட வேண்டாமல்லவா. ஆக, பெருமாள் சாமி நன்றாகவே ஏமாத்தி விட்டார்.

இப்போது மூன்று குமரிகள் வீட்டிலிருப்பதை நினைக்கும் போது சிவகாமிக்கும், நாகேந்திரனுக்கும் நெஞ்சுபாரமாக கனத்த. இப்போதைக்கு மூத்தவளான மதுவுக்கு மட்டும் முடித்துவிட்டால் கூட போதும், நெஞ்சின்பாரம் கொஞ்சம் குறையும் என்ற எண்ணத்தோடு மாப்பிள்ளை பார்க்க ஆரம்பித்திருந்தார் நாகேந்திரன். சிவகாமி அவள் பங்குக்கு அக்கம்,பக்கம் மட்டுமின்றி தெரிந்தவர்களிடமும் சொல்லி வைத்திருந்தாள்.

கோலத்தை முடித்துவிட்டு கொல்லையில் பூத்திருந்த செம்பருத்திப் பூக்களைக் கொண்டுவந்து கோலத்தின் நடுவில் வைத்தாள் மது. நிஜமாகவே கோலங்கள் பூத்துவிட்டன. முன்பெல்லாம் முன்வாசல் பார்க்கிறவர்களுக்கும், வீட்டிற்குள் வருகிறவர்களுக்கும் மங்களகரமாய் இருக்கட்டுமென்று பூசணிப்பூவைத்தான் பறித்து கோலங்களுக்கு நடுவில் வைத்தார்கள். இப்போது பூசணி என்பதே அரிதாகிவிட்டது. ‘பொன்னுவிளையிற பூமிகளையெல்லாம் காசு, பணத்தை கொடுத்தே வீட்டு மனையாக்கும் போது செடிகளும், கொடிகளும் அருகிப்போய்க் கொண்டிருக்கின்றன.’ அதற்காக அஞ்சுகிறவர்களா இந்தமனிதர்கள்? மின்சாரங்களையும், அவசர உணவுகளையும் சாப்பிட்டுக் கொண்டு நாகரிகமாக வாழப்போகிறவர்கள் அல்லவா நாமும், நம் சந்ததியரும். பூசணிப் பூ இல்லாவிட்டால் என்ன, செம்பருத்தி பூ இருக்கிறேதே. செம்பருத்திப் பூ இல்லாவிட்டால்கூட பரவாயில்லை. பிளாஸ்டிக்கில் எல்லாப் பூவும் பூத்து வண்ணவண்ணமாய் கடையில் விற்கிறதே.

கோலத்தை முடித்துவிட்டு பாவாடை தடுக்க அவசரமாய் ஓடிய மதுமிதாவை சிவகாமி அதட்டினாள்.

“எதுக்காக இப்படி பறக்குறே? கால்தடுக்கி விழுந்துட்டா என்ன ஆகும்?”

“போம்மா... இப்பப் போனத்தான் சூரியன் புறப்பட்டு வாரத பார்க்க முடியும்,” என்றாள் மதுமிதா.

சூரியனின் உதயத்தை தினந்தோறும் பார்க்கும் பழக்கம் அவளுக்கு ரொம்ப பிடிக்கும். அதுமட்டுமல்ல அவள் சூரிய உதயத்தைப்பார்த்து விட்டு ஆற்றுக்கு குளிக்கப் போகும் வேளையில் தான் சத்யம் வருவான். ஒரு வருசத்திற்கு முன்னால்தான் அவன் ஆசிரியராக இந்த ஊருக்கு வந்து சேர்ந்திருந்தான். தனியாகவே ஒரு அறை எடுத்து தங்கியிருந்தான். ஓட்டல் சாப்பாடுதான். அவன் சாப்பிடப் போகும்போது இவர்கள் வீட்டைக் கடந்துதான் போக வேண்டும். அவன் கடைக்கு சாப்பிடப் போவதையும், வருவதையும் பார்த்துக்கொண்டிருக்கும் சிவகாமி புருசனிடம் அங்கலாய்த்துக் கொள்வாள்.

"பாவங்க அந்தப் புள்ள? இந்த வயசுக்கே மூணு வேளையும் கடையில் சாப்பிட்டா உடம்பு என்னத்துக்கு ஆகும்." என்று சொல்லும் போதெல்லாம் "அதுக்கு நம்ம என்ன செய்யறது? நம்ம என்ன அவருக்கு சமையலா செய்து வைக்க முடியும்?" என்பார்.

"நம்ம அந்தப்பையனுக்கு சமையல் செய்து வைக்க வேண்டாங்க. நம்ம வீட்டுல மூணு வேளையும் சமையல் செய்யுறோம். அவர் வேணா வந்து சாப்பிட்டுப்போகட்டுமே."

"அதெப்படி ஒரு வாலிபப் பையன் முன்பின் தெரியாத வீட்டுல வந்து சாப்பிடுவான்?

"அவரு சும்மா சாப்பிட வேண்டாங்க. மாதம் இவ்வளவுன்னு எதாவது கொஞ்சம் பணத்தைக் கொடுத்திரட்டுமே" என்றாள் சிவகாமி.

ஆனால் பிறகு இரண்டு பேருமே அதைப்பற்றி மறந்து போனார்கள் சத்யம் தங்கியிருக்கும் அறை இவர்கள் வீட்டின் அருகில் இருந்ததால் நாகேந்திரன் அவனிடம் சற்று உட்கார்ந்து பேசிவிட்டுத்தான் போவார். மாலை நேரங்களில் இரண்டு பேரும் பேச ஆரம்பித்தால் சிலசமயம் இருட்டி விடுவதும் உண்டு. அப்போதெல்லாம் மதுமிதாதான் அவருக்காக எல்லாருமே சாப்பிடாமல் காத்துக்கொண்டிருப்பதைச் சொல்லி அழைத்துக் கொண்டு போவாள்.

ஒருநாள் நாகேந்திரன் சத்யத்திடம் பேசிக்கொண்டிருக்கும் போது அவன்தான் தயங்கித் தயங்கி அவரிடம் கேட்டான்.

"சார்! நான் ஒன்னு சொன்னா நீங்க தப்பா நினச்சிக்கக் கூடாது."

"சொல்லுப்பா என்ன விஷயம்?"

"ஓட்டல் சாப்பாடு எனக்கு ஒத்துக்கல. அதனால் உங்க வீட்டிலருந்து சாப்பாடு அனுப்பிச் சீங்கன்னா...." என்றவன் தயக்கத்தோடு

"ஓட்டலுக்குக் கொடுக்கிற பணத்த நான் உங்களுக்கே கொடுத்திருவேன்" என்றான் மெதுவாக.

"அட இதுக்கெதுக்குப்பா இவ்வளவு தயங்குறே. சிவகாமிகூட நீ ஓட்டல்ல சாப்பிடுறதப்பத்தி கவலைப்பட்டுக்கிட்டு இருந்தா. நாவேண்ணா அவகிட்ட கேட்டுச் சொல்றேனே" என்றார்.

அன்றிலிருந்து சத்தியத்திற்கு நாகேந்திரன் வீட்டில் இருந்து தான் சாப்பாடு வந்தது. மிகஎளிய சாப்பாடுதான். ஆனால் ருசியாக இருந்தது. மதுமிதாதான் காலை எட்டு மணிக்கெல்லாம் மத்தியானத்துக்கும் சேர்த்து பொறுப்பாகக் கொண்டுவந்து கொடுப்பாள். அதே போல் இரவு சாப்பாட்டைக் கொண்டுவந்து கொடுத்துவிட்டு காலைக்காக வைத்த டிபன் பாத்திரத்தை எடுத்துக்கொண்டு போவாள்.

மதுமிதாவின் அழகும், அடக்கமும், அவளின் பொறுப்பான செயலும் சத்தியத்திற்கு ரொம்பவும் பிடித்திருந்தது. இப்படியொரு மனைவி தனக்கு வாய்த்தால்...... என்று நினைக்கும் போதே அவன் நெஞ்சம் பூஞ்சோலையாக மாறிவிடும் அதில் அவன் மதுமிதாவோடு தன்னைப்பற்றி வாழ்க்கையை ரசித்துக் கொண்டிருப்பான்.

எதுவுமே பேசாமல் ஒரு புன்சிரிப்போடு டிபனை வைத்துவிட்டுப் போகும் மதுமிதாவிடம் ஏதாவது பேச வேண்டுமென்று அவன் துடியாய் துடிப்பான். ஆனால் எதைப்பற்றி பேசுவது என்று தெரியாமல் தவித்தவனுக்கும் சாப்பாட்டின் ருசியே அவனுக்கு பேச்சானது.

டிபனை அவள் கையில் கொடுக்கும்போது, "என்னங்க இன்னைக்கு ரசமும், கூட்டும் ரொம்பவும் நல்லா இருந்தது" என்று அவன் சொல்லும்போது மதுமிதா வெட்கத்தோடு "இந்த நீங்க, வாங்க, போங்கங்கிற மதிப்பான வார்த்தையெல்லாம் வேண்டாம். சும்மா என்னை நீ, வா, போன்னே கூப்பிடுங்க" என்றாள்.

'உங்க வீட்டில் ஆண்ட்டி சமைப்பாங்களா, நீங்க சமைப்பீங்களா? ஏன் கேட்கிறேனா உங்க வீட்டு சமையல் அவ்வளவு ருசியா இருக்கு," என்று சொல்லும்போது மதுமிதாவிற்கு முகம் சிவந்து போகும்.

"அம்மாவுக்கு வெளிவேலையே சரியா இருக்கும்கிறதால சமையல் எல்லாம் என் பொறுப்புத்தான்."

'உங்க சமையல் காலமெல்லாம் சாப்பிடணுமின்னு நான் நினைக்கிறேன்" என்றதும் அவள் சட்டென அவனை நிமிர்ந்து பார்த்தாள். மதுமிதாவின் இதயத்திற்குள் பனித்துளிகள் சரமிட்டு மாலைகோர்த்தன. சட்டென எதுவும் பேசாமல் வெறும் டிபன் பாத்திரத்தை எடுத்துக் கொண்டு வேகமாய் நடந்தாள்.

சத்யத்திற்கு அவள் அப்படிப் போனதே கஷ்டமாக இருந்தது. அவள் அவன் சொன்ன வார்த்தைக்கு எந்தப் பதிலும் சொல்லியிருக்க வேண்டாம். வெட்கத்தோடு அவன் முகத்தை ஒருமுறை பார்த்திருந்தால் போதும். அவனுக்கு அவள் மீதிருக்கும் காதல் வளர ஆரம்பித்துவிடும். ஆனால் அவள் எதுவுமே பேசாததோடு உடனே புறப்பட்டும் விட்டாளே. ஒருவேளை அவளை தான் விரும்பியதுபோல் அவள் தன்னை விரும்பவில்லையோ? என்று நினைத்தவனுக்கு அந்த நினைப்பே கஷ்டமாக இருந்தது. அப்போதே அவளிடம் போய் தனக்கு அவள் மீதிருக்கும் காதலை சொல்லி விடவேண்டும் போலிருந்தது. ஆனால், இந்த காதல் விஷயத்தில் உடனடியாக எதுவும் செய்யமுடியாது என்று நினைத்தவன், நாகேந்திரனிடம் எப்படியும் மது மீது தனக்கு இருக்கும் ஆசையை சொல்லிவிட வேண்டுமென்று முடிவெடுத்தான்.

வீட்டிற்கு வந்த மதுமிதாவிற்கு உற்சாகம் தாங்க முடியவில்லை. சத்யம் சொன்ன "உங்க சமையலை காலமெல்லாம் சாப்பிடணுமின்னு நான் நினைக்கிறேன்'' என்ற வார்த்தை திரும்பத் திரும்ப ஒலித்துக்கொண்டே இருந்தது. ஏன் வெட்கத்தை விட்டு எங்கப்பா கிட்ட வந்து ஒரு வார்த்த பேசுங்க .கண்டிப்பா நீங்க நினச்சது நடக்கும் என்று தான் சொல்லிருக்கலாமோ? என்று நினைத்து மதுமிதா அப்படி சொல்லாமல் இப்போது வேதனைப்பட்டாள். இரவெல்லாம் அவளுக்குத் தூக்கமே இல்லை. ஒரு மனிதர் தான் காதலிக்கும் பெண்ணிடம் இதற்கு மேல் எப்படி விளக்கமாகச் சொல்வார். அதிலும் சத்யம் ஒழுக்கமானவர். ஆசிரியர்களிலேயே இவரைத்தான் நல்ல ஆசிரியர் என்று பள்ளிக்கூடமே புகழ்ந்து கொண்டிருக்கிறது. அப்படிப்பட்டவர் எவ்வளவு நாசுக்காக தன்னிடம் அவர் ஆசையைச் சொன்னார்-

மதுமிதா தூக்கமில்லாமல் புரண்டு, புரண்டு படுத்தாள். தனக்குள் அவர்மீது இருக்கும் ஆசையையும், காதலையும் எப்படிச் சொல்வது என்று நினைத்தவளுக்கு தன் அப்பா மீது கோபம் கோபமாக வந்தது. வேலைக்குப் போகும்போதும் வரும்போதும் இந்த சத்யத்திடம் உட்கர்ந்துகொண்டு ஊர் விஷயம், உலக விஷயமெல்லாம் பேசுகிறாரே தவிர நமக்கு மூணு பொண்ணுக ஆளாகி வீட்டுக்குள் இருக்கிறேதே என்ற கவலையிருந்தால் ''என்ன தம்பி உங்களுக்கு கல்யாணம் முடிக்கணுமுங்கிற எண்ணம் இருக்கா? ஏன் சொல்றேன்னா நானு மூத்தவ மதுமிதாவுக்கு மாப்பிள்ளப் பார்த்துக்கிட்டுருக்கேன்னு கேக்கலாமில்ல. சும்மா போயி அங்க உக்காந்துக்கிட்டு என்ன பேச்சு வேண்டிக் கிடக்கு" என்று நினைத்து நினைத்து மருகினாள்.

தன்பக்கத்தில் படுத்து நிம்மதியாக தூங்கிக்கொண்டிருக்கும் தங்கைகளைப் பார்க்கையில் அவளுக்குப் பொறாமையாய் இருந்தது. நேற்றுவரை வீட்டுக்கவலை இருந்ததே தவிர வேறு கவலைகள் இருந்தது இல்லை. இரவு படுக்கையில் தங்கைகளோடு சற்றுநேரம் ஏதாவது விஷயங்களைப் பேசிக்கொண்டிருப்பாள். பிறகு தூங்கிப்போவாள். ஆனால் இன்று அப்படி ஒரு தூக்கம் வரவில்லை.

அவ்வப்போது நினைக்கும் சத்யனின் நினைவு இப்போது அவளை முழுவதுமாக ஆக்ரமித்துக் கொண்டது. ஒரு பூ மலர்ந்தது போல் அவன் நினைவு இதழ் விரித்து வாசம் கொண்டு வீசியது. அவளின் இமைமேல் தூக்கத்தை உட்காரவிடாமல் விரட்டி அடித்தது. இப்போதே இந்த நிமிஷமே சத்யத்தைப் பார்த்துவிட வேண்டும் போல் மனது துடியாய்த் துடித்தது.

அந்நேரத்துக்கு ஏதோ ஒரு ஒற்றைக்குருவி கிறீச்சென்று கத்தியவாறு ஓடியது. அதுவும் நம்மைப்போல் தூக்கமில்லாமல் தன் துணையைத் தேடி அலைகிறதோ என்று நினைத்துக் கொண்டு எழுந்து தண்ணீரைக் குடித்தாள். சன்னல் வழியே வானத்தை நோக்கினாள். இருட்டின் வானப்பரப்பில் வெள்ளிக்காசுகளாக நட்சத்திரங்கள் இறைந்துக்கிடக்க அதனூடே வளராத அரைநிலா தவழ்ந்து கொண்டிருந்தது. பனிசேர்ந்த காற்று அவள்முகத்தை சில்லென்று தழுவி விட்டுப்போனது. அதுகூட சத்யனின் நினைவுபோல் சுகமாயிருந்தது. ரொம்ப நேரம் நின்றதில் கால் வலித்ததோடு அவள்மீதே அவளுக்கு வெறுப்பாய் வந்தது. திரும்பி வந்து தங்கைகளை ஒட்டியவாறு படுத்துக்கொண்டு இருக்கமாய் கண்களை மூடிக்கொண்டாள்.

காலையில் சிவகாமி அவளை எழுப்பியபோது விடியல் நெருங்கிக் கொண்டிருந்தது.

"என்ன மது எப்பவும் சூரிய உதயத்தப்பார்க்கப்போறேன்னு இருட்டுக்குள்ளே எந்திரிச்சி ஓடுவே. இன்னைக்கு விடியநந்தண்டியும் படுத்திருக்கே. நானும் இவ்வளவு நேரம் பொறுத்துப் பாத்தேன். இன்னைக்காவது நீ விடிய வரைக்கும் தூங்கட்டுமின்னுதான் இருந்தேன். ஆனா ரொம்ப விடிஞ்சிட்டா நீ என்ன ஏன் எழுப்பலன்னு சண்டைக்கு வருவியோன்னுதான் இப்ப எழுப்புனேன்" என்றாள்.

விடியும்வரை உறங்கிவிட்டதை நினைக்கையில் மதுமிதாவிற்கு வெட்கமாக இருந்தது. படக்கென்று எழுந்து உட்கார்ந்து கொண்டு சுற்றும், முற்றும் பார்த்தாள். இவள் எழுந்தபிறகு ஒருமணி நேரம் கழித்து எழுந்திருக்கும் அவள் தங்கைகள் எழுந்துவிட்டார்கள்.

"எப்பவும் இப்படித் தூங்கமாட்டியே உடம்புக்கு ஒன்னும்

இல்லையே" என்று கவலையோடு அவள் நெற்றியைத் தொடப்போன அம்மாவின் கையைப்பிடித்தாள்.

"அதெல்லாம் ஒன்னும் இல்லேம்மா... வாசலெல்லாம் தெளிச்சாம்மா?"

"அதெல்லாம் தெளிச்சி, பெருக்கி, கோலங்கூட போட்டாச்சி. கௌசல்யா, மல்லிகாவும் இன்னைக்கு பொறுப்பா என்கூட வந்து சமையல் வேலைக்கு காய் நறுக்கிக்கொடுத்து தேங்கா கூட அரைச்சிக் கொடுத்துட்டாங்க," என்று சொல்லவும் மதுமிதாவிற்கு ஆச்சரியமாயிருந்தது.

"அட பரவாயில்லையே! அப்ப நானும் குளிச்சிட்டுவாரேன்" என்று அவசரமாய் புறப்பட்டவளை சிவகாமி தடுத்தாள்.

"இன்னைக்கி நா வென்னி போட்டுத்தாரேன் குளியேன். உடம்பு அலுப்பு தீந்திருக்கும்."

அவளுக்கு அப்போதே சத்யத்தைப் பார்க்க வேண்டுமென்று இருந்தது. இந்நேரத்துக்கு அவன் ஆற்றங்கரையில் குளித்துக் கொண்டிருப்பான். இப்போது அவன் குளித்துவிட்டு திரும்பும் நேரம்.

"இல்லம்மா... எனக்கு ஆத்துல குளிச்சாதான் நிம்மதியாயிருக்கும்." என்றவள், அவசரமாய் துணிகளை அள்ளிக்கொண்டு வேகமாய் நடந்தாள். நேற்று சத்யம் ஆசையாய்க் கேட்டகேள்விக்கு இன்று அவன் முகம் பார்த்து பதில் சொல்லிவிட வேண்டுமென்று தன்னுடன் தினமும் வரும் தோழிகளைக்கூட கூப்பிடாமல் புறப்பட்டாள்.

ஆற்றுமணல் வெண்மையாய் பரந்துகிடந்தது. ஆறு என்பதற்கு அர்த்தம் வேண்டுமென்பதற்காக இரண்டு முறை ஊரோடு போராட்டம் பண்ணி இந்தப் பரவலான மணலைக் காப்பாற்றி ஆற்றுக்கான அடையாளத்தை நிரூபித்துக் கொண்டு இருக்கிறார்கள் அந்த ஊர் மக்கள். ஆற்றங்கரையின் ஓரத்தில் புங்கமரமும், புளியமரமும் ஒருசேர நின்று நிழல் கொடுக்க, சிறுபிள்ளைகள் கீழே விழுந்த புளியங்காய், பழங்களைப் பொறுக்கிக் கொண்டிருந்தார்கள்.

சத்யம் போட்டிருக்கும் செருப்பின் அடிப்பாகத்தில் சிறு குழிவும் பூவின் கோர்வைகளும் இருந்ததால் ஆற்றின் மணல்பரப்பில் அவன் நடந்துபோகும்தடம் நன்றாகவே மதுமிதாவின்கண்களுக்குத்தெரியும். அவள் அங்கு பதிந்திருக்கும் ஏராளமான கால் தடங்களினூடே எப்படியோ அவன் கால் தடத்தைக் கண்டுபிடித்து அந்தத் தடங்களின் மீதே தன் பாதங்களை எடுத்து நடப்பாள். அப்போது அவள் மனதில்

பட்டாம்பூச்சிகள் பறந்து கொண்டிருக்கும். இன்று ஆற்றங்கரைக்கு அவசரமாய் வந்தும்கூட சத்யத்தின் செருப்புத்தடத்தைக் காணவில்லை. மற்றவர்களின் காலடிபட்டதில் அவனின் கால்தடம் அழிந்துவிட்டது. மதுமிதாவின் மனதுக்குள் ஏமாற்றம் சூழ்ந்துகொள்ள அந்தக் காலை நேரத்திலேயே அவள் உற்சாகத்தை இழந்தவளாய் ஆற்றை நோக்கி நடந்தாள்.

ஆற்றில் குளித்துவிட்டு வீட்டுக்குப் புறப்பட்ட சத்யம் தூரத்தில் மதுமிதா வருவதைப் பார்த்துவிட்டான். தினமும் அவள் சூரியோதயத்தைப் பார்க்க வருகிறாள் என்றால் இவன் அவளைப் பார்ப்பதற்காகவே வந்துவிடுவான். இவனின் வீட்டு வழியாகத்தான் அவள் ஆற்றங்கரைக்குப் போக வேண்டுமென்பதால் அவளின் காலடி ஓசைக்காக அவன் ஐந்து மணியிலிருந்தே விழித்தவாறு காதுகளை கூர்மைப் படுத்திக்கொண்டு காத்திருப்பான். ஆனால் இன்று விடியும் வரை காத்திருந்தும் அவள் காலடிச்சத்தம் கேட்கவேயில்லை. இப்போது தான் வருகிறாள். தினமும் தவறாமல் சூரியோதயத்தைக் காணவருகிறவள் இன்று இவ்வளவு நேரம் கழித்து வருகிறாள். ஒருவேளை தான் நேற்று தனக்கு அவள்மீதிருக்கும் காதலை கோடிட்டுக்காட்டியதில் அவள் கோபித்துக்கொண்டாளோ? தான் அவளை விரும்பியது போல். அவள் தன்னை விரும்பவில்லையோ அதனால்தான் தன் சந்திப்பைத் தவிர்ப்பதற்குத் தான் இப்படி அவள் நேரம் கழித்து வருகிறாள் என்று நினைத்தவனுக்கு மனசே வெறுமையாகப்போனது.

எப்போதும் ஆற்று நீரில் குளித்துவிட்டு புத்துணர்ச்சியோடு வரும் சத்யம் எட்டுகளை எண்ணியே எடுத்துவைத்தான். தினமும் இவர்கள் சந்திப்பில் சூரியனின் உதயத்து சிவப்பில் பொன்நிறம் கொண்டு மின்னும் ஆற்றுமணல் இப்போது கொஞ்சமாய் மேலேறிய சூரியனின் வெள்ளை நிற வெயிலில் நிறம் மாறியிருந்தது.

எப்படியும் தன் காதலை சத்யத்திடம் சொல்லிவிட வேண்டுமென்று வேக, வேகமாய் வந்த மதுமிதாவிற்கு தன் எதிரில் அதுவும் கொஞ்சம் விலகியவாறு இவள் முகத்தையே பார்க்கத் தயங்கியபடி வந்த சத்யத்தைப் பார்க்கையில் அவள் சொல்ல வந்த வார்த்தையை அவனிடம் சொல்வதற்குப் பயமாக இருந்தது. இத்தனை நாளும் அவளுடனே ஏதாவது பேசிக்கொண்டே வந்து அவள் குளிக்கும் வரையில் தானும் குளிப்பதாக பேர் பண்ணியவாறு மீண்டும் இவளுடன் பூத்த முகத்துடன் வரும் சத்யத்தின் முகத்தில் இன்று ஒரு இறுக்கம் தெரிய, மதுமிதாவிற்கு அவனிடம் பேசவே பயமாயிருந்தது

சரி. நாம் டிபன் கொண்டுபோய் கொடுக்கும் போது. பேசிக்கொள்ளலாம் அதிலும் முக்கியமாக அவன்மீது தனக்குள்ளிருக்கும் ஆசையையும், காதலையும் எடுத்துச்சொல்ல வேண்டும். எப்படிச் சொல்லலாம்? இந்த சினிமாவிலும், நாவலிலும் வரும் நாயகிகளைப் போல ஐ லவ்யூ என்றா.... என்று நினைத்தவளுக்கு அதற்கு மேலும் நினைக்கவே வெட்கமாயிருந்தது. அவசரமாய் குளித்துவிட்டு சத்யனுக்கு டிபன் கொடுப்பதற்காக ஓடினாள்.

வீட்டிற்குள் நுழைந்ததும், நுழையாததுமாய் தோளில் கிடந்த துணிகளை முற்றத்தில் கட்டியிருந்த கயிற்றுக்கொடியில் காயப்போட்டாள். பிறகு அம்மாவிடம் ஓடினாள்.

"அம்மா! சத்யம் சாருக்கு காலைக்கும், மத்தியானத்திற்குமாய் சீக்கிரம் டிபன் பாத்திரத்தில் எடுத்துவை. நான் போய் ஈரச்சேலையை மாத்திட்டு வாரேன்." என்றதும் சிவகாமி" நீ ஒன்னும் அவசரப்படாத மது. மெல்லவே சேலையை மாத்திட்டு தலைமுடியைக்கூட உணத்திட்டுவா. ஏன் அப்படி சொல்றேன்னா உங்கப்பா போகும் போதே சத்யனுக்கு சாப்பாட்டுக்கான டிபனை எடுத்துட்டுப் போயிட்டார்." என்றதும் மதுமிதா அப்படியே துவண்டு போய் சுவரின் மூலையில் உட்கார்ந்தாள்.

எப்போதுமில்லாமல் அவளுக்கு அவள் அப்பா மீது கோபம், கோபமாக வந்தது, இத்தனை நாளும் ஆபிசிற்கு வீட்டை விட்டு பிடித்துத் தள்ளும் அளவுக்கு கிளம்பும் அப்பா இன்று டிபனையும் தூக்கிக் கொண்டு போயிருக்கிறார். சே...நம்முடன் பேசாமல் போன சத்யனிடம் டிபனைக் கொண்டுபோய் கொடுக்கும் சாக்கில் நம் நெஞ்சிலுள்ள ஆசையை சொல்ல வேண்டுமென்று இருந்தேனே. அதையும் இந்த அப்பா கெடுத்து விட்டாரே என்று நினைக்கையில் மதுமிதாவிற்கு சோர்வாக இருந்தது அப்படியே சுருண்டுபடுத்துவிட்டாள்.

ஏதோ வேலையாக வெளியே வந்த சிவகாமிக்கு மகள் படுத்திருந்த கோலத்தைப் பார்க்கையில் பகீரென்றது. நாள் முழுக்க எவ்வளவு வேலை செய்தாலும் தலைசாய்க்காத மகள் இப்படி ஓய்ந்து போய் கிடக்கிறாளே என்று நினைத்த சிவகாமி மகளை ஓடிவந்து அணைத்தவாறு "மது, என்னடா செய்யுது உனக்கு? ஒருநாளும் இந்த மாதிரி படுக்கமாட்டயே" என்று பதட்டத்துடன் கேட்ட சிவகாமி முகம் கலங்கிப் போனது. குடுகுடுவென்று சிறிய பெண்ணாக ஓடிப் போய் சூடாக காப்பி போட்டு எடுத்துவருவதைப் பார்க்கையில் மதுமிதாவிற்கு வெட்கமாக இருந்தது.

'சே....சே....' சத்யனின் நினைவில் பெற்ற தாயையே சற்று நேரத்தில் பதற அடித்துவிட்டோமே என்று நினைத்தவளாய் சட்டென எழுந்து உட்கார்ந்தவள், அம்மாவை "என்னம்மா நீ கொஞ்ச நேரம் இப்படின்னு உக்காந்ததுக்கு இப்படி ஓடிப்போய் காப்பியை போட்டுட்டு எடுத்துட்டுவரே! காலையில நாலுமணிக்கு எழுந்து இந்நேரவரையிலும் இவ்வளவு நேரமும் ஓடி, ஓடி வேலை செஞ்சி அலுத்துப்போயி கிடக்கிற உனக்குத்தான் இந்தக் காப்பி" என்ற மகளைப் பாசமாகக் கண்ணில் நீர் ததும்பப் பார்த்தாள் சிவகாமி.

“சொன்னாக்கேளு மது. காலையில இருந்தே நீ சரி இல்லை. முதல்ல இந்தக் காப்பியக் குடிச்சிட்டு பேசாமப் போய்ப் படு. நானும் சூடா நாலு இட்லியும் உரைப்பா மிளகாய் சட்னியும் வச்சுக் கொண்டு வரேன். காய்ச்சல் அடிச்ச வாய்க்கு நல்லா இருக்கும்.”

“இப்போ யாருக்கு காய்ச்சலு அடிக்கிதுன்னு மிளகா சட்னிய அரச்சிக்கொண்டுவரப் போறே?”

"உனக்குத்தான். என்னமா வாடி, வதங்கிக்கிடக்கிறபாரு.

“அய்யோ அம்மா நானு வாடவுமில்ல, வதங்கவுமில்ல எப்பவும் போல நானு நல்லாதான் இருக்கேன்.” என்ற மதுமிதா சிவகாமி எவ்வளவோ தடுத்தும் பரபரவென்று வீட்டுவேலைகளைப் பார்க்க ஆரம்பித்துவிட்டாள்.

மகளைப்பார்க்கப் பார்க்க சிவகாமி மனது பொங்கியது. அவளின் மூன்று பெண்களுமே அருமையான பெண்கள் என்றாலும் மூத்தபெண்ணாக பிறந்த இந்த மதுமிதா அழகிலும் சரி, அறிவிலும் சரி, எல்லாப் பெண்களிலும் சிறந்து விளங்கினாள். ஒரு ஆணுக்கு ஆணாகவும், ஒரு பெண்ணாகவும் இருந்து வீட்டுப் பொறுப்பைச் சரியாக கவனித்துக் கொண்டாள். தன் இரண்டு பெண்களைவிட சிவகாமிக்கும், நாகேந்திரனுக்கும் மது மீது இயற்கையாகவே பிரியமும், அன்பும் கூடியிருந்தது. ஒருவேளை அது மூத்த பெண்ணாக இருந்ததினால்கூட இருக்கலாம் எப்போதும் பெற்றோர்களுக்கு மூத்த குழந்தைகள் மீது அன்பு கொஞ்சம் கூடுதலாகவே இருக்கும்.

என்னதான் வீட்டு வேலைகளில் கவனம் செலுத்தினாலும் மதுமிதாவிற்கு சத்யனின் நினைவே நிறைந்திருந்தது. எப்படியும் அவன் மீது இருக்கும் காதலைச் சொல்லிவிட வேண்டுமென்று துடியாய்த் துடித்தாள்!

நிச்சயம் இரவுக்கான டிபனை அவனுக்கு கொடுக்கப்போகும் போது தனித்துப் பேச முடியாது. ஏனென்றால் வேலை முடிந்துவிட்டு வரும்

அப்பா அவனிடம் உட்க்கார்ந்து பேசிவிட்டுத்தான் வருவார். அதனால் மறுநாள் காலைவரை தன் காதலைச் சொல்லக் காத்திருக்க வேண்டுமென்று நினைத்த மதுமிதாவிற்கு வெறுப்பாயிருந்தது.

**க**லுசுலிங்கமும், மாணிக்கமும் உட்கார்ந்து சிகரெட் பிடித்துக் கொண்டிருக்க, மோகன் அங்கிருந்த மூன்று டம்ளர்களிலும் மதுவை ஊற்றிக் கொண்டிருந்தான். அது கொஞ்சம் மட்டமான சரக்காயிருந்ததால் அந்த இடத்தில் கெட்ட வாசம் வீசியது. இவர்களுக்கு எடுபிடி ஆளாயிருக்கும் பதினைந்து வயது கேசவன் ஒரு கிண்ணத்தில் சிக்கனும், மற்றொரு கிண்ணத்தில் மட்டனுமாக ஊறுகாய் பொட்டலத்தோடு வைத்துவிட்டுப் போனான்.

“உம்... நம்மலல்லாம் பாரின் சரக்கு குடிக்க வேண்டியவக இந்த நாத்த சாராயத்த குடிக்க வேண்டியிருக்கு'' என்று பொருமினான். "இத்தனைக்கும் ஆறேழு பொம்பளைகள வச்சி தொழில் நடத்துறோம். ஒரு பைசாக் கூட மிஞ்சமாட்டேங்குதே'' என்று கலுசுலிங்கம் ஆதங்கத்துடன் கூற, "ஆமா வார காசையெல்லாம் போலீஸ்காரனுக்கும், இன்ஸ்பெக்டருக்கும் கொடுத்துட்டா என்னத்த மிஞ்சும். இதில் அந்த டாக்டர் வேல்சாமி வேற'' என்று பொருமினான் மாணிக்கம்.

“அந்த வேல்சாமி டாக்டர் அவரோட அறைக்கு முன்னால வெறும் டாக்டர் வேல்சாமி எம்.பி.பி.எஸ்- ன்னு போர்டு மாட்டி இருக்காரே தவிர ஒரு நோயாளிகூடக் காணோம். நம்ம கொடுக்கிற காசுலதான் அவரு குடும்பத்த ஓட்டுறாருன்னு நினைக்கிறேன்'' என்றான் மோகன்-

“அதுவும் ஒருவகைக்கு நல்லதுதான். ஏன்னா எப்பவும் டாக்டர் நம்மள அண்டிக்கிட்டு கிடப்பாருல்ல'' என்ற கலுசுலிங்கம் "நம்ம செய்யிற பொம்பள தொழிலுக்கு இந்தப் போலீசு, இன்ஸ்பெக்டர், டாக்டருன்னு இவங்களோடயே பழக வேண்டிய போச்சு. சுடுகாட்டுல பொணம் எரிக்கிறதுகூட பணம் கொடுத்துத்தான் சரிக்கட்ட வேண்டியிருக்கு" என்று பெருமூச்சு விட்டான் கலுசுலிங்கம்.

“அதோடயா போச்சு இந்த பொம்பளைகளுக்கு சாப்பாட்டுச் செலவுக்கே மாசம் ஒரு லச்சம் ஒன்றலச்சமில்ல ஆகுது. அது மட்டுமா? இவங்களுக்கு உடம்பு நல்லா சக்தியோட இருக்கனுமின்னு பாலு, பழம், பிஸ்கட், ஐஸ்கிரீமின்னு எத்தனை செலவு. இதோடவா போகுது இவங்க மூஞ்சிகளயும், உடம்புகளயும் பளபளப்பாக்கி மணக்க வைக்கணுமின்னு அதுக்குவேற'' என்று மோகன் சொல்லி முடிக்கு முன்பே ராவும், பகலுமா இவுக தலையில வைக்கிறதுக்காக பூ வாங்க மட்டுமே முப்பதாயிரத்து மேலே செலவாவுதுன்னா பாத்துக்கோ'' என்றான் மாணிக்கம்.

கலுசுலிங்கம் இப்போது முகம் மாறியிருந்தான். ஏற்கெனவே கடுப்பாயிருக்கும் அவன் முகம் மேலும் கடுப்பாகி அந்த மெல்லிய இருட்டுக்கு விகாரமாய் தெரிந்தது.

“சரி இவ்வளவு செலவழிக்கிறோம். நம்மளால சந்தோசமாகவாவது இருக்க முடியுதா? எப்பபார்த்தாலும் போலீசுக்கிட்ட மாட்டிக்கிடுவோமோ, நம்மகிட்ட இருக்க பொம்பளைக எந்த நேரத்தில் தப்பிச்சி போயிருவாகளோன்னு பயந்துக்கிட்டே இருக்கவேண்டி இருக்கு. ஒவ்வொரு ஊராப் போயி ஓட்டல்ல தங்கி தொழிலுக்கு ஏத்த பொண்ணுகள கண்டுபுடிச்சி அவுகளப் பொய்யாக காதலிச்சி, அப்படி நம்ம காதலுக்கு வசப்படாட்டி எந்தப் பொண்ணு அனாதையா, ஆதரவில்லாம இருக்கிற பொண்ணுகளத் தேடிப்பார்த்து அவங்க தாத்தாப் பாட்டிகளுக்கு உதவி செய்றமாதிரி செஞ்சு அவங்களுக்கு பணம் காசுன்னு செலவழிச்சி..... அடடா ஒரு பொண்ணக் காதலியாகவோ, பொண்டாட்டியாகவோ...கூட்டிவர என்ன பாடுபடவேண்டியிருக்கு” என்று சொன்ன கலுசுலிங்கம் ரொம்பவும் விரக்தி அடைந்தவனாய் பாழடைந்துகிடந்த அந்த வீட்டு விட்டத்தை வெறித்துப் பார்த்தான்.

“சரி அப்படியே ஒரு தாலியக்கட்டியோ, காதலிச்சோ கூட்டிட்டு வாரப் பொண்ணுகள வந்ததும் தொழில்ல எறக்க முடியுதா? அவங்க பண்ணுற முரண்டுக்கும், பிடிவாதத்துக்கும் அவங்கள அடிச்சி, மிதிச்சி... சே என்ன ஒரு இம்ச, நம்மளும் மனுசந்தானடா அதையெல்லாம் நினைக்கும் போது கல்லுக்குள்ளயும் ஈரம் இருக்குமிங்கிற மாதிரி நம்ம மனசும் சிலநேரம் உடஞ்சி போவுது” என்றான் மோகன் வெறுப்பாக.

“பணம், பணமின்னு என்னதான் இந்த பொம்பளைக அலஞ்சாலும் அவங்க கழுத்தில கட்டியிருக்கிற மஞ்சக்கயிறுக்கு அவங்க கொடுக்கிற மதிப்பும், மரியாதையுமே தனிதாண்டா. தாலிகட்டிட்டோமிங்கிற ஒரே விசயத்தவச்சிக்கிட்டு நம்ம இந்த பொம்பளைகள நம்ம ஓட, ஓட விரட்டினாலும் அவுக நம்ம காலடியில் சுருண்டு கிடக்கிறதும், எத்தன நேரம் கழிச்சி ராத்திரிக்கு குடிச்சிட்டு வந்தாலும் அவளும் சாப்பிடாம காத்திருந்து சோறு போட்டு நம்மள தூங்க வைக்கிற பொம்பள அவ ஒருத்திதான்டா. தாலிய கழுத்தில வாங்குன உடனே தாலியத் தினமும் பக்தியா கண்ணுல ஒட்டிக்கிறதென்ன, அதுல பூவசொருகிக்கிறதென்ன, நம்மளமாதிரி ஆம்பளைக எல்லாம் காலம்பூரா நமக்கு கல்யாணம் ஆனது தெரியக்கூடாது. அதுவும் முக்கியமாக குமரிப்பெண்களுக்கு தெரிஞ்சிரக் கூடாதுன்னு சமயம் கிடைச்சா சைட் அடிக்கவும், முடிஞ்சாத் தொட்டுப்பார்க்கவும் துடிக்கிறோம். ஆனா இந்தப்

பொம்பளைக கல்யாணம் முடிச்ச உடனே நானு ஒருத்தருக்கு சொந்தமாயிட்டேன்னு அவங்கள தப்பான நோக்கத்தோட பாக்கிற நம்மள மாதிரி ஆளுகளுக்கெல்லாம் மூஞ்சியில அடிச்சமாதிரி நெத்திக்கு மேல பளிச்சின்னு குங்குமம் வச்சிக்கிறாங்க பாரு.... அங்கதாண்ட நம்மோட பண்பாடு, கலாச்சாரத்தயெல்லாம் காப்பாத்துறாங்க'' என்று மாணிக்கம் சொல்ல, கலுசுலிங்கம் அவன் மீது எரிந்து விழுந்தான்.

''ஏண்டா, நம்ம வியாபாரத்துக்காக எந்த ஊருக்குப் போயி எந்த பொம்பளைகளப் புடிக்கலாமின்னு நானு தவிச்சிக்கிட்டு இருக்கேன். நீ பொம்பளைகளோட பண்பாட்டயும் அடக்கத்தயும் பத்தி பேசிக்கிட்டு இருக்கயா? இந்த மாதிரியெல்லாம் பேசுனா நம்ம பாக்குற தொழிலுக்காவாது.''

''நீ தான இந்தப் பொம்பளைகள வச்சு பண்ற தொழிலு கட்டுப்படியாகலன்னு செலவுகளச் சொல்லி வருத்தப்பட்டுக்கிட்டு இருந்தே. அதுவுமில்லாம இது பாவப்பட்ட தொழிலா வேற இருக்கா?''

''அதுக்கு....?''

''வேற ஏதாவது தொழில் செய்யலாமின்னு சொல்றேன்''

''ஏண்டா கசாப்புக்கட போட்டு இருக்கவன் தினமும் நூறு ஆடுகள வெட்டுறான் அதென்ன பாவமான தொழிலா?''

''அதுவும் நம்ம செய்ற பொம்பளத் தொழிலும் ஒன்னா?''

''அவன் பப்ளிக்கில வச்சு கறி வெட்டுறான். போலீஸ்காரங்களல்ல இருந்து கமிஷனரோட வீட்டுவேலக்காரன் வரை கறி வாங்கிட்டுப் போறான். நம்மள மாதிரியா பயந்து போயி ஆளாளுக்கு கமிஷன் கொடுத்துக்கிட்டுத் திரியுறாங்க. கலுசுலிங்கம், பேசாம தொழில மாத்து. என்றான் மோகன்;

கலுசுலிங்கம் கோபத்தில் பற்களை நற, நறத்தான். ''தான் ஆசை, ஆசையாய்க் காதலிப்பது போல் நடித்து கூட்டி வந்து தொழில் செய்யவே முடியவில்லை. ஆண்களைக் கண்டாலே அஞ்சி நடுங்குகிறாள். அதோடு அவளுக்கு ஆஸ்த்துமாவும் சேர்ந்து கொண்டதால் அவ்வப்போது மருத்துவ செலவு வேறு, அதைக்கூட கலுசுவால் தாங்கிக் கொள்ளமுடிந்தது.

இவனையும், இவன் காதலையும் நம்பி சிறு முயல் குட்டியாக இவன் பின்னால் ஓடி வந்த பாக்கியம் தன்னை அவன் நாலுபேருக்கு

இரையாக்கியதில் அதிர்ந்து நிலை குலைந்து விட்டாள். அன்றையிலிருந்து இதுவரையிலும் அவனைக் காணும் போதெல்லாம் அவள் கொடுக்கும் வசவுகளும், சாபங்களும் அவன் நெஞ்சில் எரியும் நெருப்புத் துண்டங்களாக விழுந்து அவனைப் பொசுக்கிக் கொண்டிருந்தது.

எப்போதும் முரட்டு சுபாவம் கொண்டு இரக்கம் என்பதையே பார்க்காமல்தங்களுக்குகட்டுப்படாத பெண்களைசித்ரவதைப்படுத்தும் கலுசுலிங்கமே இப்போதெல்லாம் பாக்கியத்தைப் பார்க்கவே பயப்படுகிறான். அவன் என்னதான் தெய்வங்களுக்கும், பாவங்களுக்கும் பயப்படாவிட்டாலும் பாக்கியத்தின் சாபத்திற்கும், அவள் வசவுகளுக்கும் அஞ்சினான். அதோடு நாளுக்கு நாள் மெலிந்து கொண்டே போகும் அவள் இனி தொழிலுக்கு லாயக்கில்லை. அவளைக் கழித்துக் கட்டிவிட வேண்டியதுதான். அவள் இடத்தை நிரப்ப வேறு ஒரு பெண்ணைக் கொண்டு வரவேண்டும் என்று தான் கூட்டணியாக பேச மோகனையும், மாணிக்கத்தையும் வரச் சொல்லியிருந்தான். ஆனால் இவன் தெய்வசன்னதியிலிருந்து கொண்டு என்னவோ அருள்வாக்கு சொல்வது போல் எதை, எதையோ பேசிக்கொண்டிருக்கிறான் என்று நினைத்த கலுசுலிங்கம் தான் உட்க்கார்ந்திருந்த இடத்திலிருந்தே காலால் எட்டி ஒரு உதை கொடுத்தான்.

"ஏண்டா! நம்ம தொழிலுக்கு ஒரு பொம்பள வேணுமே என்னடா செய்யலாமின்னு நானு வேதனைப்பட்டு, வெந்துபோயி உக்காந்திருக்கேன். நீ பாவ புண்ணியத்தப்பத்தி பேசிக்கிட்டு இருக்கயா?" என்றான் கோபத்தோடு.

"இதுக்கெதுக்குடா இவ்வளவு யோசிச்சிக்கிட்டு இருக்கே எங்கிட்ட கேட்டுருந்தீன்னா நானேஉனக்குஐடியா கொடுத்திருப்பேனே" என்று மாணிக்கம் சொல்லவும் கலுசுலிங்கம் பரபரத்தான்.

"சொல்லுடா, சொல்லுடா... எங்க எந்தப் பொண்ணு இருக்கான்னு சொல்லு. இப்பவே போயி அவளப்பாத்து கூட்டிட்டு வாரேன்." உதைவாங்கிய கோபத்தில் புறு, புறுத்துக்கொண்டு இருந்த மோகன்" இப்படி பரபரக்கிறதில தாண்டா நீ கெட்டுப்போற. மாணிக்கம் சொல்ற பொண்ணு என்ன உன் பொண்டாட்டியா? போனதும் கூட்டி வாரதுக்கு" என்று சொல்ல இன்னும் கோபமானான் கலுசுலிங்கம்.

"நீ வாய மூடுடா. உன்னால இப்போதைக்கு ஒரு உதவியும் செய்ய முடியாதுன்னு எனக்குத் தெரியும். சமயத்துக்கு தக்கன பேசுறதே

உனக்கு தொழிலாப் போச்சு. நானு எந்தப் பொண்ணுகளயும் ஏமாத்தி, மயக்கி கூட்டிட்டே வரலைன்னு சொல்லுபாப்போம்"

"சரி மோகன், உன் கிட்ட மன்னிப்புக் கேட்டுக்கிறேன். இப்ப என்ன பேசவிடு" என்றவன் "நீ சொல்லு மாணிக்கம். அந்தப் பொண்ணு எங்கேயிருக்கா"

"மதுரப்பக்கத்தில ஒரு பட்டிக்காடுதான். எங்க பெரியம்மா ஒருத்தியிருக்கா. போன வாரம் அவவீட்டுக்குப் போயிருந்தப்பத்தான் இந்தப் பொண்ணப் பார்த்தேன். அதுமட்டுமில்ல மாதவனுக்குக் கூட அந்தப்பொண்ணு சொந்தம். அதாவது தங்கை முறைவேறு."

"எந்த மாதவன்? ஓட்டல் வச்சிருக்கானே அந்த மாதவனா?"

"ஆமா. அவனுக்கு வேண்டிய பொண்ணு ஒன்னு இருக்கு. பேரு மதுமிதா."

"அடடா பேருலயே மது இருக்கே" என்று வாயூறினான் கலுசுலிங்கம்

"பேருமட்டும் இல்ல. ஆளைப்பாத்தேன்னா நீ அசந்து போயிருவே. அவ்வளவு அழகு, மொகந்தான் அவ்வளவு லச்சணமின்னா உடம்புக்கட்டு சும்மா அடிச்சி வச்சு சிலைமாதிரி இருக்கும். அவள மட்டும் நம்ம கூட்டிட்டு வந்துட்டோமின்னு வையி. ஒரு வருசத்துக்கு நாலு கிராக்கிக வேண்டாம். இவ ஒருத்தியே போதும்." என்று மாணிக்கம் சொல்லவும் "ஆமாடா மாணிக்கம். நீ சொல்லது சரியான யோசனை" என்று ஆர்ப்பரித்தான் மோகன்.

"சரி, அவளை நம்ம கைக்கு எப்படி கொண்டு வாரது?" என்று கலுசுலிங்கம் கேட்க "அந்த வேலைகூட ஈசியா தான் முடியுமின்னு நினைக்கிறேன்."என்றான் மாணிக்கம்.

"எப்படிடா சொல்றே?"

"அவளப் பத்தி அப்பவே அக்கம்பக்கத்தில நானும், மோகனும் விசாரிச்சிட்டோம்"

"என்ன விசாரிச்சீங்க?"

"அவகூட பிறந்தது ரெண்டு பொண்ணுக. அவ அம்மா ஒருத்தி ஆக அந்த வீட்டுல வெறும் பொம்பளைக தான். ஒரே ஒரு கிழட்டு அப்பன் தான் இருக்கான். பாவம் மூணு குமரிகளை வச்சிக்கிட்டு மாப்பிள்ளைன்னு எவனாவது வர மாட்டானான்னு தவிச்சிக்கிட்டு இருக்கான்."

"அவன் தவிப்பை போக்கணுமே."

"அந்தக் குடும்பமே ஓட்டல் வச்சிருக்கிற மாதவன் மேல நல்ல மதிப்பும், மரியாதையும் வச்சுருக்காங்க"

"அப்ப நம்ம மாதவனா நடிச்சிர வேண்டியதுதான்" என்று சொன்ன கலுசுலிங்கம் "மாணிக்கம்... நீ தான் புது மாப்பிளை." என்று சொன்னபோது தன் தலையை மட்டும் மாணிக்கம் ஆட்டினானே தவிர அவனுக்குள் ஒரு வேதனை கூர்மையான ஆணியாய் இறங்கியது.

அவன் முன்பெல்லாம் எவ்வளவு நல்லவனாக இருந்தான். வானத்திலிருந்து வந்த ஒரு மழைத்துளி சிப்பிக்குள் விழுந்த மாதிரி! அவன் அம்மா கூட அடிக்கடி சொல்லுவாள்,

"உனக்கு முத்துன்னுதேன் முதல்ல பெயர் வைக்கணுமின்னு நினைச்சிருந்தேன். ஆனா நாலு பேரு எழுதிப் போட்டதில் மாணிக்கமின்னு அமைஞ்சி போச்சு" என்று.. அந்த அம்மாவுக்குத் தெரியாது தன் மகன் மிக மோசமானவனாக மாறிவிட்டான் என்று.

எப்போதிலிருந்து இப்படி ஆனான்? இவனின் பதிமூன்று வயதில் அவன் அம்மா இறந்து விட்டாள். அம்மா இறப்பதற்காகவே காத்திருந்ததுபோல் அவன் அப்பா இன்னொருத்தியைக் கூட்டிக் கொண்டு வந்தபோது இவன் பரக்கப் பரக்க விழித்து கொண்டு எதுவும் புரியாமல் நின்றான்.

அவனின் சித்தி வந்து பத்து நாள் தான் ஆகியிருந்தது. தான் வைத்திருந்த ஐநூறு ரூபாயைக் காணோமென்று அவன் சித்தி அழுது ஆர்ப்பாட்டம் பண்ணியதையும், அதை சாக்கு வைத்து அப்பா அவனை வீட்டை விட்டு விரட்டியதும், எங்கே போவது என்று தெரியாமல் அவன் தெருவில் வந்து பசியோடு நின்றதும், இவனுக்கு நான்கு வயதுக்கு மூத்தவனான கலுசுலிங்கம் இவனைக் கை பிடித்துக் கூட்டி போனதும், அங்கே செல்லையா என்றவரிடம் எடுபுடி ஆளாக வேலை பார்த்ததும்...

எப்போதிலிருந்து தான் இப்படி ஒரு மோசமான தொழிலில் ஈடுபட்டோம் என்று நினைத்தவனுக்கு செல்லையாவின் இறப்பு ஞாபகத்திற்கு வந்தது.

நிஜமாகவே அவனுக்கு அதுவரையில் ஏதோ ஒரு வேலையில் இருக்கிறோம். வயிறு நிறைய சாப்பாடும், அவ்வப்போது செலவுக்கு நூறு, ஐம்பது கிடைக்கிறது என்று திருப்தியோடுதான் இருந்தான்.

பதினெட்டு வயது வரை அப்படி இருந்தவனுக்கு அதன் பிறகு 'வயிறு நிறைவது மட்டுமே வாழ்க்கையில்லை' என்று தோன்றியதோடு நிறைய ஆடம்பர வசதிகளோடு வாழவேண்டுமென்று கனவு கண்டான். கலுசுலிங்கம் தனது பைக்கை அவனிடம் கொடுத்து எங்கேயாவது போகச்சொல்லும்போது இந்த பைக் தன்னுடையதாக இருக்கக்கூடாதா? என்ற ஏக்கம் முதன் முதலாக அவன் மனதில் வேரூன்ற ஆரம்பித்தது.

அதன்பிறகு அவனால் நிம்மதியாக தூங்க முடியவில்லை. கலர் கலராக வண்ண நினைவுகளும், கனவுகளும் அவனுக்குள் தோன்றின. இவை அத்தனையும் நிறைவேற வேண்டுமென்றால் அண்ணன் கலசுலிங்கத்தைவிட்டு விலகிவிடுவதுதான் நல்லது என்று தோன்றியது.

அப்போது அவன் இருபதாவது வயதில் காலெடுத்து வைத்திருந்தான். வாழ்க்கையின் வசதிகளையும், புதுப் புது அனுபவங்களையும் சந்திக்க பர பரத்துக்கொண்டிருந்தான்.

ஒரு நாள் இருட்டும் சமயத்தில் தான் வேலையைவிட்டு விலகிக்கொள்கிறேன் என்று கலுசுலிங்கத்திடம் சொன்னபோது கலுசுலிங்கத்தின் அதிர்வு அவன் முகத்தில் நன்றாகவே தெரிந்தது.

"என்னடா சொல்றே?" என்றான் பட படப்போடு. தான் பார்க்கும் தொழிலுக்கு இவனையே முதலீடாக வைத்திருக்கும் விஷயத்தை கலுசுலிங்கம் இதுவரை அவனிடம் சொல்லவில்லை.

"என்ன மன்னிச்சிக்கோன்னே. நீ இதுவரையில் எனக்கு சம்பளமின்னு கொடுத்ததுமில்ல" என்று அவன் சொல்லு முன்பே கலுசுலிங்கம் குறுக்கிட்டான். கூடவே மோகனும் நமட்டுச்சிரிப்போடு நின்றிருந்தான்.

"சம்பளம் என்னடா உனக்கு சம்பளம். என்கூட பார்ட்னராவே வச்சிக்கிடுதேன். மாசத்துக்கு முப்பது, நாப்பதாயிரம் வரை கிடைக்கும் பரவாயில்லையா?" என்று கலுசுலிங்கம் கேட்டதும் "அண்ணே" என்ற ஒரு அலறலோடு மௌனமாகிப் போனான் மாணிக்கம்.

"என்னடா பேசமாட்டேங்கிற? என்ன நம்பல போலிருக்கு. நீ எடுத்து சொல்லு மோகன்" என்று கலுசுலிங்கம் சொன்ன போது மோகன் மாணிக்கத்தின் அருகில் வந்து நட்போடு அவன் தோளைப் பற்றினான்.

"ஆமா மாணிக்கம். கலுசு சொல்றது நிசம் தான்" என்று சொன்னபிறகு தன் பிரமையிலிருந்து கொஞ்சமாய் நீங்கியவன் "என்னண்ணே

சொல்றீங்க நீங்க? என்ன தொழில் செய்றீங்க இங்கே தொழில் நடக்கிற மாதிரியே தெரியலையே" என்றதும் கலுசுலிங்கம் வெற்றிச் சிரிப்பு சிரித்தான்.

"அது என்னோட சாமர்த்தியம். நான் என்ன தொழில் செய்றேன்ங்கிறதை நீ போகப் போகத் தெரிஞ்சிக்குவே."

"சரி போகட்டும், எனக்கு உங்க பார்ட்னர் ஷிப்பில் என்ன வேலையைக் கொடுக்கப்போறீங்க?"

"உன் மனசுக்கு மட்டுமில்ல, எந்த வாலிபனுக்கும் பிடிச்ச வேலதான்"

"அதான் என்ன வேலைன்னு கேட்கிறேன்?"

"அழகான பெண்களை காதலிக்கிறதும், காதலிக்கிற பெண்களை கல்யாணம் முடிக்கிறதும்தான் உன் வேலை." என்று கலுசுலிங்கம் சொன்னதும் ஆச்சரியமும், திகைப்புமாக வாய்பிளந்தான் மாணிக்கம்.

"விளையாடாதீங்கண்ணே" என்றான் கோபத்தோடு." பிஸினஸ் விஷயமா பேசும்போது இந்தக் கலுசுலிங்கம் என்னைக்கும் விளையாட மாட்டான்."

"பிறகு என்னண்ணே? பெண்களை காதலிக்கிறதும், கல்யாணம் முடிக்கிறதும்தான் ஒரு வேலைன்னு சொன்னீக. அதெப்படிண்ணே ஒருத்தன் ஒருத்தியைத் தானே காதலிக்க முடியும், கல்யாணம் முடிக்கவும் முடியும்."

"இங்கேதான் நம்மளுக்கும், மத்தவங்களுக்கும் வித்தியாசம் நம்ம பொம்பளகள வச்சி தொழில் நடத்திறதினால அவங்களுக்காக எத்தன பொண்ணுகளனாச்சிலும் காதலிக்கலாம், கல்யாணமும் முடிக்கலாம்." என்று கலுசுலிங்கம் சொன்னதைக் கேட்டதும் மாணிக்கம் அதிர்ச்சியானான். அவன் மனது அருவறுப்பில் குலுங்கியது.

"சீ....சீ....உங்கப் பேச்சும் சரி இல்ல, உங்க தொழிலும் சரி இல்ல. என்ன ஆள விடுங்க" என்று விலகியவனைக் கப்பென்று கொத்தாகச் சட்டையைப் பிடித்தான் கலுசுலிங்கம். அவன்பிடி இரும்புபிடியாக இருந்தது.

"எங்க தொழில் ரகசியம் தெரிஞ்சவன் யாரையும் நாங்க உயிரோடு விட்டதில்லை. மோகன், அந்தக் கத்தியை எடு." என்றதும் வெல வெலத்துப் போனான் மாணிக்கம்.

" என்னண்ணே எத்தனையோ தொழிலிருக்க இதையா நீங்க

செய்றீங்க? போலீசுக்கு தெரிஞ்சா...." என்று அவன் சொல்ல, "யாருக்கும் தெரியாது. ரொம்ப ரகசியமா தான் நடத்துறோம். எல்லா இடத்திலயும் நம்ம ஆளுங்க இருக்காங்க. இன்னைக்கு எங்க கூடவா." என்றான் கலுசுலிங்கம்.

அன்று இரவு அவர்களோடு போனபோது கண்ணுக்கெட்டும் தூரம் வரை வெறும் ரோடு மட்டுமே இருந்தது. ரோட்டில் லாரிகளும், கார்களும் சர்ர், சர்ர்... ரென்று முன்னாலும், பின்னாலும் வெளிச்ச முகம் காட்டியவாறு பறந்து கொண்டிருந்தன. ரோட்டை ஒட்டிய மண் சரிவு ரொம்பரொம்ப பள்ளமாக கரிய இருட்டை வாங்கியிருந்தது, அந்தச் சரிவின் ரொம்ப தூர நீளத்திற்கு பத்து அடி தூரத்திற்கு அடர்ந்து செழித்து தங்களின் கிளைகளை பரப்பியவாறு முரட்டுத்தனமாக விதவிதமான பேய் மரங்கள் நின்றிருந்தன. (பெண்களைப் பொறுத்தவரை அது பேய்மரம் தான்) அந்த மரங்களின் பெருத்த தூர்களின் மறைவுகளில் ஒவ்வொரு பெண்கள் நின்றிருந்தார்கள். அவர்களை இருட்டு மறைந்திருந்தது. வளர்பிறைக் காலத்து நிலவு அந்த இருட்டைக் கலைக்க பயந்தவாறு தன் வெளிச்சத்தை மடக்கியிருந்தது.

அங்கங்கே லாரியை நிறுத்திய டிரைவர்கள் இந்த சரிவை நோக்கி இறங்கி அந்த பெண்களை வந்துசேரும் போது பணக்கட்டுகள் இவர்களின் கைக்கு மாறியது. டிரைவர்களின் பிடியில் சிக்கியிருந்த பெண்களின் கண்ணீரோ அந்த வெக்கையான பூமியில் விழுந்து யார் கண்ணுக்கும் தெரியாமல் ஆவியாகிப் போனது.

முதலில் இந்த வியாபாரத்தைக் கண்டு அலைய, குலைய அதிர்ந்து நின்றான் மாணிக்கம். ஆனால் புத்தம்புது பணக்கட்டுகள் அவன் கையில் வந்து விழுந்தபோது அவனுக்குள் இருந்த மனசாட்சியும், மனிதாபிமானமும் அவன் நெஞ்சுக்குள்ளேயே சிறுபுள்ளியாகி எங்கோ மறைந்துபோனது. உழைக்காமலே சுகத்தையும், சுவையையும் மட்டுமல்ல பணத்தையும் கட்டுக் கட்டாய் கொடுக்கும் போது அவனுக்கு வாழ்க்கை இப்போது ரொம்ப சந்தோசமாக போனது. இதிலிருந்து மாறி நல்லவனாக வாழ்வதற்கு அவன் மறந்தேபோனான்.

"என்ன மாணிக்கம், மதுமிதா பேரை கேட்டதுமே மயங்கிப் போனயோ?" என்று சொன்ன கலுசுலிங்கம் கட கடவென்று சிரித்தான்.

"எப்படி, எப்படி... காதலா, கல்யாணமா?" என்று பர பரத்தான் மோகன்.

"காதலன்னா எப்படியும் மூணுமாசம், ஆறுமாசமின்னு ஆவும். அதுவுமில்லாம காதலிக்கிறதுன்னா லேசு இல்ல. ஒரு வீடெடுத்து

தங்கணும். ஏதாவது ஒரு வேலையில சேரணும். இந்த மாதிரி விஷயத்துக்கு எல்லாம் பட்டணம் தான் சரிப்படும். மாதவன் ஊரு சின்ன ஊருன்னு சொல்லுறீங்க. சரி அந்த மது டவுனு பக்கம் ஏதாவது வேலைக்கு வராளா?"

"அவ வீட்டோட தான் இருக்கா. வேலைக்குப் போகிறமாதிரி தெரியல."

"அப்போ நேரிடையா கல்யாணத்தில தான் இறங்குறோம் என்ன கலுசு சொல்றே?" என்ற மாணிக்கம். ஆச்சரியத்துடன் கேட்க "கிட்ட வாங்க சொல்றேன்." என்றவனை இன்னும் அதிசயமாகப் பார்த்தவாறு அவனின் உடல் உரசும் படியாக நெருங்கி உட்கார்ந்தார்கள் மோகனும், மாணிக்கமும். அந்த இருட்டு வேளையில் அவர்களின் காதில் கிசு கிசுத்தான் கலுசுலிங்கம்.

இப்போது மூவரின் முகத்திலும் மகிழ்ச்சி பொங்கியது. மோகனும், மாணிக்கமும் கலுசுலிங்கத்தை தட்டிக் கொடுத்தார்கள்.

"சரி, இப்ப நான் பாட்டிலை திறக்கட்டுமா?" என்று ஆவலோடு பாட்டிலை மாணிக்கம் எடுக்கப்போக "ஆனா ஒன்னு" என்று கலுசுலிங்கம் சொன்னதும் மோகன் முகம் சுருங்கினான்.

"அதான் எல்லாம் சொல்லி முடிச்சிட்டயே இன்னும் என்ன சொல்லப்போறே?" என்றான் மாணிக்கம். அவனுக்குக் கடுப்பாயிருந்தது.

"நீங்க கூட்டிட்டு வரப்போற மது வியாபாரத்துக்குத் தானே தவிர நமக்கு இல்ல. அவ மேல நம்ம விரலுக்கூட படக்கூடாது" என்று கலசுலிங்கம் சொல்ல "தாலி கட்டும்போது கூடவா?" என்றான் மாணிக்கம். அங்கே சிரிப்புச் சத்தம் அலை மோதியது.

***

# 1

திருவிழா முடிந்ததும் ஊரே வெறிச்சோடிக் கிடந்தது. மதுமிதாவிற்கு யோசனையாக இருந்தது. தானும்கூட ஏதாவது ஒரு வேலைக்கு போனால் வீட்டுச் செலவிற்கு உதவியாக இருக்குமே என்று நினைத்தாள். அதைப்பற்றி அப்பாவிடம் சொன்ன போது அவர், "வேண்டாம் மது, அம்மா ரொம்ப பலவீனமா இருக்கா. நாலஞ்சி பேருக்கு சாப்பாடு செய்யணும் அதிலும் சத்யம் தம்பிக்கு காலைச் சாப்பாடும், மத்தியானச் சாப்பாடும் சேத்தே எட்டு மணிக்குள்ள கொடுத்திரணும். நீயும் வேலைக்குப் புறப்பட்டுட்டீனா, அவ்வளவுதான். நீ பேசாம இரு." என்று சொன்னபோது மதுவிற்கு கஷ்டமாக இருந்தது.

"அதைப்பத்தி நீங்க கவலைப்படாதீங்கப்பா தினமும் காலை அஞ்சு மணிக்கு எழுந்திரிக்கிறதுக்கு பதிலா நாலுமணிக்கே எழுந்துட்டா எல்லாம் சரியாப்போகும். நீலாவோட அம்மா பர்வதம் அத்தை ஆயிரம் ரூபாய் சீட்டு பிடிக்கிறாங்களாம். இருபது மாதம் இருபது ஆயிரம். நானும் ஒரு சீட்டு போடுறதா சொல்லியிருக்கேன். அதான் வேலைக்குப் போகலாமின்னு நினைக்கிறேன்ப்பா."

"வேண்டாம்மா. உன்னை நம்பி சீட்டு போட முடியாது. ஏன்னா உனக்கு மாப்பிளை பாத்துக்கிட்டு இருக்கேன். இரண்டு, மூணு மாதத்தில் மாப்பிள்ளை அமைஞ்சிட்டார்னு வச்சுக்கோ. பிறகு நீ போட்ட சீட்ட யாரு கட்டுறது?" என்று கேட்ட அப்பாவிற்கு என்ன பதில் சொல்வது என்று தெரியாமல் விழித்துக் கொண்டு இருந்தாள் மதுமிதா.

**அ**ன்று வெள்ளிக்கிழமை. வேலையெல்லாம் முடித்துவிட்டு நாவல் படிக்கும் சுவாரசியத்தில் உட்கார்ந்திருந்த மகளை அவசரப்படுத்தினாள் சிவகாமி.

"நாப்பது நாளைக்கு சிவகாமி அம்மனுக்கு தீபம் போடுறதா, அதுவும் உன் கையால போடுறதா வேண்டியிருக்கேன் மது. சீக்கிரம் புறப்படு. இருட்டறதுக்குள்ள விளக்கப் போட்டுட்டு வந்துரு" என்று அவசரப்படுத்த "அம்மா நாப்பது நாளைக்கு என் கையால விளக்கு

போட்டா எல்லாம் சரியாப் போகுமாம்மா?" என்று மது சொன்னதைக் கேட்டு எரிச்சலானாள் சிவகாமி.

"எப்பவும் திண்டுக்கு, முண்டா பேசிக்கிட்டு இருக்காதே போ, போயி கை, கால், முகத்த கழுவிட்டு வா. எண்ணெய் திரியெல்லாம் எடுத்து வச்சிருக்கேன். நாப்பது நாளு எண்ணத் தீபம் போட்டா உனக்கு கல்யாணம் கூடிவருமின்னு சொன்னாக." என்று சொல்லிக் கொண்டிருக்கும் போது கோமதி "ஏ ....சிவகாமி, உம்மவளுக்கு கல்யாணம் கூடி வந்துருச்சி!" என்று சொல்லிகொண்டே ஓடிவந்தாள் உற்சாகத்தோடு

"என்னக்கா சொல்லுறத?" என்று வீட்டிற்குள் திரும்பின வாக்கில் நின்றாள் சிவகாமி. அவள் உடலெங்கும் ஆடிக்காற்று வீசியது,

"ஆமா சிவகாமி" என்று முகமெல்லாம் சந்தோசம் பூக்க வந்தவள் வராண்டாவில் நின்று கொண்டிருந்த மதுமிதாவைப் பார்த்து "இவ அழகுக்கும், அறிவுக்கும் இன்னும் மாப்பிளை வராம இருக்கானேன்னு நான் மருவிக்கிட்டு இருந்தேன். மது, என் கண்ணு வேகமா வந்ததில் மூச்சு வாங்குது. பெரியம்மாவுக்கு கொஞ்சம் தண்ணி கொண்டு வாம்மா." என்றாள் திண்ணையில் உட்கார்ந்தவாறு.

"மது, பெரியம்மாவுக்கு தண்ணி கொடுத்துட்டு அப்படியே காப்பி போட்டுக் கொண்டு வா" என்ற சிவகாமி "நீங்க வந்து சொல்லவும் மனசுக்கு எவ்வளவோ சந்தோசமா இருக்கு. மாப்பிளை யாரு , எந்த ஊரு?" என்றாள் அவள் பக்கத்தில் உட்கார்ந்தவாறு.

"நம்ம ஊரு திருவிழா அன்னைக்குக் கூட மாதவன் கூட என் வீட்டுக்கு வந்திருந்தாங்க. மது அப்ப மாதவன் கூப்பிட தற்செயலா எங்க வீட்டுக்கு வந்தா. உனக்குக் கூட ஞாபகமிருக்குமே மது" என்றாள் இவளுக்காக தண்ணி கொண்டு வந்த மதுமிதாவிடம்.

மதுமிதா யோசித்துப்பார்த்தாள். அவளுக்கு எந்த முகமும் சரியாக ஞாபகமில்லை. கல்யாணம் என்றதும் மனதிற்குள் குப்பென்று ஒரு சந்தோசம் எழுந்து உள் நரம்பையெல்லாம் ஆட்டுவிக்குமே அந்த சந்தோசம்கூட இல்லாமல் நின்றிருந்தாள் மதுமிதா.

அவளுக்கு சத்யத்தின் ஞாபகம் வந்தது. எப்போதும் அவன் அவளின் உள் மனதில் சிறிய மொட்டாக அமர்ந்திருந்தான். அந்த மொட்டு எப்போது மலரும் என்று அவள் இரவும், பகலுமாக காத்திருந்தாள்.

மது அவனுக்கு சாப்பாடு கொண்டுபோகும் போதெல்லாம் எப்படியும் இன்னைக்கு என் மனதில் உள்ள ஆசையை அவரின்

வாயால் சொல்லுவார் என்று எண்ணிக் கொண்டு நெஞ்சம் நிறைய ஆவலும், ஆசையுமாக போவாள். ஆனால் சத்யம் எதைஎதையோ தயங்கித் தயங்கிப் பேசிக் கொண்டிருப்பானே தவிர இவள் மனதில் உள்ள ஆசையையும், காதலையும் பற்றி பேசவே மாட்டான்.

அவன் இப்படிப் பேசாதிருப்பதைப் பார்க்கையில் மதுவுக்கு கூட நாம் தான் அவன் மீது ஆசையை வளர்த்துக் கொண்டிருக்கிறோமோ? அவருக்கு அந்தமாதிரி ஆசை தன்மீது இல்லையோ? என்று நினைத்து, நினைத்து இரவெல்லாம் தூங்காமல் தவிப்பாள். அப்பாவும், அம்மாவும் சத்யத்திடம் உருகி, உருகிப் பழகுவதைப் பார்க்கையில் அவர்களிடமே "அப்பா! எதுக்காக எனக்கு மாப்பிள்ளை பார்க்கிறேன்னு ஊரெல்லாம் சொல்லிக்கிட்டு இருக்கீங்க? முதல்ல சத்யத்துகிட்ட கேளுங்கப்பா. அவரு முடியாதுன்னுட்டா நம்ம வேற இடத்தில் பார்க்கலாம்'' என்று சொல்வதற்கு எத்தனையோ முறை சொல்ல வந்துவிட்டுப் பிறகு பெண்களுக்கே உண்டான வெட்கத்தோடு மௌனத்தில் அடங்கிப்போவாள்.

“என்ன மது? உனக்குக் கல்யாணமின்னு சொல்றேன். அப்படியே அசங்காம நிக்கிறே'' என்று கோமதி கேட்டதும் “அதான் அம்மாகூட பேசிக்கிட்டு இருக்கீங்களே'' என்றதும் ஆச்சரியத்துடன் கன்னத்தில் கைவைத்தாள் கோமதி.

“அப்போ உனக்கு வரப்போற மாப்பிள்ளை யாரு? என்ன வேலை பாக்குறான்னு தெரிஞ்சிக்க ஆசையில்லையா?''

“எனக்கு ஒரு ஆசையுமில்ல. அம்மாவுக்கும், அப்பாவுக்கும் ஒரு சுமை குறைஞ்சா சரி'' என்று விட்டேத்தியாக சொல்லிவிட்டுப் போய் விட்டாள் மது.

கோமதிக்கு வரும்போது இருந்த சந்தோசம் இப்போது இல்லை. இன்று மத்தியான வேளை சாப்பாட்டை முடித்துவிட்டு கொஞ்ச நேரம் படுக்கலாம் என்று நினைத்தவளாய் ஒரு தலைகாணியைத் தூக்கி கதவோரமாக போட்டபோதுதான் “அம்மா'' என்று கூப்பிட்டுக் கொண்டே மாணிக்கமும், மோகனும் வந்தார்கள்.

கோமதி நிமிர்ந்து பார்த்தாள். அவளுக்குச் சட்டென்று அவர்களின் முகம் பிடிபடவில்லை.

“என்னம்மா இது, அதுக்குள்ள மறந்துட்டீங்களா? மாதவன் இருக்கும் போது இந்த ஊரு திருவிழாவுக்காக'' என்று சொல்லு முன்பே “அடடா மாணிக்கமும், மோகனும்தான. உக்காரு தம்பி'' என்று நாற்காலியை எடுக்கப் போக... அவர்கள் தடுத்தார்கள்.

“அதெல்லாம் ஒன்னும் வேண்டாம்மா. இப்படி உங்க காலடியிலயே உக்காந்துக்கிறோம்” என்றவாறு அவளுக்கு எதிரேயே சப்பணம் போட்டு அடக்க, ஒடுக்கமாக உட்க்கார்ந்த போது கோமதிக்கு அவர்கள் மீது மதிப்பும், மரியாதையும் கூடிப்போனது.

'அடடா! எவ்வளவு மரியாதைக்காரப் புள்ளைகளா இருக்காங்க. மாதவன் ஒரு நாளாவது தனக்கு முன்னால இப்படி அடக்க, ஒடுக்கமாக உக்காந்திருக்கானா? நம்ம பேசுறதைத் தான் கேட்டுருக்கானா? என்று நினைத்தபோது மாதவனை விட இவர்கள் உயர்ந்தவர்களாகவே தெரிந்தார்கள்.

“மத்தியான வெயில்ல வந்துருக்கீங்க சாப்பிடுறீங்களா?” என்று அவள் கேட்ட போது இருவரும் அவசரமாய் மறுத்தார்கள்.

“உங்களுக்கு சிரமம் வேண்டான்னு வரும்போதே ஓட்டலல்ல சாப்பிட்டுதாம்மா வந்தோம்.”

“எனக்கென்னப்பா சிரமம்? இவ்வளவு தூரம் இந்த அம்மாவைத் தேடி பாசத்தோட வந்துருக்கீங்க. சரி, மாதவனப் பாத்தீகளா?”

“எங்களை உங்க கிட்ட அனுப்பி வச்சதே அவர்தாம்மா!”

“என்னப்பா சொல்றீங்க?” என்றாள் திகைப்போடு.

“ஆமாம்மா. எனக்கு கல்யாணத்துக்காக வீட்டுல பொண்ணு பாத்துக்கிட்டு இருக்காங்க” என்று மாணிக்கம் சொல்லிக் கொண்டு இருக்கையில் மோகன் குறுக்கிட்டான்.

“அம்பது பவுனோட ரெண்டு லச்சம் வரதட்சணையும் தாரேன்னு பொண்ண பெத்தவங்க கியூவுல நிக்கிறாங்கம்மா!”

“அருமையான புள்ளையா இருக்கீங்க! உங்களுக்கு பொண்ணு கொடுக்கிறதுக்கு கசக்குமா, என்ன?”

“அதுல தானம்மா சிக்கல்”

“என்ன சிக்கலுப்பா?”

“அப்படி வரதட்சணையோட வார பொண்ணெல்லாம் இவனுக்கு வேண்டாமாம்!”

“என்னப்பா சொல்றே?”

“ஆமாம்மாம் இவன் அம்மா கூட எந்தப் பொண்ணைப் பார்த்தாலும் வேண்டாம்னு சொல்லுறானே நீயாவது கொஞ்சம்

எடுத்துச் சொல்லுப்பான்னு கண்ணீரு விட்டுட்டாங்கன்னா நீங்களே பாத்துக்கோங்களேன்."

கோமதியின் பார்வை பாசத்தோடு தழுவியது,

"என்னப்பா மாணிக்கம்? உன்னையெல்லாம் நானு அருமையான பிள்ளை, பெத்த தாயிக்கு மதிப்பு கொடுப்பேன்னுல்ல நினைச்சேன்."

"அம்மா, நான் கல்யாணம் பண்ணிக்கிறதுக்கு சம்மதிக்கிறேன். ஆனா எனக்குப் புடிச்ச பொண்ணா பாருங்கன்னுதான் சொல்றேன்."

"உனக்குப் புடிச்சா பொண்ண உங்கம்மா கிட்ட சொல்ல வேண்டியது தானே."

"அதுக்குத் தாம்மா இங்க வந்துருக்கோம்." என்று மாணிக்கம் சொன்னதும் கோமதிக்கு ஒன்றும் புரியவில்லை. இருண்ட காட்டுக்குள் விட்டாற் போலிருந்தது.

"நீ என்னப்பா சொல்றே? எனக்கு ஒன்னும் புரியலயே." என்று திகைக்க, மோகன் குறுக்கிட்டான். "இவன் இப்படிதாம்மா. எப்பவும் புரியும் படியா பேசமாட்டான். நான் உங்களுக்கு விளக்கமா சொல்றேன். திருவிழா அன்னைக்கு உங்க வீட்டுல நாங்க சாப்பிட்டுக்கிட்டு இருக்கும்போது ஒரு பொண்ணு வந்து மாதவனைக் கூட கூப்பிட்டுச்சே, சோறக்கூட சாப்பிடாம அந்த பொண்ண கூட்டிட்டு வெளியே போனானே..." என்று ஞாபகப்படுத்த, கோமதியின் முகம் பளிச்சென்று மலர்ந்தது.

"ஓ.....நீங்க மதுமிதாவை சொல்றீங்களா?" என்று அவள் முடிக்கும் முன்பே மோகன் பரபரத்தான்.

"ஆமாம்மா. அந்த பேரைச் சொல்லித்தான் நீங்க கூட அந்தப் பொண்ண கூப்பிட்டீங்க."

சிவகாமிக்கு பெருமை தாங்க முடியவில்லை. "அது என் தங்கச்சி பொண்ணுதான். அருமையான பொண்ணு 'நீன்னு சொன்னா நீதி குலைஞ்சு போகும் அப்படிப்பொண்ணு."

"அந்தப் பொண்ணத்தான் கட்டுவேன். இல்லாட்டி எனக்குக் கல்யாணமே வேண்டாம்னு அடம்பிடிக்கிறான்ம்மா. சொல்லேண்டா." என்று மோகன் செல்லமாக மாணிக்கத்தை ஒரு இடி இடிக்க "ஆமாம்மா, ஒருநாள் வாழ்ந்தாக்கூட அந்தப் பொண்ணுகூடதான் வாழ்றதுன்னு முடிவு பண்ணிட்டேன்! அதோட முன் பின் தெரியாத எங்களுக்கு எப்படிப் பொண்ண கொடுப்பாங்க. அதான் மாதவன்கிட்ட

கேட்டோம். அவர்தான் மது எங்களுக்கு சொந்தக்காரப் பொண்ணுதான் எங்கம்மாவைப் போயி பாருங்கன்னு சொன்னாரு.'' என்றதும் கோமதிக்கு கர்வமும், கௌரவமும் கூடிப்போனது.

"அந்தப் பொண்ணுக்குக் கூட மாப்பிள்ளை பாத்துக்கிட்டுதான் இருக்காங்க. நான் ஒரு வார்த்த சொன்னாப் போதும். என் பேச்ச யாரும் தட்டமாட்டாங்க. எங்க மேல அவங்களுக்கு அவ்வளவுக்கு பிரியம் அதுலயும் மாதவன் சொன்னான்னு தெரிஞ்சிச்சி. உடனே கல்யாணத்துக்கான நாள குறிச்சிருவாங்க'' என்று உற்சாகத்தோடு சொல்லிக்கொண்டு வந்தாள். "ஆனா ஒன்னு'' என்றவள் சட்டென்று மௌனமானாள். அவள் முகத்திலிருந்த உற்சாகம் இப்போது காணாமல் போனது.

மாணிக்கமும், மோகனும் திடுகிட்டார்கள் 'என்ன இது காரியம் முடியும் நேரத்தில் இந்தக் கிழவி ஏதாவது பேசிக் கீசி மதுவ கிடைக்காம செய்து விடுவாளோ?' என்று நினைத்த மாணிக்கம் "ஏண்டா மோகன் உனக்கு கொஞ்சமாச்சிலும் அறிவு இருக்கா? அம்மாவுக்காக பழம் வாங்கிக்கிட்டு வந்தமே அதைக் கொடுத்தயா?'' என்று கோபத்தோடு கேட்கவும், மோகனும் பணிவோடு "எங்கள மன்னிச்சிருங்கம்மா. வந்ததும் பழத்தை கொடுத்திருக்கனும். சுவாரசியமா பேசிக்கிட்டு இருந்ததிலே மறந்தே போனோம்.'' என்றவன் ஒரு பையைத் தூக்கி கோமதியிடம் கொடுத்தான். "அம்மா தப்பா நினைச்சிக்கிடாதிங்க. மாதவன்தான் சொன்னாரு. எங்கம்மாவுக்கு அல்வான்னா ரொம்ப பிடிக்குமின்னு. அதான் கொஞ்சம் பழத்தோட அல்வாவும் வாங்கிட்டு வந்தோம்.'' என்றான் மாணிக்கம்.

மோகனிடமிருந்து பையை வாங்கித் திறந்துபார்த்த கோமதிக்கு நெஞ்சம் ஆனந்தத்தில் துள்ளியது. பை நிறைய ஆப்பிளும், மாதுளையும், ஆரஞ்சுமாக வண்ணங்கள் காட்டிக் கொண்டிருந்தன. அதன் நடுவில் நெய் வாசத்தோடு அல்வாப் பொட்டலம்!

கோமதி அவள் வாழ்நாளில் ஒரே நேரத்தில் இவ்வளவு பழங்களைப் பார்த்ததில்லை. வருசத்துக்கு இரண்டு தடவை வரும் அவள் மகன் மாதவன்கூட தனக்காக இத்தனை பழம் வாங்கி வந்ததில்லை 'வீசின கையும் வெறும் கையுமாகத்தான் வருவான்.' இப்படி வெறுமையாக வந்ததை நினைத்து அம்மா எதையாவது கேட்டு விடுவாளோ? என்ற பயத்தோடு "ஏதாவது வாங்கிட்டு வருவோமின்னு நினைச்சேன்மா. ஆனா அங்கங்க பஸ்சை பிடிக்கிறதுக்குள்ளேயே பெரும்பாடா போச்சு." என்பான்.

"நீ வந்ததே பலகாரம் சாப்பிட்ட மாதிரிதான். இருக்கு" என்று சொல்லி வைப்பாள். ஆனாலும் அவள் உள்ளத்தில் மகன் எதுவும் வாங்கிக் கொண்டு வரவில்லையே என்ற ஏக்கம் ஒரு முள்ளாக உறுத்திக் கொண்டுதான் இருக்கும்.

'இதுக யாரு பெத்தபுள்ளைகளோ...ஒரு பழக் கடையையேயில்ல வாங்கிட்டு வந்துருக்காங்க.' அவளுக்கு அழுகை வந்து விடும் போலிருந்தது.

"சரிம்மா. அந்தப் பொண்ணப்பத்தி பேசிக்கிட்டு இருக்கும் போது' ஆனா ஒன்னுன்னு அப்படியே பேச்சை நிறுத்திட்டீங்க. அதான் எங்களுக்கு பயமா இருக்கு. அது என்ன விஷயமின்னு தெரிஞ்சா அதுக்கு ஏத்த மாதிரி நடந்து கொள்வோம்!"

கோமதி பெருமூச்சு விட்டாள்" அது ஒன்னுமில்ல மாணிக்கம். உனக்கு ஐம்பது பவுன் நகை, லட்சக்கணக்குல வரதச்சன தரதா சொன்னீங்க. ஆனா மது வீட்டுல அவ்வளவுக்கு வசதி எல்லாம் கிடைக்காது. பாவம் கஷ்டப்படுற குடும்பம். ஏதோ அஞ்சு பவுனோ, ஆறு பவுனோ போட்டு கல்யாணம் முடிச்சிக் கொடுக்கிறதே அவங்களை பொறுத்தவரை பெரிய காரியம் தான்."

"இவ்வளவு தானா?" என்ற மாணிக்கத்திற்கு உற்சாகம் கரைபுரண்டது.

"அய்யோ அம்மா, இவ்வளவு பழகியும் எங்களை புரிஞ்சிக்கிட்டது இவ்வளவு தானா? எங்களுக்கு அவங்ககிட்ட இருந்து எந்தப் பணமோ, நகையோ வேண்டாம். ஏன்னா நானு வீட்டுக்கு ஒரே பையன். என்னை ஒரு பொம்பளை மாதிரி நினைச்சிக்கிட்டு என் அம்மாவே நிறைய நகை வச்சிருக்காங்க. சொந்தமா ஒரு வீடும், வாழைத் தோட்டமும் இருக்கு. நான் ஒரு ஒரு கம்பனியில வேலை பாக்குறேன். மாசம் இருபத்தி அஞ்சாயிரம் சம்பளம்!" என்றான்.

மாணிக்கம் சொன்னதைக் கேட்ட கோமதிக்கு பிளந்தவாய் மூடவே இல்லை.

'அம்மா, அம்மா' என்று இரண்டு தடவை கூப்பிட்ட பிறகுதான் அவள் தன் பிரமிப்பிலிருந்து கலைந்தாள்.

"அம்மா, நீங்க நானு சொன்னதை நம்பலை போலிருக்கு, அதான் பேசாம இருக்குறீங்க. உங்களுக்குச் சந்தேகமாயிருந்தா ஒரு தடவை பொண்ணு வீட்டுக்காரகளைக் கூப்பிட்டுக்கிட்டு ஒரே ஒரு தடவை எங்க ஊருக்கு வந்துபாருங்க."

"என்ன ராசா இவ்வளவுக்கு பழகிட்டு இப்படியெல்லாம் கேட்டா இந்த அம்மா மனசு வருத்தப்படுமா இல்லையா?"

"அம்மா, அந்தப் பொண்ணத்தான் மாணிக்கம் விரும்புறானே தவிர அவுக வீட்டுல இருந்து ஒரு பைசாக் கூட வேண்டாம். நாங்களே அஞ்சு பவுனு நகை கொண்டாந்து அந்த பொண்ணுக்கு போட்டு கட்டிட்டுப் போறோம் போதுமா?" என்று மோகன் சொன்னதும் கோமதிக்கு கால் நிலை கொண்டு நிற்கவில்லை.

"அப்ப வாங்க, இப்பவே போயி மதுமிதா வீட்டுல பேசிட்டு வருவோம்" என்று புறப்பட்டாள்.

"அம்மா, நீங்க முதல்ல போயி எங்களுக்கு அவங்க பொண்ணு தாராங்களான்னு கேட்டுட்டு வாங்க. அவங்க சம்மதிச்சா நாங்க வந்து பொண்ணப் பாக்குறோம். அதுவும் எதுக்காக வாரோம்னு சொல்றோமின்னா எனக்கு பொண்ணப் புடிச்சிருக்கு. ஒருவேள அந்தப் பொண்ணுக்கு என்ன புடிக்கணுமில்ல. அதுக்காகத்தான் சொன்னேன்." என்றான் மாணிக்கம்.

"இளராசா கண்ணா இருக்கிற உன்ன யாருக்குத்தான் புடிக்காது? அதுவும் மாதவனே உங்கள அனுப்பி வச்சிருக்கான். இந்தா ஒரு நிமிஷத்தில நானு போயி அவுக வீட்டுல கேட்டுட்டு வாரேன்." என்று புறப்பட்டவளிடம் "அம்மா, இன்னொரு விஷயத்தையும் உங்க கிட்ட சொல்லணும்." என்று, மோகன் சொல்ல" என்னப்பா, இந்த அம்மா கிட்ட நீ எதுன்னாலும் தாராளமா சொல்லலாம். உன் அம்மா மாதிரி என்ன நினைச்சுக்கோ" என்றாள் கோமதி அவள் குரலில் அன்பும், பாசமும் தளும்பியது.

"உங்க மகன் மாதவன் சரக்கு வாங்கப் போன இடத்தில் அவரோட செல்போனைத் தொலைச்சிட்டாராம்." என்றதுமே கோமதி அங்கலாய்க்க ஆரம்பித்து விட்டாள்.

"அவனுக்கு இதே வேலையாப் போச்சு. நாலு மாசத்துக்கு முன்னே தான புது போனு வாங்கியிருக்கேம்மான்னு சொன்னான். அதுக்குள்ள தொலைச்சிட்டானா? இந்தா நீங்க எவ்வளவு பொறுப்போட இருக்கீங்க!"

"என்னம்மா சொல்றீங்க?"

"மதுமிதாவை ஒரே ஒரு நிமிசம்தான் பாத்தீங்க. அதுவுங்கூட. அவ வெளியில நின்னா முகவெளிச்சம்கூட அவ்வளவுக்கு தெரிஞ்சிருக்காது. அந்த ஒரு நிமிஷத்த புடிச்சுக்கிட்டு இந்தா பொண்ணு கேட்டு

வந்துட்டீங்க. இந்தப் பொறுப்பு ஒரு ஓட்டல் நடத்துறவனுக்கு இருக்க வேண்டாமா? ஆயிரக் கணக்குல பணம் போட்டு வாங்குன செல்லுபோன இப்படித் தொலைச்சிட்டு வந்தான்னா கடையில கொஞ்சம் நஞ்சம் கிடைக்கிற லாபம் இந்த போனுக்கே இல்ல போயிரும்?''

“என்னம்மா இது? நீங்க இவ்வளவு வருத்தப்படுவீகன்னு தெரிஞ்சா உங்ககிட்ட இந்த விஷயத்தைச் சொல்லி இருக்கவே மாட்டேன்.''

“அப்படி இல்ல மாணிக்கம். மாதவனும் இவ்வளவுக்கு அசால்ட்டா இருக்கக் கூடாதுல்ல'' என்றவள் திடீரென்னு “என் மகனோட புது நம்பர் உங்க கிட்ட இருக்குல்ல?'' என்று கேட்டதும் மாணிக்கமும், மோகனும் ஒருவரை, ஒருவர் பார்த்துக் கொண்டார்கள்.

மாணிக்கம் தயக்கத்தோடு “எதுக்கும்மா கேக்குறீங்க?'' என்றான்

“ஒரு போன் போட்டு என்கிட்ட கொடுங்க. அவன நாலு திட்டு, திட்டினாத்தான் எனக்கு நிம்மதியா இருக்கும்.'' என்று சொல்ல, மோகன் “அம்மா, அவரு செல்ல தொலச்ச விஷயத்தை உங்ககிட்ட சொல்லாம வச்சிருக்காரு. இப்ப நாங்க வந்து சொல்லிட்டோமின்னு தெரிஞ்சா எங்க மேல கோபிப்பாரேம்மா.'' என்றான் பயந்த குரலில்.

“அதுக்காக.... புள்ளைக ஒரு தப்பு செஞ்சா கண்டிக்கிறதுக்கு தானே பெத்தவனு ஒருத்தி இருக்கா! நீங்க போட்டுக் கொடுக்குறீங்களா? இல்ல நாளைக்கே நானு புறப்பட்டு அவன் கிட்ட போகட்டுமா?'' என்று கோமதி கோபமாய்க் கேட்க மோகனும், மாணிக்கமும் நடுங்கிப் போனார்கள்.

“இதோ போட்டுத் தாரேம்மா'' என்றவன் செல்லில் நம்பரை அழுத்தி தன் காதில் வைத்துப் பார்த்துவிட்டு "இதோ ரிங் போவுதும்மா பேசுங்க." என்றான் மாணிக்கம்.

கோமதி செல்லை வாங்கி காதில் வைக்கு முன்பே "ஹலோ" என்று மறுபக்கமிருந்து குரல் கேட்க, கோமதி எடுத்த எடுப்பிலேயே செல்லை தொலைத்ததைப் பற்றி வய்ய ஆரம்பித்துவிட்டாள்.

“ஏன்டா இப்படிப் பொருளை நஷ்டமாக்குறே?''

“என்னம்மா சொல்றே. நான் எந்தப் பொருளை நஷ்டமாக்குறேன்?''

“அப்போ உனக்கு செல்லை தொலைச்சது நஷ்டமா தெரியல?'' என்றதும் “ஓ....அதைச் சொல்றியாம்மா. இந்தப்பயக நம்ம ஊருக்கு வரணுமின்னு சொல்லிக்கிட்டு இருந்தாங்க.''

"யாருடா அது.?"

"அதான் மோகனும், மாணிக்கமும் அங்கே வந்துட்டாங்க போலிருக்கு. சரி அதுக்காக வந்ததுமே உன்கிட்ட என்னப் போட்டுக் கொடுத்துட்டாங்களா?"

"நீ செஞ்ச தப்புக்கு ஓட்டல ஓட்டன்னா ஒட்டு இல்லேன்னா இழுத்து அடைச்சிட்டு ஊரு வந்து சேரு."

"என்னம்மா நீ கடைக்காக அஞ்சு லச்சம் வரையில் முதல் போட்டுருக்கேன். ஆயிரம் ரூபாய் செல்போனுக்காக கடையை மூடச் சொல்றே. அப்போ மூடிட்டு வந்துரட்டுமா?"

"இப்பவே வந்துராதே. ஓட்டல்ல போட்டுருக்க முதலுக்கான லாபத்தை பாத்துட்டு. வா இனியாவது எதையும் தொலைக்காமக் கருத்தா இரு. உடம்பை பாத்துக்கோ." என்று சொல்லிவிட்டு செல்லை மாணிக்கத்திடம் கொடுத்தாள் கோமதி. அவள் கோபம் கொஞ்சம் அடங்கியிருந்தது.

மாணிக்கம் ஒரு தாளில் ஒன்பது, ஆறு என்று வரிசையிட்டு நம்பரை எழுதியவன், "இந்தாங்கம்மா இது தான் மாதவனோட புது நம்பர் பொண்ணு வீட்டுல கேட்டா கொடுத்திருங்க." என்றான்.

**"எ**ன்னக்கா மதுவுக்கு கல்யாணம் கூடிவந்துருச்சின்னு சொன்னீகளே தவிர பையன் யாரு, என்ன வேலை பாக்குறாரு, எந்த ஊருன்னு எதுவும் சொல்லவே இல்லையே." என்று சிவகாமி கேட்ட. பிறகுதான் நினைவு கலைந்தாள் கோமதி

"மதுவுக்கு கல்யாணம் கூடுன சந்தோசத்தைத் தான் நான் நினைச்சிக்கிட்டு இருக்கேனே தவிர, பையனப்பத்தி சொல்லனுமிங்கிற நினைப்பே இல்லபாரு" என்று சொல்லிக் கொண்டு இருக்கும்போது நாகேந்திரனும் வர, நல்லவேளை அவுகளும் வந்துட்டாங்க" என்றாள் கோமதி,

"என் வரவ எதிர்ப்பார்த்து மதினி என்னமோ சொல்லிக்கிட்டு இருக்காங்க." என்றவாறே களைத்துப் போய் உட்கார்ந்தார் நாகேந்திரன்.

"எல்லாம் நல்ல விஷயம் தாங்க. உங்க மதுவுக்கு கல்யாணம் கூடி வந்துருக்கு." என்றதும் நாகேந்திரனுக்கு சற்றுமுன் உடம்பில் இருந்த களைப்பெல்லாம் காணாமல் போனது.

"என்ன மதினி சொல்லுறீங்க?"

"ஆமாங்க. பையன் பேரு மாணிக்கம் நம்ம மாதவனுக்குத் தெரிஞ்ச. பையன் வேற இப்போ நடந்து முடிஞ்ச. திருவிழாவுக்கு என் வீட்டுக்கு

வந்திருந்தான். அப்போ நம்ம மதுவப் பாத்திருக்கான். இப்ப அந்த பையனுக்கு அவுக வீட்டுல பொண்ணு பாத்திருக்காங்க. அவன் கட்டுனா மதுவைத்தான் கட்டுவேன்னு நம்ம மாதவன்கிட்ட போயி சொல்லியிருக்கான். அவனும் அம்மாவை போய் பாருங்க. அவங்க, மது வீட்டுல பேசி இந்தக் கல்யாணத்துக்கு ஏற்பாடு செய்வாங்கன்னு சொல்லி அனுப்பியிருக்கான்'' என்றாள்.

நாகேந்திரனுக்கு மாதவனை நினைக்கையில் நெஞ்செல்லாம் சிலிர்த்தது.

“மாதவன் எவ்வளவு பொறுப்பான பையன்னு இப்பதான் தெரியுது. இந்த திருவிழாவுக்கு வந்தவனை கூப்பிட்டு தங்கச்சிக்கு நல்ல மாப்பிள்ளையா பாருப்பா. சொத்து, சுகமின்னு எதுவும் வேண்டாம். எந்த கெட்ட பழக்கமுமில்லாம நல்ல குணமா, பொறுப்பா குடும்பத்த வச்சி காப்பாத்திற பையனா இருந்தாப் போதுமின்னு.'' சொன்னேன். திருவிழா முடிஞ்சி சரியா இருபது, இருப்பத்தி அஞ்சு நாளுதான் ஆயிருக்கு. அதுக்குள்ள பையனை பாத்து அனுப்பி வச்சிட்டான் பாருங்க.'' என்று நாகேந்திரன் சொன்னதைக் கேட்டு முகத்தை நொடித்தாள் கோமதி.

“ஆமா, அவன் பொறுப்பை நீங்கதான் மெச்சிக்கிடனும். புத்தம் புதுசா ஒரு செல்லு போனு வாங்கியிருந்தான் அதை தொலைச்சிப் போட்டானாம். இவனைப் போயி பொறுப்பான. பையன்னு சொல்றீங்க.''

“மதினி நீங்க நினைக்கிற மாதிரி ஓட்டல் நடத்துறது ஒன்னும் இலேசான காரியமில்ல. சாப்பிட வாரவங்களோட நாக்கு ருசி அறிஞ்சி சமையல் செஞ்சு போட்டாதான் கூட்டம் சேரும். அப்படி ஒரு டென்ஷனான வேலையில இருக்கிற மாதவனுக்கு எத்தனையோ பிரச்சனைகள் இருக்கும். அந்தப் பிரச்சனையில செல்லு எப்படியோ கை தவறிப் போயிருக்கும். அவனுக்கும் சீக்கிரம் ஒரு கல்யாணத்தை முடிச்சி வைங்க. அப்புறம் பாருங்க, இந்த மாதிரி பிரச்சனையெல்லாம், வரவே வராது.'' என்றார்.

மது இருவருக்கும் காப்பி கொடுத்தாள். அவளை நிமிர்ந்து. பார்த்தவாறு காப்பி டம்ளரை வாங்கிய அப்பா முகத்தைப் பார்த்து ஆச்சரியப்பட்டுப் போனாள் மது. அவர் முகத்தில் இவ்வளவு சந்தோசத்தை அவள் பார்த்ததே இல்லை. அவர் முகத்தின் சுருக்கங்களில் கூட சந்தோசத்தின் மினு மினுப்புத் தெரிந்தது. ஆளே பத்து வயது குறைந்தார் போல் வெடுப்பாய் உட்கார்ந்திருந்தார்.

கையைத்தட்டி மண்ணை எடுத்துக் கொண்டு ஓடச் சொன்னால் ஓட்டப்பந்தயத்தில் ஜெயித்து முதலில் வந்து விடுவார் போல் அவ்வளவு உற்சாகமாக இருந்தார்.

அப்பாவின் முகத்தில் சந்தோசத்தைப் பார்த்தது அவளுக்கு மகிழ்ச்சியை அளித்தாலும்கூட "நாம் அவ்வளவு பெரிய சுமையாகவா இருந்தோம்? குடும்பத்தின் சந்தோசத்தையெல்லாம், முக்கியமாக அப்பாவின் சந்தோசத்தை நாம்தான் கெடுத்துக் கொண்டிருந்தோமா? என்னை வீட்டை விட்டு வெளியேற்றுவதின் மூலமாக அப்பா இவ்வளவு மகிழ்ச்சியாகவும், உற்சாகமுமாக இருப்பார் என்றால்தான் ஒரு பிச்சைக்காரனுக்குக்கூட மனைவியாகச் சம்மதித்திருப்போமே என்று நினைத்தவளுக்கு சட்டென்று கண்களில் கண்ணீர் முத்து கோர்த்து நின்றது,.

"சரி மதினி, பையன் என்ன செய்றானாம்?" என்று கேட்டதும் கோமதி தன் மடியில் பத்திரப்படுத்தியிருந்த செல் நம்பரை எடுத்து நாகேந்திரனிடம் கொடுத்தாள். அந்த நம்பரை வாங்கி ரொம்பவும் அக்கறையாக தன் சட்டைப் பையில் வைத்திருந்த டயரியில் குறித்து கொண்ட நாகேந்திரன்" "இருக்கட்டும் மதினி, நானு அப்புறமா மாதவன்கிட்ட பேசிக்கிறேன். பையனைப்பத்தின விவரத்தயெல்லாம் முதல்ல நீங்க சொல்லுங்க" என்றவர், பக்கத்தில் உட்க்கார்ந்திருந்த சிவகாமியிடம்" எப்பவும் வீட்டுல வெத்தலை வச்சிருப்பயே அதை எடுத்துட்டுவா சிவகாமி. இன்னைக்கு என்னம்மோ வெத்தலை போடணும் போல இருக்கு." என்றார்.

புருசன் சொன்னதைக் கேட்டதும் சின்னப் பெண்ணாக எழுந்து குடு, குடுவென்று ஓடின சிவகாமி வெத்தலையைக் கொண்டு வந்து தானே முன்னும், பின்னும் துடைத்து, சுண்ணாம்பு தடவி புருசன் கையில் கொடுத்தாள். சிவகாமி கொடுத்த வெற்றிலையை வாங்கிய நாகேந்திரன் "இந்தாங்க மதினி, முதல்ல நீங்க போடுங்க." என்று கொடுக்க மறுத்தவாறே வாங்கிப் போட்டுக் கொண்டாள் கோமதி.

அப்பா, அம்மா மடித்து, மடித்துக் கொடுக்கும் வெற்றிலையை ஆசை ஆசையாய் வாங்கிப் போட்டதோடு நுனி நாக்கை நீட்டி "சிவப்பா புடிச்சிருக்கா சிவகாமி?" என்று கேட்டு அவள் பதில் சொல்லு முன்பே "நீ சொல்லுடா மது. சிவப்பா புடிச்சா நல்ல காரியம் நடக்குமின்னு சொல்லுவாங்க." என்றார் சின்ன குழந்தையின் ஆவலோடு.

மதுமிதாவால் அப்பாவின் சந்தோசத்தில் பங்குகொள்ள முடியவில்லை. இந்த இருபத்து ஐந்து வயதுக்கு தன் வீட்டிலேயே இப்படி ஒரு காட்சியை அவள் பார்த்ததுமில்லை.

யாரோ ஒரு முகமறியாத அந்நியன் வந்து பெண் கேட்டு இருக்கிறான். அவன் யார், எப்படிப்பட்டவன், நல்லவனா, நம்ம பெண்ணை வைத்து நல்லபடியாக காப்பாற்றுவானா? என்று இந்த அப்பா யோசிக்க மாட்டாரா? முதலில் பையனைப் பார்ப்போம். அவனைப் பற்றி மாதவனிடம் விசாரிப்பதோடு மாப்பிள்ளையாக வரப்போகிறவனின் நிலவரங்களையெல்லாம் விசாரிக்க வேண்டுமென்று இந்த அப்பாவுக்குத் தோன்றவில்லையா?

மதுமிதாவிற்கு நெஞ்சம் சிதைந்து போனது. அப்பாவின் முகத்தைப் பார்த்தாள். அவர் வேறு அப்பாவாக தெரிந்தார். எப்போதும் பார்த்துப் பழகிய முகமாக, பாசமுள்ள முகமாகத் தெரியவில்லை.

அவள் அங்கே நிற்க விரும்பாமல் உள்நோக்கி நடக்கையில் "அம்மா மது, எல்லாருக்கும் இன்னொரு காப்பி போட்டுக் கொண்டு வாம்மா. எனக்கு மட்டும் கொஞ்சம் சக்கரை தூக்கலாக" என்றவர் கோமதியிடம், திரும்பி," சொல்லுங்க மதினி, பையன் என்ன வேலை பாக்குறானாம்,? எந்த ஊராம்?" என்று கேட்டார் நாகேந்திரன்.

"ஏதோ கம்பெனியில வேலை பாக்குறானாம். சம்பளம் இருபத்தி அஞ்சு ஆயிரமாம். என்றதும், "பாத்தியா சிவகாமி, இவ்வளவு பெரிய தொகையை நம்ம இதுவரைக்கும் காதாலயாவது கேட்டிருக்கமா?" என்று கேட்டுவிட்டு, "அப்புறம் மதினி" என்றார்.

"சொந்தமா ஒரு மச்சி வீடும், வாழைத்தோட்டமும் இருக்காம்." என்று சொன்னதும் முகம் வாடினார் நாகேந்திரன்.

"அவ்வளவு பெரிய இடமா இருந்தா நம்ம கிட்டயும் ரொம்பவும் எதிர்பார்ப்பாங்களே" என்றார் அவர் குரல் ரொம்பவும் இறங்கியிருந்தது.

"அதையெல்லாம் கேட்டுட்டுத்தேன் வந்துருக்கேன்" என்றாள் கோமதி அலட்சியமாக

"என்ன சொன்னாங்க?"

"அவங்களுக்கு மதுவை ரொம்பப் பிடிச்சி போச்சாம். அதனால வரதட்சனையோ, நகையோ எதுவுமே வேண்டாமாம். அவங்களே அஞ்சு பவுன் நகை கொண்டாந்து போட்டு கட்டிட்டுப் போறதா சொல்றான்னா பாத்துக்கோங்களேன்."

"என்ன மதினி என் 'காதை' என்னாலேயே நம்ப முடியலயே! நீங்க சொல்றது எல்லாம் நிஜம்தானா?"

'உக்கும்' என்று பொய்க் கோபத்தோடு செல்லமாகக் கொஞ்சினாள் கோமதி.

"இதுக்குத்தான் நான் எதுவும் சொல்லக்கூடாதுன்னு நினைச்சேன். ஏழைசொல்லு ஏர்ப்பணி ஆகுமா?" என்று சொல்ல, சிவகாமி கோமதியைச் சமாதானப்படுத்தினாள்.

"என்னக்கா நீங்கதான் பையனைப் பத்தி தெரிஞ்சவங்க. எங்களைப் பத்தியும் தெரிஞ்சவங்க. அதனால உங்ககிட்ட உரிமையோட கேக்கோம்." என்றதும் கோமதிக்கு தலையில் கிரீடம் சூட்டியது போலிருந்தது.

"பையன் எங்க வீட்டுல தான் இருக்கான் அவனுக்கு மதுவை பார்க்க வேண்டாமாம். மதுவும், நீங்களும் அவனைப் பாக்கனுமின்னு விரும்புனா இங்க வரதா சொல்லியிருக்கான். பையனைப் பாத்து நீங்க சம்மதம் சொல்லிட்டா பெரியவங்களை கூட்டிட்டு வந்து கல்யாணத்துக்கு நாள் குறிச்சிக்கலாமின்னு சொல்றான். நான் போய் பையனை அனுப்பி வைக்கிறேன். அவனை மதுவும் பாக்கட்டும். பையனைப் பத்தின விவரத்தையெல்லாம் அவன் வாயாலயே கேட்டுக்கோங்க. மாதவன் நம்பரும் கொடுத்திருக்கேன். அவன் கிட்டயும் போன் போட்டு மாணிக்கம்ங்கிறவன் எப்படி என்னன்னு கேட்டுக்கோங்க." என்றதும் அடடடடா என்று நெகிழ்ந்து போனார் நாகேந்திரன்.

"என்ன சிவகாமி உன் மாப்பிள்ளை இவ்வளவுக்கு அடடா போடுறாரு." என்று கோமதி கேட்க, "அதான நானும்தான் கேக்கிறேன் எதுக்கு இப்படி அடடான்னு ஒரேயடியா நீட்டுறீங்க" என்றாள் பொய் கோபமும், கொஞ்சலுமாக.

"இல்ல, நம்ம வீட்டுக்கு வரப்போற மாப்பிள்ளை எப்படி இருப்பாரோ, என்னமோன்னு நினைச்சதுக்கு மாறா பெயர்லேயே இல்ல குணத்தையும் கொண்டு வராரு." என்றதும்

"ஆமா உங்களோடு இதுதான் பெரிய சில்மிஷம் சொல்றதை கொஞ்சம் புரியும்படியாச் சொல்லுங்க" என்று செல்லமாக அவரை இடித்தாள் சிவகாமி.

"இல்ல, மாப்பிள்ளை பெயரிலேயே 'மாணிக்கம்!' இருக்கே அப்புறம் எதுக்கு நம்ம கவலைப்படணும்? என்ன மதினி?" என்று கேட்கவும் "நீங்க சொல்லதும் சரியாத்தான் இருக்கு. சரி, நானு போயி மாப்பிள்ளையை அனுப்பி வைக்கிறேன்" என்றவாறே எழுந்தாள். கோமதி.

"அனுப்பி வைக்கிறேன்னு மாப்பிள்ளையை மட்டும் அனுப்பி வச்சிராதீக. நீங்களும் கூடவே வாங்க" என்று நாகேந்திரன் சொல்ல,

“என்ன விட்டுட்டு ஒரு எட்டு நகரச் சொன்னாக்கூட நீங்களும் வாங்கம்மான்னுல்ல கெஞ்சிக்கிட்டு கிடக்கான் அந்த மாணிக்கம்.” என்றாள் அவள் குரலில் பெருமை பொங்கி வழிந்தது.

“இருங்க மதினி, மாப்பிள்ளை நம்ம வீட்டுக்கு வாரதைப்பத்தி மதுகிட்ட சொல்லிருவோம்.” என்ற நாகேந்திரன் 'மது, மது' என்று கூப்பிடவும் மதுமிதா வந்து நின்றாள்.

"என்னப்பா" என்று கேட்ட மகளை நிமிர்ந்து பார்த்த நாகேந்திரன் திடுக்கிட்டார். தலையெல்லாம் கலைந்து கிடக்க வெளுத்துப் போன முகத்தோடு உடம்பில் ஒரு பொட்டு நகையில்லாமல் சாயம் போன பழைய சீலையில் வந்து நின்றிருந்தாள் மதுமிதா.

“என்னம்மா? இது பெரியம்மா நம்ம வீட்டுக்கு உனக்கு மாப்பிள்ளையா வரப் போறவரை கூட்டிட்டு வரப் போறாக. நீ இப்படி ஒரு மாதத்து காய்ச்சல்ல விழுந்தவளைப் போல வந்து நிக்கிறே. இந்த கோலத்தில மாப்பிள்ளை வந்து பாத்தா என்ன நினைப்பாரு?”

“ஒன்னும் நினைக்கமாட்டாருப்பா. பெரியம்மா தான் சொன்னாங்களே ஏற்கனெவே என்னைப் பாத்துட்டாருன்னு.”

“சரி. நீ அவரைப் பார்க்க வேண்டாமா?”

“நீங்க பாத்தாப் போதும்ப்பா. நான் யாரையும் பாக்க விரும்பல.” என்றவள். சட்டென வீட்டுக்குள் போய்விட, “கல்யாணப் பேச்சை எடுத்தா இந்தப் பெண்களுக்கு எங்கிட்டு இருந்து தான் வெக்கம் வருமோ? என்று தனக்குள்ளே சொல்லிக் கொண்டு "நீங்க போயி மாப்பிள்ளையைக் கூட்டிட்டு வாங்க மதினி” என்றார் நாகேந்திரன்.

மாப்பிள்ளையைப் பார்த்தவுடன் மதுவைத் தவிர எல்லோருக்கும் பிடித்துவிட்டது. உடனே நாகேந்திரன் கோமதி கொடுத்த புது நம்பரில் போன் போட்டு மாதவனிடம் பேசினார்.

"மாதவா, நீ அனுப்பி வச்ச மாப்பிள்ளை இங்கு எல்லோருக்கும் பிடித்துவிட்டது. நீ என்ன செய்றே, இரண்டு நாளு கடைக்கு லீவு போடுற உன் தங்கச்சி கல்யாணத்தில வந்து கலந்துக்கிறே." என்று இவர் சொல்லி முடிக்கவுமே மாதவன் பேசினான்.

“ஸாரி சித்தப்பா. நீங்க என்னை மன்னிக்கணும் நான் முக்கியமான விஷயமா டில்லி போகவேண்டியிருக்கு. வர ஒருவாரம் ஆகும். நீங்க எனக்கு போன் பண்ணினா சிக்னல் கிடைக்கிறது கஷ்டம். அதனால உங்ககூட இந்தச் சூழ்நிலைல வர முடியாது. ஒன்னு செய்யுங்க. நீங்களே

உங்ககூட ரெண்டு பேரை கூட்டிட்டுப் போய் பாத்துட்டு வாங்க சித்தப்பா."

"உன் வார்த்தையே போதும். மது மேல உனக்கு இருக்கிற அக்கறை யாருக்கு இருக்கு? பையனை நேருலே பாத்துட்டேன் மாதவா."

"மது பாத்தாளா?"

"அவ பாக்கல. ஆனா நாங்க பேசுனதையெல்லாம் கேட்டுட்டுத்தான் இருந்தா, அப்போ அவளுக்கு சம்மதமின்னு தான அர்த்தம்!"

"அப்படி இல்லப்பா. அவள வந்து பாக்கச் சொன்னதுக்கு அவள என்ன சொன்னா"

"நீங்க பாத்தா போதுமின்னு சொல்லிட்டா மாதவா."

"உங்க மேலேயும், என் மேலேயும் அவ்வளவு நம்பிக்கை அவளுக்கு." என்று சொல்லிவிட்டுச் சிரித்தான் மாதவன்.

"என்ன மாதவா குரலு ஒரு மாதிரியா இருக்கு?" என்று அக்கறையோடு நாகேந்திரன் கேட்க. "ஒன்னுமில்ல சித்தப்பா கொஞ்சம் ஜலதோசம் பிடிச்சிருக்கு" என்றவன் "சரிப்பா, நானு மாணிக்கத்துகிட்ட என்ன சொல்ல?" என்றான்.

"அடுத்த வாரம் வரச் சொல்லிரு. கல்யாணத்துக்கான நாளையே குறிச்சிருவோம்" என்றார். "கொஞ்சம் பொறு. உங்க சின்னம்மாகிட்ட கொடுக்கேன் பேசு." என்று சிவகாமியிடம் கொடுத்தார்.

நாம் சொன்ன உடனே நம்ம மகளுக்கு மாப்பிள்ளை பார்த்து விட்டான் என்ற உணர்ச்சிப் பெருக்கில் மாதவனின் மீது சிவகாமிக்கு அன்பு பெருகியது.

"மாதவா என்று சொல்லுமுன்பே பாசத்தில் உருகிப்போன அவள் குரல் லேசாக விம்மியது.

மாதவன் பதட்டமடைந்தான் "என்னம்மா அழறமாதிரி இருக்கு அழுதீங்களா?" என்று மாதவன் கேட்டது தான் தாமதம் அழுதே விட்டாள் சிவகாமி.

"அம்மா இப்படி அழுதீகன்னா என்னுடைய எல்லா வேலையும் போட்டுட்டு இப்பவே நானு ஊருக்குக் கிளம்பிவந்துருவேன். இப்ப எதுக்காக அழறீங்க?"

"உனக்குத் தான் தங்கச்சி மேல எவ்வளவு அன்பு. கூடப்பிறந்தவன் கூட இவ்வளவு அக்கறையா இருப்பானான்னு தெரியல. ஆனா...நீ..." என்றவள் மேல பேச முடியாமல் தவித்தாள்.

"அம்மா, நீங்க நினைக்கிற மாதிரி இது ஒரு பெரிய விஷயமே கிடையாது. என் கடைக்கு வாடிக்கையா சாப்பிட வாரவன் இந்த மாணிக்கம். கல்யாணம் முடிக்கணும் மாதவா ஒரு நல்ல பொண்ணா இருந்தாச் சொல்லுன்னு சொன்னான். உடனே எனக்கு தங்கச்சி ஞாபகம் வந்தது. சொன்னேன் இதைத் தவிர நான் பெருசா என்ன செஞ்சுட்டேன். சரிம்மா, அப்பாவும், நீங்களும் திருப்பித் திருப்பி இதையே பேசிக்கிட்டு இருக்காம கல்யாண வேலைய ஆரம்பிங்க. முடிஞ்சா நானும் வந்து மது கல்யாணத்தில் கலந்துக்கிறேன்."

"அதைத்தாம்பா நானும் சொல்ல வந்தேன். நீ மாப்பிள்ளை பாத்தது பெருசு இல்ல. அவ கல்யாணத்தில் நீதான் முதல் ஆளாக கலந்துக்கிடனும்."

"சரிம்மா, முயற்சி பண்றேன். கூட்டம் நிறைய வந்துருச்சி. நான் அப்புறமா பேசுறேன்" என்று போனை வைத்தான் மாதவன்.

அவன் அன்பில் கணவனும், மனைவியும் கரைந்து நின்றார்கள்.

**ம**துமிதா இரவு முழுக்க உறங்கவே இல்லை. தன் விருப்பத்தைத் கேட்காமலே அம்மாவும், அப்பாவும் சட்டென கல்யாணத்துக்கான நாளைக் குறிப்பார்கள் என்றே அவள் நினைக்கவில்லை. அவளுக்கு ஏனோ மாதவன் மீது கோபமாக வந்தது. இந்த அண்ணன் தன்னிடம் முதலில் ஒரு வார்த்தை கேட்காமல் மாப்பிள்ளையை அனுப்பி வைத்து கேவலம் உயிரற்ற ஆயிரம் ரூபாய் பெறும் செல்போனிலேயே தன் கல்யாணத்தைப் பேசி முடித்துவிட்டானே. ஒரு ஜடப்பொருளுக்கு கொடுத்த மரியாதையைக்கூட அப்பா தனக்குக் கொடுக்கவில்லையே என்று எண்ணி எண்ணி மருகினாள் மதுமிதா.

அவளுக்கு ஏனோ சத்யத்தின் மீதும் கோபமாக வந்தது. தன் மீது ஆசை இருந்தும்கூட வெளியே சொல்ல முடியாத கோழையாக அல்லவா இருக்கிறார். அவர் கோழையாகவே இருக்கட்டும்தான். போய் "என் மீது உங்களுக்கு காதல் இருக்கா இல்லையா?" என்று கேட்டுவிட்டு வரவேண்டும். அவன் இல்லையென்று சொல்லிவிட்டால் மாணிக்கத்துடனான கல்யாணத்திற்கு நிம்மதியாக சம்மதிக்கலாம் என்று தோன்றியது. வெளியே வந்தாள். அது மாலை வேலையாக இருந்ததால் ஒன்றிரண்டு சைக்கிள்களும், பைக்குகளும் போய் கொண்டும், வந்துகொண்டும் இருந்தன. சிறு குழந்தைகள் பாண்டி விளையாடி கொண்டிருந்தார்கள். இதே தெருவில் அவளும் பாண்டி விளையாடி இருக்கிறாள். அப்போதெல்லாம் இந்த மனசு எவ்வளவு உற்சாகமும், குதூகலமும் நிறைந்ததாக இருந்தது.

அவள் வாசற்படி இறங்கி சத்யமிருந்த தெருவை நோக்கி எட்டு எடுத்து வைக்கையில் அம்மா கூப்பிடும் சத்தம் மிக அருகிலேயே கேட்டது. இவளைத் தொடர்ந்து வேகமாய் ஓடி வந்திருப்பாள் போலிருக்கிறது.

"என்னடி இது? சொல்லாம, கொள்ளாம எங்கே புறப்பட்டுட்டே?" என்று கேட்டதும் மதுமிதாவிற்கு எரிச்சலாயிருந்தது.

"நான் என்ன இப்ப பத்து நாள் பயணமா போறேன். உன் கிட்ட சொல்லிட்டுப் போறதுக்கு. இந்தா இருக்க சத்யம் வீட்டுல போயி நாளைக் காலைக்கு சாப்பாடு கொண்டு போறதுக்கான டிபன் பாத்திரத்தை எடுத்துட்டு வரப்போறேன்."

"நீ ஒன்னும் டிபன் பாத்திரத்தை எடுக்க வேண்டாம். நீ வா சொல்றேன்." என்று அவள் கையை விடாப்பிடியாக இழுத்துக் கொண்டு போனாள். இந்த அம்மா மட்டுமில்லை, யாரிடமும் முரண்டு பிடித்துக்கொண்டோ, எதிர்த்து பேசிக் கொண்டோ, சரிக்கு சரி என்று விவாதித்துக் கொண்டு தன் உரிமையை விட்டுக்கொடுக்காத பிடிவாதகுணம் எப்போதுமே மதுமிதாவிற்கு இருந்ததில்லை. யாருடைய பேச்சையும் தட்டாமல் அவர்களை அனுசரித்து, அல்லது அடங்கிப்போய் தான் பழகியிருந்தாள் மதுமிதா.

அதனால் தான் அம்மா கையைத் தொட்டதும் அவள் பின்னாலேயே வந்தவளை உள் வீட்டுக்கு கூட்டிப்போய் வெளியே கேட்டு விடாதபடிக்கு அதட்டினாள் சிவகாமி.

"ஏன் மது உனக்கு கொஞ்சமாச்சிலும் அறிவிருக்கா..?"

"என்னம்மா சொல்றே?"

"உனக்கு கல்யாணம் பேசி இருக்கும் போது இப்படி உன் பாட்டுக்கு இருட்டுன பிறகு வெளியே போகலாமா?"

"ஏம்மா என் விருப்பத்தைப் பத்தி நீங்க கேட்கவே மாட்டீங்களா?"

"என்ன மது இப்படி கேக்கிற? உன் அண்ணன் மாதவன் மேல உனக்கு நம்பிக்கையில்லையா, அவன் உனக்கு நல்லது செய்வானா, கெடுதல் செய்வானா?" என்று சிவகாமி கேட்டபோது அவள் மௌனமாக இருந்தாள்.

"என்ன பேசாம இருக்கிறே?"

"இல்லம்மா. அண்ணன் என் கிட்ட இது பற்றி ஒரு வார்த்தை கூட பேசவில்லையே. அதுதான் எனக்கு சந்தேகமா இருக்கு.."

“ஏன் மது இதெல்லாம் பெரியவங்க விஷயம் பெரியவங்க கிட்டதான் பேசணுமின்னு அவன் நினைச்சிருக்கலாமில்ல?”

“ஆனா கல்யாணம் பண்ணிக்கப் போறது நான் தானம்மா. அதுவுமில்லாம அண்ணன் என் மேல ரொம்பவும் பிரியமா இருக்கும். என் கிட்ட கேக்காம இப்படி ஒரு முடிவு அண்ணன் எடுக்கமாட்டாருன்னு நான் நினைக்கிறேன்மா”

“சரி அவன் சொல்லாட்டா என்ன? நீ அவனுக்கு போன் பண்ணி பேசு. மாப்பிள்ளையைப் பத்தி எல்லா விஷயத்தையும் பத்தி கேட்டுக்கோ. உனக்குத் திருப்தியா இருந்தா இந்த கல்யாணத்தை நடத்துவோம், இல்லாட்டி விட்டுருவோம் சரிதானே!” என்று சிவகாமி சொல்லவும் அந்த இடத்திலேயே அம்மாவை கட்டிக் கொள்ள வேண்டும் போலிருந்தது மதுவிற்கு.

வீட்டிற்குப் போனவுடன் மகள் தலையில் நிறைய மல்லிகைப் பூ வைத்தாள். பிறகு பூஜை அறைக்கு அழைத்துப்போய் சாமி விளக்கேற்றி கும்பிட வைத்தாள். பிறகு கணவனிடம் விஷயத்தை சொன்னபோது நாகேந்திரனுக்கு யோசனையாக இருந்தது.

இப்போதுதான் ரொம்ப நாளைக்குப் பிறகு இந்த வீட்டில் கல்யாணம் என்று ஒன்று கூடிவருது. இவள எதையாவது ஏடா, கூடமாக கேட்க இந்த மாதவன் ஏதாவது ஒரு பதிலை சொல்ல.....கல்யாணம் நின்றுவிடுமோ என்று பயமாக இருந்தது.

“ஏம்மா, இந்த அப்பா மேல உனக்கு நம்பிக்கையில்லையா? அப்பா இதுவரைக்கு உனக்குப் பிடிக்காத விஷயத்தை செஞ்சிருக்கனா? அப்பாவை ஏம்மா இவ்வளவு மட்டமா எடை போட்டுட்டே? சரி இந்தா என் செல்லுல அவன் நம்பரை பதிஞ்சிருக்கேன் என்னென்ன பேசனுமோ... பேசிட்டு உன் கல்யாணத்தை நடத்தலாமா? வேண்டாமாங்கிறதை உன் அம்மா கிட்ட சொல்லிரு. ஏன்னா நானு வீணா வட்டிக்குப் பணம் வாங்கி வீட்டுல வைக்க வேண்டாமில்ல?” என்றார். பிறகு சிவகாமியை கூப்பிட்ட போது அவரின் வேதனையை அவள் புரிந்து கொண்டவளாய் “என்னங்க மது சொல்றதும் நியாயம் தானேங்க.” என்றாள் கணவனை சமாதானப்படுத்தும் முயற்சியாக,

“நான் மதுவைப் பத்தி எதுவும் சொல்லலையே. அவ இஷ்டத்துக்கே தான விட்டுருக்கேன். சரி, நான் வெளியே போறேன். வர நேரமாகும். அதோட எனக்கு சாப்பாடு வேண்டாம். எனக்காக யாரும் காத்திருக்கவும் வேண்டாம்” என்று சொல்லிவிட்டு தெருவில் இறங்கி நடக்க, “என்னங்க, என்னங்க” என்று கூப்பிட்டுக் கொண்டே வாசற்படி

வரை வந்தவள், அவர் போகும் வேகத்தைப் பார்த்துவிட்டுத் திரும்பவும் வீட்டிற்குள் நடந்தாள். மது குன்னிப் போனாள்.

"அம்மா! அப்பா இஷ்டப்படி செய்யச் சொல்லும்மா. நான் இந்த கல்யாண விஷயத்தைப்பத்தி அண்ணன் மாதவன்கிட்டப் பேசப் போவது இல்லை. இந்த செல்லை அப்பா கிட்டேயே கொடுத்துரு." என்று செல்லைக் கொடுத்த போது சிவகாமி நிம்மதிப் பெருமூச்சு விட்டாள்.

"இப்போனாச்சிலும் அப்பாவைப் புரிஞ்சிக்கிட்டயே மது. அதுவே எனக்கு சந்தோசமாயிருக்கு" என்றாள் சிவகாமி.

நாகேந்திரன் மறுநாளே சென்னைக்குப் போய் மாணிக்கத்தையும் அவன் வேலை செய்யும் கம்பெனியையும் போய்ப் பார்த்தார். கம்பெனியின் மேனேஜரைப் பார்த்து மாணிக்கத்தைப் பற்றிபேச வேண்டுமென்ற அவரின் ஆசை நிறைவேறாமல் போனதில் அவருக்கு மிகுந்த வருத்தம் தான்.

வாசலில் நின்றிருந்த வாட்சுமேன் மாணிக்கத்தைக் கண்டதுமே அவசர, அவசரமாய் எழுந்து சல்யூட் அடித்தான்.

"இதுதான் சா...ர் " என்று மாணிக்கம் தயங்கியபோது,

"இன்னும் எதுக்கு தயங்குறீங்க. என்னை மாமான்ணே கூப்பிடுங்க." என்றார் நாகேந்திரன்.

"இதுதான் மாமா நான் வேலை செய்யும் கம்பெனி." என்று மாணிக்கம் சொன்னபோது நாகேந்திரன் பிரமித்துப் போனார். அண்ணாந்து பார்த்தார். இருபது மாடிகள் கொண்ட கட்டிடம் நாலுபக்கமும் கண்ணாடியில் பளபளத்தது, ஆபிஸிற்குள் போகும் நடைபாதையே சில லட்சங்களை விழுங்கியிருக்கும் என்று நினைத்தார். ஆபிஸைச்சுற்றி நடைபாதைகளும், காய்க்காத பூ மட்டுமே பூக்கும் தோட்டங்களும்.... நாகேந்திரனுக்கு கால் தரையில் நிற்காமல் அந்தரத்தில் பறந்தது.

"என் வாழ்க்கையில் இவ்வளவு பெரிய கம்பெனியை பார்த்ததே இல்லை. கம்பெனிக்குள்ள போய் பாக்கலாமா மாப்பிள்ளை?" என்று நாகேந்திரன் கேட்டதும்" என்ன மாமா இப்படி கேட்டுட்டீங்க. நான் வேலை பாக்குற கம்பெனிக்குள்ள நான் போகாம வேற யார் போவா? நீங்க கேக்காட்டிக் கூட உங்களை கூட்டிட்டுப் போயி எங்க கம்பெனி மொத்தமும் சுத்திப்பாக்கனுமின்னு நினைச்சிதான் உங்களை இங்கே கூட்டிட்டு வந்தேன்." என்றவன் ஆபீஸிற்க்குள் நுழையப் போகையில்

வாட்சுமேன் அவர்களைத் தடுத்தான். மாணிக்கம் அவனை ஒரு முறைப்பு, முறைத்ததைப் பார்த்து நாகேந்திரனே பயந்து போனார்.

"வேண்டாம் மாப்பிள்ளை. நம்ம இன்னொரு நாளைக்கு வந்து ஆபிஸை பாத்துக்கலாம்." என்று கெஞ்சும் குரலில் சொன்னபோது "நீங்க பேசாம இருங்க மாமா" என்றவன் வாட்சுமேனிடம், "இங்க நீ நிரந்தரமா வேலை பாக்கணுமின்னு நினைக்கிறியா? இல்ல நாளைக்கே உன் சீட்டு கிழிபட்டு நீ வீட்டுக்குப் போகணுமின்னு நினைக்கிறியா?" என்று கேட்டதுதான் தாமதம்,

சட்டென்று வாட்ச்மேன் மாணிக்கத்தின் காலில் விழுந்துவிட்டான் அவன் உடல் பயத்தில் நடுங்கியது.

"என்னை மன்னிச்சிங்கோங்க சார். நீங்க பெரிய ஆபீஸர். உங்களை உள்ளே போக வேண்டாமின்னு சொல்லுவேனா? எம்.டி.சார்தான் நாங்க முக்கியமான விஷயம் பேச வேண்டியிருக்கு. யாரையும் நான் சொல்லுற வரைக்கும் அனுமதி கொடுக்காதன்னு சொன்னார். உங்களுக்கு சந்தேகமா இருந்தா போன் போட்டுக் கேளுங்க சார். ஆனா என் வேலைக்கு மட்டும் வேட்டு வச்சிராதீங்க சார். உங்களை கெஞ்சிக் கேட்டுக்கிறேன் சார்" என்றவன் நாகேந்திரனிடம் கெஞ்சினான்.

"நீங்களாவது எடுத்துச் சொல்லுங்க சார், எங்க எம்-டிக்கு எல்லாமே இவர்தான். இவர் ஒரு வார்த்தை சொன்னா போதும் அவர் என்னை வேலையை விட்டுத்தூக்கத் தயங்கவே மாட்டார்." என்று அவன் சொல்லிக்கொண்டு இருக்கும் போது ஒரு காரும், பைக்கும் வந்து நின்றது. காரிலிருந்து இரண்டு பேர் இறங்க, பைக்கை ஓட்டி வந்தவனும் இறங்கி பைக்கை ஓரமாக நிறுத்தினான். வந்திருந்த மூன்று பேருமே மாணிக்கத்திற்கு வணக்கம் சொன்னார்கள். மாணிக்கம் ரொம்ப அலட்சியமாக அவர்கள் வணக்கத்தை ஏற்றுக் கொண்டதைப் பார்த்து நாகேந்திரனின் நெஞ்சம் விண்ணுக்கு ஏறியது.

இவனுக்கு வணக்கம் செலுத்திய மூன்று பேரும் ஆபீஸிற்குள் நுழையப் போக, அவர்களையும் வாட்ச்மேன் வந்து தடுத்தான்..

"சார், சார்... தயவு செஞ்சு உள்ளே போகாதீங்க." என்றதும் முழித்தனர்.

"என்ன சொல்றே கண்ணுச்சாமி?" என்று காரில் வந்த ஒருவன் கேட்க, "ஆமா. நம்ம கம்பெனிக்கு வெளிநாட்டுக்காரங்க வந்து இருக்காங்களாம். அதனால யாரையும் உள்ளே விட வேண்டாமின்னு எம்.டி. சொல்லிட்டாரு" என்றதும் "சரி அப்ப நாங்க வாரோம்" என்ற அந்த மூன்று பேரும் அவரவர் வந்த வாகனத்தில் புறப்பட்டு விட்டார்கள்.

இவர்கள் வந்த கார் மட்டும் தனியே நின்றது,

“இப்ப என்னமாமா செய்றது? ‘ப்ளடி, ராஸ்கல்’ நான் உங்களை எங்க எம்.டி கிட்டயே அறிமுகப்படுத்தி வைக்கலாமின்னு நினைச்சேன்!” என்றான் வருத்தத்தோடு.

“அதனாலென்ன மாப்பிள்ளை. இன்னொரு நாளைக்கு வந்து பாத்துட்டுப்போறது.” என்றார் நாகேந்திரன்.

உடனே “இருங்க மாமா. எங்க எம்.டி.க்கு ஒரு போன் பண்ணிட்டு வாரேன்.'' என்று இவரை விட்டு சற்றுத் தூரத்தில் போய் நின்று கொண்டு பேசினான். பத்து நிமிஷம் வரை பேசிவிட்டு திரும்பி வந்தான்.

“மாமா, எம்.டி.கிட்ட பேசுனேன். இன்னைக்கு ஆறு மணி வரைக்கும் வெளிநாட்டுக்காரங்ககூட மீட்டீங் இருக்குதாம். அதனால நம்ம இன்னைக்கு கண்டிப்பா அவரைப் பார்க்க முடியாது. வாங்க நம்ம வாழைத்தோப்புக்கு போவோம்.'' என்று மாணிக்கம் சொல்லவும் ''அதெல்லாம் வேண்டாம் மாப்பிள்ளை. உங்களைப் பத்தி புரியாததினால தான் என்ன என்னவோ நினைச்சிட்டேன். ஆனாலும் இப்ப உங்களை சந்தேகப்பட்டு சென்னைக்கு வந்ததே தப்போன்னு தோணுது.”

“மாமா பெண்ணை கொடுக்கப் போறவரு நீங்க. தனக்கு வரப்போற மாப்பிள்ளை எப்படி இருக்காரு, எங்க வேலை பாக்கிறாருன்னு தெரிஞ்சிக்கிடறதில ஒன்னும் தப்பு இல்லையே. வந்தது வந்துட்டீங்க கண்டிப்பா நம்ம போயி தோப்பை பாக்குறோம்.'' என்றவன் காரில் ஏறி உட்கார... கார் புறப்பட்டது.

“இவன் எனக்கு அடிக்கடி கார் ஓட்டுறவன் மாமா. அதனால அவனுக்கு தோப்புக்கான வழி நல்லாவே தெரியும்” என்றதும் டிரைவர் திரும்பிப் பார்த்துச் சிரித்தான். கார் வளைந்து, திரும்பி, நீண்டு போய்க் கொண்டே இருந்ததில் ஏ.ஸி.யின் குளிர்ச்சி நாகேந்திரனை அணைத்துக்கொண்டது. காலையிலிருந்து அலைந்ததில் மனது உற்சாகமாய் இருந்தால்கூட உடம்பு களைத்துப்போக, கண்கள் உறக்கத்திற்கு தாவியது.

"மாமா, மாமா" என்று கூப்பிட்டவாறு மாணிக்கம் அவர் தோளை இலேசாய் தட்டவும் தான் கண் முழித்தார். கார்க் கதவை திறந்து விட்டான் மாணிக்கம்,

தன் வீட்டுக்கு வரும் மாப்பிள்ளை தனக்குப் பணிவிடை செய்ததைக் கண்டு பெருமையும், கூச்சமும் அடைந்தவராக," இருக்கட்டும் மாப்பிள்ளை. கார் கதவை நான் திறக்க மாட்டனா என்ன?" என்று கேட்டவாறே காரிலிருந்து கீழே இறங்கினார் நாகேந்திரன்.

இவர்களைக் கண்டதுமே நான்கு பேர் தங்கள் தலைப்பாக் கட்டுகளை அவிழ்த்தவாறே ஓடி வந்து மாணிக்கத்தின் முன்னால் நின்று சற்றே குனிந்தவாறு கும்பிட்டு நின்றார்கள்.

"என்ன முதலாளி, ஒரு போன் கூட பண்ணாம இப்படி திடு திப்புன்னு வந்து நிக்கீங்க?" என்றான் பணிவு நிறைந்த குரலில் ஒருவன்

"அப்படி வந்தாத்தானே நீங்க வேலை செய்ற லச்சணம் தெரியும். நீங்க நாலு பேர்தானே இருக்கீக, வடிவ காணோமே" என்றதும் 'இதோ இருக்கேன் சாமி" என்று ஓடிவந்தான் வடிவு என்ற வடிவேல்.

"இன்னும் ஒரு வாரத்தில வாழைக் கொலைகளை அறுக்க வேண்டியிருக்கும். அதுதான் எத்தனை கொலை அறுப்புக்கு வாயக்கானதுன்னு எண்ணிகிட்டு இருந்தேன் முதலாளி."

"சரி, அன்னைக்குப் போன் பண்ணுங்க. நான் லீவு கிடைச்சா வந்துரேன்." என்றவன் நாகேந்திரனை அவர்களுக்கு அறிமுகப்படுத்தி வைத்தான்.

"இவருதான் எங்க மாமா. இவரு பெண்ணைத்தான் நான் கட்டப்போறேன்." என்றதும் எல்லோரும் அவருக்கும் கும்பிடு போட்டார்கள்.

வடிவேலு மட்டும் "சாமி சொல்றேனேன்னு தப்பா நினைச்சிக்கிடாதீங்க, எங்க முதலாளிக்கு, முதலாளி அம்மாவா வாரவங்க ரொம்ப ரொம்பக் கொடுத்து வச்சவங்க. அம்புட்டுக்கு ஏன் மாமனா வரப் போற நீங்ககூட கொடுத்து வச்சவங்க தான்." என்றதும் மாணிக்கம் அவனைப் பொய்யாக அதட்டினான்.

"என்ன வடிவேலு சம்பளத்த கூட்டுறதுக்காக என்னை காக்கா பிடிக்கிறயா?" என்றதும் "பாருங்க சாமி, உங்களுக்கு மருமவனா வரப்போறவரு அவரைப்பத்தி ஒருவார்த்த பெருமையா பேசவிட மாட்டாரு." என்றான்.

"உடனே புகழ ஆரம்பிச்சிராதே. டிரைவர்கூட டவுனுக்குப் போயி எல்லாருக்கும் சாப்பாடு வாங்கிட்டு வா. இன்னைக்கு எல்லாரும் ஒன்னா உக்காந்து சாப்பிடுறோம்." என்றதும் "முதலாளி!" என்றார்கள். உணர்ச்சிப் பெருக்கில் யாருக்குமே அதற்குமேல் பேச்சு வரவில்லை.

மாணிக்கம் ஆயிரம் ரூபாய் நோட்டை எடுத்து வடிவேலுவிடம் கொடுத்தான்.

"சோறு வாங்கிக்கிறே. பிறகு கறிக்கொழம்பும், மீன்வறுவலும் வாங்கிக்கோ. என்றவன் "மாமா நீங்க மட்டன் சாப்பிடுவீங்கள்ல?" என்றான். நாகேந்திரன் இந்த உலகத்திலேயே இல்லை. வானத்தில் மேகத்தினூடே பறந்துகொண்டிருந்தார். நடப்பதெல்லாம் நிஜம்தானா? அல்லது கனவுதான் காண்கிறோமோ? என்று நினைத்துக் கொண்டிருந்தவருக்கு மாணிக்கம் என்ன கேட்டான் என்றே புரியவில்லை. ஒன்றும் புரியாமலே தலையை ஆட்டி வைத்தார். கார் புறப்பட்டு போனது.

"என்ன மாமா? இன்னும் வண்டியில வந்த அசதி விடலையா?" என்று மாணிக்கம் கேட்டதும் தான் நாகேந்திரன் நினைவு கலைந்தார்.

"ரொம்ப களச்சிப்போயி இருப்பீங்க, வாங்க, மோட்டர்ல ஒரு குளியல் போட்டா எல்லாம் சரியாப் போகும். பச்சத் தண்ணி உங்களுக்கு ஒத்துக்கிடுமா?" என்றவன் அவர் பதில் சொல்லு முன்பே "கோதண்டம், நீ போய் சுடுதண்ணி.... என்று சொல்ல நாகேந்திரன் "சுடு தண்ணி வேண்டாம் மாப்பிள்ளை. பச்சைத் தண்ணியிலேயே குளிச்சிக்கிறேன்." என்றார் அவசரமாக.

"மாமா, புதுத் தண்ணி உங்களுக்குச் சேருமோ, என்னமோ அதுதான்...." என்றான் மாணிக்கம் தயக்கத்தோடு.

நாகேந்திரனால் இப்படி ஒரு மருமகன் இந்த உலகத்தில் யாருக்காவது கிடைத்திருப்பானா? முதலில் நான் இப்படியொரு நல்ல மருமகனாக என் மாமனாருக்கு இருந்தேனா? சிவகாமி எனக்குப் பணிவிடை செய்தது போதாதென்று அவள் அப்பாவும் அம்மாவும் எனக்கு எப்படியெல்லாம் விழுந்து விழுந்து பணிவிடை செய்தார்கள். அவர்கள் வீட்டிற்கு இது நாள் வரையிலும் நான் விருந்தாளியாகப் போனால் சாப்பாட்டில் எந்தக் குறையும் இருந்துவிடக்கூடாது என்று பயந்துபயந்து சமையல்செய்யும் மாமியாருக்கு, போகிற நேரமெல்லாம் செலவுக்குக் கட்டுக்கட்டாய் சிவகாமியிடம் பணம் கொடுத்து என் தேவைகளையெல்லாம் சொல்லாமலே பூர்த்தி செய்யும் மாமனாருக்கு இப்போது வரைக்கும் ஒரு நன்றி சொல்லியிருப்பேனா? நன்றி சொல்ல வேண்டாம். கனிவான பேச்சாவது பேசியிருப்பேனா?' நினைக்க நினைக்க அவருக்கு நெஞ்சு கனத்தது.

இதற்குள் வடிவேலு சாப்பாட்டோடு காரில் வந்து இறங்கினான். சர்....ரென்று குற்றால அருவியாய் குழாய் வழியாகக் கொட்டிய

தண்ணீரில் மனசும், உடலும் குளிரக் குளிர குளித்துவிட்டு வந்தார் நாகேந்திரன்.

அகல இலை விரித்து கவிந்து குலை தள்ளி கண்ணை நிறைத்துக் கொண்டிருந்த இவ்வளவு பெரிய வாழைத் தோட்டத்தை அவர் பார்த்ததே இல்லை. செந்நிறக் கரும்புகளும், வளர்ந்த தென்னைகளும், வரப்புகளும், வாய்க்கால்களும், அதனூடே பல வித கூச்சலிட்டவாறு சிறகடித்தபடி பறந்து திரியும் மைனா, செம்போத்து, வவ்வால் குருவிகளுமாக.....'

"சொர்க்கலோகம், சொர்க்கலோகம் என்று சொல்கிறார்களே அது இது தானா?" என்று நினைத்தவருக்கு மாணிக்கத்தின் மீதிருந்த மதிப்பு இன்னும் அதிகமாய் கூடியது.

மதுவின் கல்யாணத்திற்குப் பிறகு சிவகாமியையும், தன் பெண்களையும் கூட்டிக் கொண்டு இங்கேயே குடிவந்துவிட வேண்டியதுதான். ஆனால் மாப்பிள்ளை அதற்குச் சம்மதிப்பாரோ, அப்படிச் சம்மதிக்காவிட்டால் மதுவிடம் சொல்லிவிட வேண்டியதுதான்,,

நாலுதார் வாழைப்பழத்தோடு நாகேந்திரன் தன் வீடு வந்து சேர்ந்த பின்பும் மாணிக்கத்தின் மயக்கத்திலிருந்து விடுபட முடியாமல் திணறிக் கொண்டிருந்தார்.

**“எ**ன்ன சார்! இரண்டு நாளா ஆளையே பார்க்க முடியல?” என்று சத்யம் கேட்டபோது பொங்கிப்போய் சிரித்தார் நாகேந்திரன். எப்போதும் சோக முகத்தோடு கண்களில் கவலையோடு இருக்கும் நாகேந்திரனின் முகம் இன்று பூரித்து புதுமையாய் இருப்பதை பார்த்து அதிசயித்தான் சத்யம்.

“முதன் முதலா எங்க வீட்டுல ஒரு நல்ல விஷயம் நடக்கப்போவுது. அதை உன் கிட்ட தான் சொல்லாமின்னு வந்துருக்கேன் தம்பி.”

“சொல்லுங்க சார்... என்ன விஷயம்?”

“நம்ம மதுமிதாவிற்கு கல்யாணம் நிச்சயம் ஆயிட்டது.” என்று அவர் சொல்லி முடிக்குமுன்பே தன் நெஞ்சே வெடித்தாற் போலிருந்தது சத்தியத்திற்கு, உலகமே இருண்டு போனது போல் உணர்ந்தான்.

“எனக்குக் கூட தம்பி உங்ககிட்ட ஒரு வார்த்தை கேட்டு உங்களுக்கே மதுவை கட்டிக் கொடுக்கத்தான் பிரியம்... ஆனா......”

அவர் வார்த்தைகள் அவனை கொத்திக் குதறின.

“பிறகு எனக்குள்ள ஒரு தயக்கம். நானும், என் மகளும் தினத்துக்கும் சாப்பாடு கொண்டு வாரது மட்டுமில்ல. நான் அடிக்கடி இந்த கல்யாண விஷயத்தை மனசில வச்சிதான் உங்க கிட்ட பேசிக்கிட்டு இருந்தேன். ஆனா நீங்க உங்க கல்யாணப் பேச்சைப்பத்தியே பேசவே மாட்டீங்க. மதுவுக்கு நீங்க மாப்பிள்ளையா வாரதுல ரொம்ப இஷ்டம் எல்லாருக்கும்.”

ஆயிரம் தேள்கள்கூடி அவன் மனதை தங்கள் கொடுக்குகளால் கொட்டிக் கொண்டே இருந்தன.

“ஆனால் நீங்க வாயே திறக்கல. நான் வாய் விட்டுக் கேட்டேன்னு வச்சிக்கோங்க. இவரு பொண்ண தன் தலையில கட்டுறதுக்கு தான் எங்க வீட்டுல டிபன், சாப்பாடு ரெடி பண்ணித் தாரோமின்னு சொன்னாரோன்னு நீங்க நினைச்சிரக் கூடாது பாருங்க.”

அவர் பேசப் பேச அவனால் பொறுக்க முடியவில்லை.

“இப்ப சொல்லுங்க சார். நான் மதுமிதா கழுத்தில தாலிகட்டத் தயாரா இருக்கேன்.”

“அடடா இதே வார்த்தையை ஒரு மாதத்துக்கு முன்னால் சொல்லக்கூடாதா தம்பி? மது மட்டுமில்ல, எங்க குடும்பமே உங்கள தலையில தூக்கி வச்சி ஆடிக்கிட்டு சந்தோசப்பட்டுருக்குமே.”

சத்யம் துடியாய்த் துடித்தான். “சார், தயவு செஞ்சி என்னைப் புறம் தள்ளிராதீங்க. என்னை உங்க வீட்டு மாப்பிள்ளையா ஏத்துக்கோங்க. மதுவை நானே கட்டிக்கிறேன்.”

“அது முடியாதே தம்பி.” என்றார் நாகேந்திரன் ரொம்ப சாவகாசமாக.

“ஏன் முடியாது சார்? நீங்க நினைச்சா எல்லாம் முடியும். நான் மது மேல உயிரையே வச்சிருக்கேன். அவளுக்கு என்னால ஒரு நல்ல வாழ்க்கையை கொடுக்க முடியும்.” என்றவன் வீட்டிற்குள்ளே போன மாயத்தில் இரண்டு லட்ச ரூபாயை எடுத்து வந்தான்.

“இந்தாங்க சார். இன்னைக்கே கல்யாணத்துக்கான வேலையைப் பாருங்க. மதுவுக்கும் எனக்குமான கல்யாணம் நடக்கட்டும்.” என்றான் பட படப்பாக. மது எங்கே தன்னை விட்டுப் போய் விடுவாளோ என்று அவன் மனம் தவியாய்த் தவித்தது.

தன் முன்னால் சிதறிக்கிடந்த கட்டுகளை ஒன்றுக்குமேல் ஒன்றாக அடுக்கி வைத்தார் நாகேந்திரன்.

''அப்ப ஒன்னு செய்யலாம் தம்பி.'' என்று அவர் சொல்லி முடிக்கும் முன்பே, ''சொல்லுங்க சார் நான் காத்திருக்கேன்'' என்றான்.

“மதுவுக்கு அடுத்த வாரம் கல்யாணம் நிச்சயம் செய்து பத்திரிகை கூட அடித்தாகி விட்டது. நீங்க எங்க வீட்டுக்குத்தானே மருமகனா வரணுமின்னு நினைக்கிறீங்க. என் இரண்டாவது பொண்ண.....” என்று சொல்லு முன்பே, “நீங்க வேற எதுவும் சொல்ல வேண்டாம் சார். நான் மதுவை மட்டுமே விரும்புறேன். அவளுக்கு மட்டுமே கணவனா வர விரும்புறேன்.” என்று பட படக்க நாகேந்திரன் அவனைக் கோபத்தோடு பார்த்தார்.

“தம்பி, நீங்க படிச்சவங்க. உலகத்து நடப்புகளையெல்லாம் அறிஞ்சவங்க. ஒருத்தனுக்குப் பேசி முடிச்ச பெண்ணைப் பற்றி நீங்க பேசலாமா?”

“இல்லை சார். எத்தனையோ கல்யாணங்கள் மணவறை வரைக்கு வந்து நின்னு போயிருக்கே.” என்று சத்யம் சொன்னதைக் கேட்டதும் சடாரென்று நிமிர்ந்து அவனைப் பார்த்தார் நாகேந்திரன். கோபத்தில் சிவந்துவிட்ட அவர் விழிகள் அவனை வெம்மை கொண்டு தாக்கியது.

“தம்பி, இன்னும் நீங்க என்னைப்பத்தி சரியாப் புரிஞ்சிக்கலன்னு நினைக்கேன். நான் மானஸ்தன்” என்றவர் விறு விறுவென்று படி இறங்கி தெருவை நோக்கி நடக்க, சத்தியத்திற்கு முகத்தில் அறைவாங்கியதைப் போலிருந்தது. அதைவிட மதுமிதா தன்னை விட்டுப்போகிறாள் என்ற எண்ணம் அவன் நெஞ்சை சிதைத்து சீரழித்தது.

தன் வாய் வரையிலும் வந்துவிட்ட கனியைத் தானே எடுத்து அடுத்தவன் கையில் ஒப்படைத்ததைப் போல் உணர்ந்தான். சற்று முன்னால் வரையிலும் பிருந்தாவனமாக பூப் பூத்து செழித்திருந்த அவன் நெஞ்சை மது கல்யாணப் பேச்சு நாசப்படுத்தி விட்டதைப் போல் துடித்தான் சத்யம்.

அவளோடு தான் வாழப்போகும் வாழ்க்கையை அவன் எப்படியெல்லாம் வண்ணக்கனவுகளாக தீட்டியிருந்தான். இரவுகளில் பெரும்பாலும் அவன் உறங்குவதே இல்லை. மதுவின் நினைவுகளில் மட்டுமே நீந்திக் கிடந்தான். அவளோடு கை கோர்த்து ‘பூ’ ஊஞ்சலில் ஆடினான். வானவெளியின் மேகத்தில் பஞ்சு திரண்டிருந்த படுக்கையில் அவளோடு கொஞ்சி மகிழ்ந்தான். ஈரம் குழைந்து துவண்டு நிற்கும் அவளின் கொடி உடலை தன் கைகளில் ஏந்தி.... அவளின் அழகு தன்னை எப்படி சிலிர்க்க வைக்கும் என்பதை அறிய அவன் அவளை சந்தித்த நாள் முதலாக அல்லவா காத்திருக்கிறான்!”

சத்தியத்திற்கு ஓ...வென்று வாய் விட்டுக் கதற வேண்டும் போலிருந்தது, மதுமிதாவை இப்போதே பார்க்க வேண்டும் எனற ஆசை அவனுள் எழுந்து புத்தம்புதிய விருட்சங்களாக கிளைபரப்பி அவனை ஆக்கிரமித்துக் கொண்டு அலைக் கழித்தன.

காலையில் அவள் "பூ" பாதம் எடுத்து நடந்து வந்து வைத்து விட்டுப் போன டிபன் பாக்ஸ் அவனைப் பார்த்து சிரிப்பது போல் இருந்தது.

முட்டாள்! காதல் என்பது மனதில் தோன்றிய உடனே ஒரு நிமிஷம் கூட தாமதிக்காமல் சொல்ல வேண்டிய விஷயமடா. அது தெரியாமல் மனதிற்குள்ளே இறுக்கி இறுக்கி மாதக் கணக்கா துருவேறிப் போய் இப்போது உன்னால் திறக்க முடியாமலே போய் விட்டது பார்த்தாயா? என்று அவன் நெஞ்சம் அவனை ஆணி கொண்டு அறைந்தது.

சத்தியத்திற்கு இருப்புக் கொள்ளவில்லை. கதவைக்கூட பூட்ட மறந்தவனாக தெருவில் இறங்கி எங்கே போவது என்று தெரியாமல் நடந்தவன் ரொம்ப நேரம் கழித்து ஊரைவிட்டு கொஞ்சமாய் ஒதுங்கியிருந்த சிவன் கோவிலுக்கு தான் வந்திருப்பதை அறிந்தான். வெறும் காலோடு ஆற்றின் சுடு மணலில் இறங்கி நடந்ததால் கால் சுடு பொறுக்காமல் எரிந்தது. அதைவிட மதுமிதாவை இழந்துவிட்ட நினைவில் நெஞ்சு எரிந்தது.

அவன் இலேசாய் அவளைத் தொடத்தான் வேண்டும். அவன் தொட்ட மாத்திரத்தில் அவனின் மடியில் விழக் காத்திருந்த அவளைத் தான் தவற விட்டு விட்டோமே என்று எண்ணி எண்ணி ஏங்கியவனின் இதயத்தில் தடாலடியாக ஒரு நினைவு தோன்றி அவனை வெறி கொள்ளவைத்தது.

விண்ணிலிருந்து ஒரு மின்னல் காற்றைப் போல் அவனுக்குள் ஊடுருவி அவன் நெஞ்சை இரண்டாகக் கிழித்துப் போட்டு சித்ரவதை செய்து கொண்டிருக்கும் அவளை இப்போதே கடத்திவிடலாமா? இந்த ஊரே எதிர்த்தாலும் சரி, அவனால் அவர்களை எதிர்கொள்ள முடியும் என்று நினைத்தபோது அவன் நெஞ்சம் அவனை வன்மம் கொண்டு சாற்றியது.

உன்னால் அது முடியுமா? அதற்கு அவள் சம்மதிக்க வேண்டுமே. சம்மதிக்காதவளை நீ கடத்திக் கொண்டு போய்....என்ன செய்யப் போகிறாய்? காலத்துக்கும் அவள் வாழ்க்கையை சீரழிக்கப் போகிறாயா? உன் காலடியில் கிடந்த வெற்றியின் முகவரியை தொலைத்துவிட்டு இப்போது அதே வெற்றிக்காக அலைகிறாயா? என்று அவன் உள்ளம் இடித்துரைக்க, அவன் அப்படியே கோவிலிலிருந்த தூண் ஒன்றில் சாய்ந்தான்.

# 2

**மா**ணிக்கத்திற்கும், மதுமிதாவிற்கும் திருமணம் நடந்து முடிந்த போது மதுமிதாவின் விழிகளிலிருந்து வழிந்த கண்ணீர் அவளின் பத்தாயிரம் பெறும் பட்டுப்புடவையில் விழுந்து காணாமல் போனது.

கல்யாணத்திற்கு வந்திருந்த பெண்கள் எல்லோரும் அவளைப் பார்ப்பதைவிட அந்தப் புடவையைத்தான் அவர்கள் அதிகமாய் பார்த்தார்கள். கல் நெக்லசும், பத்தாயிரத்துக்கு புடவையும் மாப்பிள்ளை வீட்டார் எடுத்து வந்து போட்டபோது ஊரே அதிசயத்து நின்றது.

''பத்தாயிரத்துக்கு புடவையா? அஞ்சு பவுனுக்கு நெக்லசா? ஒன்னுக்கும் உதவாதவக அந்த நாகேந்திரனும், அவன் பொண்டாட்டி சிவகாமியும். வெறுமே முண்டம், முண்டமா மூணு பொம்பளைப் புள்ளைகளை வாத்து வச்சிருக்காகளே தவுத்து அதுகளுக்கு காதுக்கு, கழுத்துக்கு மினுக்கின்னு ஒரு நகை செஞ்சி போட்ருக்காகளா? அவுகளுக்கு அடிச்ச அதிர்ஷ்டத்தைப் பாரேன். இத்தனைக்கும் மாப்பிள்ளை பெரிய வேலையில இருக்கானாம், மச்சுவீடும், வாழைத் தோட்டமும் இருக்காம். அப்படி இருக்கவன் நகை, நட்டோடு, பட்டுப்புடவையும் கொண்டு வந்து இப்படிப் பொண்ணை கட்டிட்டுப் போறான்னா சிவகாமிய மாதிரி கொடுத்து வச்சவங்க யாரு இருக்கா?'' என்று ஒருத்தி பெருமூச்சு விட, அதனாலதான் மூணு பொண்ணுகள தைரியமா பெத்து வச்சிருக்கா என்று இன்னொருத்தி அதற்குமேல் பெரிய, பெரு மூச்சாக விட்டாள்.

பெண்ணைப் பெற்று வைத்திருப்பவர்கள் விட்ட பெருமூச்சில அந்த மண்டபமே வெக்கையில் கிடந்துதவித்தது. மதுமிதாவிற்கு கிடைத்த மாப்பிள்ளையைப் பற்றி பேசிப் பேசி ஊர் அதிசயத்துக் கிடந்தது. நகேந்திரனோ இப்படி ஒரு 'ராஜமாப்பிள்ளை' தனக்குக் கிடைத்து விட்டதென்ற பெருமையில் ஊறிக்கிடந்தார். அவர் அறியாமலே அவருக்குள் கர்வம் ஏறியிருந்தது, அடிக்கொரு தடவை தேவை இல்லாமலே ரொம்ப மிடுக்கோடு எல்லார் முன்னிலையுலும் 'மாப்பிள்ளை, மாப்பிள்ளை' என்று கூப்பிட்டு அசடு வழிந்தார்.

கல்யாணமான ஒரு வாரத்தில் மதுமிதா மாப்பிள்ளை வீடு போகிறாள். மூன்று ஏ.ஸி.கார் எல்லாருடைய பார்வையையும் கவ்விக் கொண்டு வாசலில் வந்துநின்றது. நாகேந்திரன் குடும்பத்தோடு சீர் வரிசைகளோடும் காரில் ஏறி மகளைக் கொண்டுபோய் மாணிக்கத்தின் வீட்டில் விட்டு விட்டு மாப்பிள்ளை வீட்டுக்காரர்களையும் பவ்வியமாக கும்பிட்டுவிட்டு, மதுமிதாவிடமும் ''போய்ட்டு வாரேம்மா'' என்று சொல்லிவிட்டு கலங்கிய கண்ணைத் துடைத்தவாறே வீடு வந்து சேர்ந்தார்.

அவள் வந்து சேர்ந்த இரண்டு நாளிலேயே வீட்டைக் காலி பண்ண வேண்டும் என்று மாணிக்கம் சொல்லவும் மதுமிதா திடுக்கிட்டாள்.

“அப்போ இது உங்க சொந்த வீடு இல்லையா?” என்று உதடு நடுங்க மெல்லக் கேட்ட போது “இது என் சொந்த வீடுன்னு யாரு உனக்கு சொன்னது?” என்று அவன், அவளை திருப்பிக்கேட்க அவளுக்கு குழப்பமாக இருந்தது.

“அப்பா சொன்னாரே. ஹால், பெட்ரூம், கிச்சன், டைனிங் ஹால், பூஜை அறையின்னு மாப்பிள்ளை வீடே பெரிய வீடும்மா என்று அது இந்த வீடு தானே?”

“நான் உன் அப்பாவிடம் காட்டியது இதே வீடுதான். ஆனா வாடகை வீடுன்னு தான் சொல்லியிருந்தேன். உங்கப்பா தான். நான் சொன்னதை சரியா கேக்கலை போலிருக்கு. சரி, இப்ப நீ உன் சாமான்களை எடுத்து வச்சிக்கிட்டு தயாரா இரு.” என்றான்.

ஆனால் அந்த வீடு நிறைய சோபா, மேஜை, நாற்காலி, அலங்கார பொருட்கள், பள பளப்பான பித்தளை, சில்வர் சாமான்கள் வீட்டு முகப்பில் அன்னப்பட்சியை ஏந்திய இரண்டு குத்து விளக்குகள், அலங்கார மின் விளக்குகள், பொம்மைகள் என்று இருக்க, அவள் அதையெல்லாம் ஒரு பிரமிப்போடு பார்த்தாள்.

“என்ன நான் சொன்னதைக் கேக்காம இந்த வீட்டையே சுத்திச் சுத்தி பாத்துக்கிட்டு இருக்கே?” என்றான் மாணிக்கம் அவன் குரல் அதட்டலாக இருந்தது.

“இல்லை, இத்தனை சாமான்களையும் எடுத்து...” என்று அவள் சொல்லும் முன்பே அவன் இடை வெட்டினான்.

“அதையெல்லாம் அவங்க பாத்துக்கிடுவாங்க. நீ உன்னோட சாமான்களை மட்டும் எடுத்து வச்சிக்கோ.”

“முதல்லேயே நீங்க நம்ம போற வீட்டைப்பத்தி சொல்லியிருந்தா அப்பா சீதனமா கொடுத்த பிரிட்ஜ், பீரோ, கிரைண்டர்... ஏன் சொல்றேன்னா எல்லாம் புதுசு. இப்ப ஒரு வீட்டுல இருந்து இன்னொரு வீட்டுக்கு மாத்திறதில ஏதும் சேதம் ஆயிருமோன்னு.”

“அதெல்லாம் ஒன்னும் ஆவாது. நம்ம அனுப்புற ஆளுக பத்திரமா கொண்டு வந்து சேத்துருவாங்க.” என்றான்.

“சூட்கேஸையாவது எடுத்துக்கவா?” என்று கேட்டவளிடம் சூட்கேஸில் என்ன இருக்கு? என்று அவன் கேட்க, ‘‘என் புடவைகளும் கொஞ்சம் பணமும்.’’ என்றதும், ‘‘சரி அதை மட்டும் எடுத்துக்கோ’’ என்று சொல்லிவிட்டு அவன் முன்னால் நடக்க, அவள் சூட்கேஸோடு அவன் பின்னால் நடந்தாள்.

சென்னையைப் பற்றி அவள் கேள்விப்பட்டிருந்தாளே தவிர அது இவ்வளவு இடைஞ்சலாக இருக்குமென்று அவள் நினைக்கவில்லை. பஸ்ஸின் ஹாரன் சத்தமும், பைக்கின் சத்தமும் அவள் காதை அறைந்ததோடு கால் வீசி நடக்க முடியாமல் அவளைப் பயமுறுத்தியது, இந்த கூட்டத்தில் அவசரமாய் போகும் புருசனை எப்படி தொடர்ந்து நடப்பது? என்று யோசித்துக் கொண்டு இருக்கும் போதே அவன் ஒரு ஆட்டோவைப் பிடித்து அவள் கையிலிருந்த சூட்கேஸை வாங்கி பின்னால் வைத்து விட்டு அவளோடு ஏறிக்கொண்டு ஒரு இடத்தை சொல்ல ஆட்டோ விரைந்தது.

சென்னையில் மாதவனைப் பார்க்க அவளுக்கு ஆசையாக இருந்தது. ஆனால் அதைக் கணவனிடம் சொல்லத் தயங்கினாள். ஏனோ மாணிக்கம் அவளைப் பொறுத்தவரை தாலி கட்டிய பிறகும்கூட அந்நியனாகத் தெரிந்தான். அவனிடம் மிக நெருக்கமோ, ஒட்டுதலையோ காட்டவில்லை.

முதல் இரவுகளில் கொஞ்சலும், குலாவலும், சரசமும், சாகசமுமாக இருந்ததாக அவள் தோழிகள் எல்லாம் அவளிடம் முன் அனுபவமாக சொல்லியிருந்தார்கள். ஆனால் மாணிக்கத்திடம் கொஞ்சலுமில்லை, குலாவலுமில்லை. கல்யாணமான இந்த ஒரு வாரத்தில் அவன் இவளிடம் பேசியதைவிட, இருந்ததை விட, வெளியேதான் அதிகம் இருந்திருக்கிறான். அவன் விரல்கூட இவள்மீது படவில்லை. எப்போதும் அவனைத் தேடி ஆண்கள்தான் வந்துகொண்டு இருந்தார்கள். இவள் ஜன்னல் ஓரங்களில் மறைந்துகொண்டு அவர்களைப் பார்த்தபோது குடிகாரர்கள் போலவும், சினிமாவில் கதையில் வரும் வில்லன்கள் போலவும் தான் தெரிந்தார்களே தவிர இவள் வீட்டிற்கு

வரும் உறவினர்களாக, அவள் ஊரில் சந்தித்த சாதாரண ஆண்களாக தெரியவில்லை. அவர்கள் எப்போதும் சுவர் ஓரமாக நின்று கிசு கிசுப்பாகத்தான் பேசிக் கொண்டார்கள். அதோடு அவர்களின் பார்வை ஜன்னல்களிலும், கதவின் திரைமறைவுகளிலும் இவளின் முகத்தைப் பார்ப்பதற்க்காக அலைபாய்வதை அவள் கவனித்தாள். இது வரையிலும் அவள் ஒரு பெண் முகத்தைக்கூட சந்திக்கவே இல்லை. அதுவே அவளை திகிலூட்டுவதாக இருந்தது. இன்னொரு விஷயமும் அவளை உறுத்திக் கொண்டு இருந்தது புத்தம்புதிதாக இருந்த அந்த வீட்டில் கடந்த ஒரு வாரமாக அவள் சமைக்கவே இல்லை. காலை நேர காப்பியிலிருந்து, இரவு நேர சாப்பாடு வரை சரியான நேரத்துக்கு ஒரு ஆள் கொண்டு வந்து ஹாலில் வைத்து விட்டு போய்விடுவான். மாணிக்கம்தான் அதைக் கொண்டு வந்து கொடுத்தான். அவன் அவ்வளவாக இவளுடன் இருந்து சாப்பிடமாட்டான். ஆனால் இவளை சாப்பிடச் செய்வதில் மிகவும் அக்கறையுள்ளவனாக இருந்தான்.

'' எதற்காக ஓட்டல் சாப்பாடு? நான் நல்லாவே சமையல் செய்வேன். சமையலுக்குரிய சாமான்களை வாங்கி வாருங்கள்'' என்று சொன்ன போதெல்லாம், ''பக்கத்து வீட்டில் இருப்பவன் நான் இல்லாதபோது 'சிலிண்டரை'தூக்கிக்கிட்டு போயிருப்பான் போலிருக்கு. இப்ப போயி பாக்குறேன், அவன் வீட்டை பூட்டிக்கிட்டு ஊருக்குப் போயிட்டான் என்று ஏதாவது சாக்குப் போக்குச் சொல்லி அவளைசமாதானப்படுத்துவதோடு கடையிலிருந்துதான் சாப்பாட்டை வரவழைத்தான். இன்னிவரையிலும் அடுப்பு என்று பற்ற வைக்கவே இல்லை.

மாணிக்கம் மெல்ல அவளை இடித்தான்.

"நானும் ஆட்டோவில ஏறுனதுல இருந்து பாத்துட்டு வாரேன். நீ என்னவோ யோசனையிலேயே இருக்கே. அப்படி என்ன யோசனை?'' என்றதும் அவள் என்ன சொல்வது என்று தெரியாமல் தன் நெஞ்சில் சதா ஓடிக்கொண்டிருந்த மாதவனைப் பற்றி சொன்னாள்.

"ஒன்னும் இல்லை. மாதவன் அண்ணனைப் பார்க்கலாமின்னு நெனச்சேன். இந்த சென்னையில தான அவர் இருக்கிறதா சொன்னாரு'' என்று அவள் சொல்ல, ''நம்மளும் இனி இந்தச் சென்னையிலதான இருக்கப் போறோம். அப்ப ஒரு தடவை ரெண்டு பேருமா சேந்து போய் பாத்துட்டு அவரை நம்ம வீட்டுக்கு விருந்துக்கு கூட்டிட்டு வருவோம்!'' என்றான் மாணிக்கம்.

அவன் அப்படிச் சொன்னதே மதுமிதாவிற்கு சந்தோசமாக இருந்தது. மாலைச் சூரியன் மஞ்சள் வெயிலில் விழுந்திருந்தது. அவள் மாலைச் சூரியனைப் பார்க்க முயற்சித்தாள். சூரியன் இருப்பதற்கு அடையாளமாக வெயில் தான்நிலத்தில் விழுந்திருந்ததே தவிர சூரியன் கண்ணுக்குத் தெரியவே இல்லை. வானளாவிய பெரிய பெரிய கட்டடங்கள் சூரியனை மறைத்து இருட்டடிப்புச் செய்து கொண்டிருந்தன. ஆட்டோ நின்றும், ஊர்ந்தும் போனதைப் பார்க்க அவளுக்கு ஆச்சரியமாக இருந்தது. நடப்பவர்கள் மட்டுமின்றி வண்டி, காரில் போகிறவர்கள்கூட அவசரமாக இயங்கினார்கள். சிறிய இடைவெளிகூட இல்லாமல் தன் வண்டி, இன்னொரு வண்டியில் மோதி விடுவதைப் போல் நின்றுகொண்டு பர பரத்தார்கள். சினிமா நடிகர்களும், நடிகைகளும் பெரிய பெரிய பேனரில் நின்று கொண்டு சிரித்தவாறு மக்களைக் கவர, அவர்களுக்கு மிச்சமாய் அரசியல்வாதிகளும், விளம்பரங்களும் மக்களைக் கவர முயற்சித்தார்கள். அப்போதே தெருவிளக்குகள் பளிச்சிட ஆரம்பித்தன.

இத்தனை வெளிச்சங்களையும், மனிதர்களையும் விட்டுவிட்டு ஆட்டோ ஒரு குறுகிய தெருவில் நுழைந்தது. தெருவிளக்குகள் நிறைய இல்லாத காரணத்தால் எங்கும் மெல்லிய இருட்டு பரவியிருந்தது. வழித்தடம் மேடும், பள்ளமுமாயிருந்ததால் ஆட்டோ தூக்கி தூக்கிப் போட்டது.

மதுமிதா இதுவரையிலும் இப்படி ஒரு தெருவையே பார்த்திருக்காததால் ‘இதென்ன இப்படி ஒரு தெருவுக்குள் ஆட்டோ போகிறது நாம் எங்கே போகிறோம்’ என்று அவள் யோசிக்க,

“வீடு வந்திருச்சி மது கீழே இறங்கு.” என்றான். அவள் திகைப்போடு இறங்கினாள், வெளிச்சமும், ஆட்களும் இல்லாத அந்த தெரு வெறிச்சோடிக் கிடந்தது. வீடுகள் நெருக்கியிருந்தன. ஆனால் எல்லா வீடுகளும் கதவடைக்கப்பட்டும், ஒருக்கழித்து திறந்தும் இருக்க வீடுகளுக்கு முன்னால் குழந்தைகளோ, மனிதர்களோ யாரையுமே காணவில்லை. அந்தத் தெருவே ஒரு ரகசியக் குகை போல் நீண்டு கிடந்தது.

மாணிக்கமும் அவளோடு இறங்கினான். அவன் இறங்கிய உடனே ஆட்டோக்காரன் வண்டியைத் திருப்பிக்கொண்டு போக “அய்யய்யோ ஆட்டோக்காரரு அவர் பாட்டுக்கு போறாரு. ஆட்டோவில என் சூட்கேஸ் இருக்கே.” என்று பதறினாள் மதுமிதா.

உடனே மாணிக்கம் "ஆட்டோ, ஆட்டோ" என்று கூப்பிட்டுக் கொண்டே சிறிது தூரம் ஓடினான். ஆனால் ஆட்டோ போயே போய்விட்டது.

"நீ இறங்கும்போதே சூட்கேஸைத் தூக்கிக்கிட்டு இறங்கணும். இல்லாட்டி என்கிட்ட சொல்லணும்." என்றான் கொஞ்சம் கோபமாக.

"அவளும் "நீ இறங்குன்னு சொன்ன உடனே நீங்க சூட்கேஸை தூக்கிக்கிட்டு இறங்குவீங்கன்னு." நெனச்சேன்.

"சரி சரி போகட்டும். நாளைக்கு விசாரிப்போம்." என்றான் அலட்சியமாக.

"எனக்கு கட்டுறதுக்கு மாத்துப் புடவை கூட இல்லையே இப்ப என்ன செய்றது?"

"அதைப்பத்தி நீ கவலைப்படாதே. நம்ம வீட்டுலேயே இரண்டு, மூணு புதுப்புடவைக இருக்கு." என்றான் மாணிக்கம்.

அவன் சொன்னதைக்கேட்டு அவளுக்கு ஆச்சரியமாயிருந்தது.

"ஆனா புடவையோட பணமும் இருக்கே என் சூட்கேஸில்."

''எவ்வளவு பணம்?''

''பத்தாயிரம் வரைக்கும் இருக்குங்க'' என்றாள் மதுமிதா கவலையோடு.

"உன்னை எப்படி தெருவில் தனியா நிறுத்திட்டு ஆட்டோ பின்னால ஓடுறதுன்னு நினைச்சேன். ஏன்னா அவன் சூட்கேஸை கொடுத்தாதான் போச்சு இல்லைன்னு சொல்லிட்டான்னா. பெரிய பிரச்சனை ஆயிருமே நீ இங்க நான் இல்லாம ரொம்பநேரம் தனியா நிக்கனுமே,'' என்றவன் "சரி, வா! முதல்ல வீட்டுக்குள்ள போவோம். பிறகு ஆட்டோக்காரனைப் பத்தி யோசிக்கலாம்." என்றவன் கதவில் தொங்கிய பூட்டை சிறு சாவி வைத்துத் திறந்தான். சுவரிலிருந்த சுவிட்சை போட்டான். பளிச்சென்று இல்லாமல் மங்கலான வெளிச்சம் கொஞ்சமாய் இருட்டைப் போக்கிக் கொண்டிருந்தது.

சின்னவீடு. ரொம்ப ஒடுக்கமாயிருந்தது. ஒரு சமையலறை. அதன் முன்னால் சின்ன ஹால். அதையொட்டி கக்கூசும், குளியலறையும் இருக்க, பிறகு ஒரு சின்ன அறை. நாலு பேர் உட்க்கார்ந்து பேசுகிறார் போல் இருந்தது. அதற்கு அடையாளமாக மூன்று ஓட்டை நாற்காலிகள் கிடந்தன. தரையும், சுவரும் பள்ளமும், மேடுமாக இடிந்தும், காரை

பெயர்ந்தும் கிடந்தன. அப்படி ஒரு வீட்டை அவள் எப்போதும் பார்த்ததில்லை.

தரையில் நிற்கவும், சுவரைத் தொடவும் அவளுக்கு அருவெருப்பாயிருந்தது. எதற்காக இப்படியொரு வீட்டிற்கு கூட்டிவந்திருக்கிறான். இனி இங்கே தான் இருக்க வேண்டுமா? என்று எண்ணியவள் ''சே... சே ... அப்படியெல்லாம் இருக்காது. பெரிய கம்பெனியில் இருபத்தி ஐந்தாயிரம் வரை சம்பளம் வாங்குகிறவன் இந்த மாதிரி ஒரு வீட்டிலா இருப்பான்?'' என்று தன்னைத்தானே சமாதானப்படுத்திக் கொண்டாள்.

மாணிக்கம் இவளைப் பற்றிக் கவலையேபடாமல் யாருடனோ செல்லில் ரொம்ப சுவாரசியமாக, சிரித்தவாறு பேசிக்கொண்டிருந்தான். இதற்குள் ஒரு பதினைந்து வயதுள்ள சிறுவன் ஒரு பிளாஸ்க்கில் காப்பியும் இரண்டு டம்ளர்களும் வைத்து விட்டு போனான். பிறகு மீண்டும் அவன் திரும்பி வந்தபோது அவன் இரண்டு கைகளிலும் தண்ணீர் நிறைந்த இரண்டு வாளிகளைத் தூக்கி கொண்டுவந்தான்.

மாணிக்கம் சொல்லாமலே ஒரு வாளித் தண்ணீரை கொண்டுபோய் குளியலறையில் வைத்துவிட்டு இன்னொரு வாளித் தண்ணீரை அடுப்படியில் ரொம்ப பழையதாக இருந்த சில்வர்க் குடத்தில் ஊத்திவிட்டு வெளியே சென்றான்.

போனில் பேசி முடித்து விட்டு வந்த மாணிக்கம் இன்னும் மதுமிதா அந்த இடத்திலேயே நிற்பதைப் பார்த்துவிட்டு,

“எதுக்காக அங்கேயே நிக்கிறே. வா இப்படி வந்து உக்காரு. அப்படியே அந்த பிளாஸ்க்கில இருக்க காப்பிய இரண்டு டம்ளரிலும் ஊத்திட்டு வா.” என்றான்.

அவள் பேசாமல் நின்றுகொண்டிருந்தாள். மாணிக்கத்தின் நடவடிக்கை எல்லாமே அவளுக்கு சந்தேகத்தைக் கொடுத்தது. அவன் எல்லாரையும் போல சாதாரணமாக இல்லை. இங்கே ஏதோ நடக்கிறது.

“என்ன மது காப்பி ஊத்திட்டு வரச் சொன்னேன்.”

அவள் பிளாஸ்க்கை எடுத்து அவனுக்கு மட்டும் காப்பியை ஊற்றிக் கொடுத்துக் கொண்டே கேட்டாள்.

“நம்ம இந்த வீட்டுலயா இருக்கப்போறோம்?”

“சென்னையில வீடு கிடைக்கிறது ரொம்பக் கஷ்டம். இப்போதைக்கு இந்த வீடு தான் கிடைச்சிருக்கு. வேற வீடு பாத்துக்கிட்டு இருக்கேன். கிடைச்சதும் போயிரலாம்.”

“இந்த வீட்டுல எப்படித் தான் இருக்கிறது எந்த வசதியும் இல்லையே.”

‘‘இருக்கிற வசதியில இருந்து பழகிக்கிக்கோ மது.”

“நம்ம சாமான்கள் அதான் பிரிட்ஜ், வாஷிங்மிஷின் அதெல்லாம் பின்னாலேயே வருதுன்னு சொன்னீங்க. அதையெல்லாம் எங்கே வைக்கிறது?”

“இங்கே எப்படி வைக்கிறது? அதான் ஒரு நண்பன் வீட்டுல வைக்கச் சொல்லிட்டேன்.”

“சரி, வீடு கிடைக்கிற போது கிடைக்கட்டும். நம்ம அதுவரை எங்கம்மா வீட்டுல இருந்துட்டு வரலாம்.”

“என்னால வர முடியாது..”

“அப்போ நான் மட்டும் போய் இருந்துட்டு வாரேன். வீடு கிடைக்கிற வரைக்கும்.” என்றதும் மாணிக்கம் அவளை நெருங்கி மெல்ல அணைத்தான்.

“உன்னை விட்டுட்டு என்னால இருக்க முடியாது மது.” என்று சொல்ல அவள் அவன் பிடியிலிருந்து விலகிய வாறே” என்னாலும் இந்த வீட்டுல இருக்க முடியாது. என்னை ஊருக்கு அனுப்பி வைங்க, பிறகு வீடு பாத்துட்டு கூப்பிடுங்க. அப்பாவே என்னை கொண்டாந்து விட்டுருவார் நான் அப்பாவுக்கு போன் போடுறேன்” என்றவள் அவளின் செல்லைத் தேடினாள்

பிறகுதான் அவளுக்கு ஞாபகம் வந்தது. என் செல்லுல சார்ஜ் இல்ல உன் செல்லைக் கொடு நான் ஒரு போன் போட்டுக்கிறேன் என்று அவளிடமிருந்து செல்லை வாங்கியிருந்தான் மாணிக்கம்.

“என் செல் உங்ககிட்ட தானே இருக்கு? அதக்கொடுங்க நான். நாளைக்கே அப்பாவை வரச்சொல்லி போன் போடுறேன்.” என்றாள்.

மாணிக்கம் அப்போது தான் ஞாபகம் வந்தவனாக “அடடா, உன் செல்லையும் ஆட்டோவிலேயே விட்டுட்டேன்” என்றான் அப்பாவியாக

'தன்னிடமிருக்கும் ஒவ்வொரு பொருளும் தன்னை விட்டுப் போவதாக தோன்றியது. இது இயல்பாக நடக்கிறதா? இல்லை அனைத்தையும் தன் கணவன் என்கிற முறையில் இவனே செய்கிறானா?' திகைத்தாள் மது.

“என்ன மது யோசிக்கிறே? நம்ம புதுசா கல்யாணமாகி வந்தவங்க எப்பப்பாத்தாலும் யோசிச்சிக்கிட்டு இருந்தா எப்படி? என்னைக் கொஞ்சம் கவனி” என்று சொல்லிவிட்டு சிரித்தான்.

அவளுக்கு அவன் சிரிப்பதைப் பார்க்கையில் அருவெருப்பாக இருந்தது.

“சரி, உங்க செல்லை கொடுங்க. நான் அப்பாகிட்டே பேசுறேன்.” என்றதும் “இந்தா பேசு. நிறையப் பேசு. ஆனா அதுல காசே இல்லை. எப்பவோ அது வெறுமையா போயிருச்சி.” என்றான்.

அவன் போனைச் சொல்கிறானா? அல்லது தன்னைச் சொல்கிறானா? என்று நினைத்தவாறு அவள் அவனை அழுத்தமாகப் பார்த்தாள். முதன் முதலாக அவளுக்கு நாம் எங்கேயோ ஏமாந்து விட்டோம் என்று தோன்றியது.

“எப்படி இருந்தாலும் நம்ம இன்னைக்கு ராத்திரி இங்கேதான் தங்குறோம் அதனால காப்பியக்குடி” என்றான்.

காப்பி வேண்டாம் என்று அவள் சொல்லிக் கொண்டு இருக்கையில் சற்று முன் இவளுக்கு காப்பி கொண்டுவந்து வைத்த பையனே மீண்டும் வந்தான். இப்போது அவன் கையில் டிபன் பொட்டலம் இருந்தது. பூரிக்கிழங்கின் மசாலா வாசனையோடு பொட்டலத்தை அங்கே இருந்த அலமாரியில் வைத்து விட்டு, “வேற எதுவும் வேணுமா சார்?” என்று கேட்க, ‘‘ஒன்னும் வேண்டாம். “ஏதாவது வேணுமின்னா நானே உன்னைக் கூப்பிடுறேன். இப்ப நீ போய்ட்டு வா.” என்று அவனை அனுப்பி வைத்தான். தற்செயலாக திரும்பியவளுக்கு தன் புருசன் அந்த பையனுக்கு கண்ணாலேயே ஏதோ குறிப்பு காட்டுவது போல் தோன்றியது. அத்தோடு அந்த பையன் புதிதாக வந்தவன் போல் தோன்றவில்லை. இவனிடம் மட்டுமில்லை இந்த வீட்டிலும் அடிக்கடி வந்து போகிறவன் தான் என்று தோன்றியது அவளுக்கு.

“சரி காப்பிதான் குடிக்க மாட்டேங்கிறே. வா சாப்பிடலாம்.” என்று அவள் கையைப் பிடித்தான் மாணிக்கம். அவள் சட்டென்று கையை உதறினாள்.

“எனக்கு சாப்பாடும் வேண்டாம் புதுப்புடவை இருக்கிறதா சொன்னீகளே. புடவை எங்கே இருக்கு?” என்றதும் அடுப்படியை நோக்கி கையை காட்டினான். அவள் வேகமாய் அங்கே போனாள். மிகச் சாதாரணமான மூவாயிரம் ரூபாய் பெறும் பட்டுப்புடவையைத்தான் அவள் உடுத்தியிருந்தாள். ஆனாலும் மன இறுக்கமும், காற்றுக்காக ஒரு ஜன்னல் கூட இல்லாமல் புழுக்கமும் சேர்ந்து அவளுக்கு வியர்வையாய் கொட்டியது. எப்போது இந்த பட்டுச் சேலையை அவிழ்த்து எறிவோம் என்று நினைத்தவாறு அடுப்படியில் இருந்த அலமாரியைப் பார்த்தாள். அலமாரிக்கு கதவு எதுவும் இல்லை

சுவரை கொஞ்சமாய் தோண்டி மூன்று சாதாரண பலகைகளை வைத்து அலமாரியாக்கியிருந்தார்கள்.

அவள் அதிலிருந்த சேலைகளை எடுத்தாள். மாணிக்கம் சொன்னது போல் அந்த சேலைகள் ஒன்றும் புதிது அல்ல. 'பழைய சேலைகள்' யாரோ உடுத்தி அவிழ்த்து நன்றாக மடிக்கக்கூடத் தெரியாமல் கலைத்துப் போட்டிருக்கிறார்கள். அழுக்கில் நிறம் மங்கி சாயம் போயிருந்தது. சேலையைத் தொட்ட கைகூட பிசு, பிசுத்தது. அவள் வேகமாய் அவனிடம் வந்தாள். இவ்வளவு நேரமும் அவளுக்குள்ளிருந்த பொறுமை இப்போது இல்லை. அந்த இடத்தை கோபம் ஆக்ரமித்துக் கொண்டது போல் அவள் முகம் கருத்திருந்தது.

"என்ன மது புடவை மாத்திக்கப் போறேன்னு போனே மாத்திக்கலையா?" என்றான் மாணிக்கம் எதுவுமே அறியாதவனைப் போல.

அவன் அப்படிக் கேட்டதில் அவள் இன்னும் அதிகமாய் கோபம் கொண்டாள்.

"அங்கே இருக்கிறது ஒன்னும் நீங்க சொன்ன மாதிரி புதுப்புடவையில்ல. யாரோ உடுத்தி அவுத்து போட்டு இருக்காங்க" என்றதும் "என்ன சொல்றே மது? உடுத்திப் போட்டு இருக்காங்களா! அப்படி யாரு உடுத்தியிருப்பா?" என்று அவன் அடுப்படிக்கு போக முயல அவள் குறுக்காகக் கையை நீட்டினாள்.

"உண்மையைச் சொல்லுங்க. இங்கே என்ன நடக்குது?" என்று ஆத்திரத்தோடு கேட்க அவன் அப்போது சிரித்தான்.

"இப்படி நீ பட்டாசு வெடிக்க மாதிரி கோபமா இருந்தா ஒன்னுமே நடக்காது."

அவள் உடம்பு முழுக்க மிளகாயைத் தடவியது போல் எரிந்தது.

"நான் ரொம்ப சீரியஸாதான் கேக்கிறேன் இங்கே என்ன நடக்குது?"

அப்போதும் மாணிக்கம் சிரித்தான் "நீ இப்படிக் கோபத்தில குமுறிக்கிட்டு இருந்தா எதுவுமே நடக்காது. எவ்வளவு ஆசையோட உன்னை நான் கல்யாணம் பண்ணிக்கிட்டு வந்தேன் தெரியுமா? நான் உன்னை முதன் முதலா உங்க ஊர்ல வச்சிப்பாக்கும் போது அப்பதான் மொட்டவிழ்ந்த பூ மாதிரி இருந்தே. அதனாலதான் உன் மேல ஆசைப்பட்டு வரதட்சனை எதுவுமே வேண்டான்னு நானே அவ்வளவு செலவையும் ஏத்துக்கிட்டு உன்னைக் கல்யாணம் கட்டிக்கிட்டு

வந்தேன். ஆனா இப்பத்தான் தெரியுது. நீ 'பூ' இல்ல 'பூ' மாதிரி எனக்கு மாயம் காட்டியிருக்கே. ஆனா உன் உடம்பு முழுக்க கூரிய முள்ளுதான் இருந்திருக்கு. அது இப்பத்தான் தெரியுது.

மதுமிதா எதுவும் பேசவில்லை, அவள் எப்போதும் அடங்கி நடப்பவள், அடுத்தவர்களை அடக்குபவள் அல்ல. அவளின் அப்பாவோ, அம்மாவோ, தங்கைகள், சிநேகதிகள் யாராவது இவள் செய்தது சரி இல்லை என்று குற்றம் சாட்டினால் அவர்கள் சொல்வது தப்பாகவே இருக்கிறது என்று தெரிந்தாலும் கூட அவள் அவர்களுக்கு அடங்கித்தான் போயிருக்கிறாள். அவளின் மென்மையான குணத்தால் இதுவரை அவள் எல்லோரிடமும் நல்ல பெயர்தான் வாங்கியிருக்கிறாள். இவன் அவளை ஒரே வாரத்தில் முள்ளுக்கு ஒப்பாக சித்தரித்து விட்டானே.

மதுமிதாவிற்கு அழுகையும், ஆத்திரமும் அடிவயிற்றிலிருந்து பொங்கிக் கொண்டுவந்தது. மேலே ஒரு ஓட்டை மின்விசிறி கடூரமாக சத்தமிட்டவாறு சுழன்றுகொண்டிருந்தது. அவளுக்கு இரும்புக்கூட்டுக்குள் அடைத்தது போலிருந்தது. விக்கி, விக்கி அழுதவாறே அந்த வீட்டின் மூலையில் சரிந்தாள்.

எவ்வளவு நேரம் அழுதாளோ அவளுக்கே தெரியாமல் அப்படியே தூங்கிப்போனாள். அவள் விழித்தபோது விடிவிளக்கின் மெல்லிய வெளிச்சம் எங்கும் படர்ந்தது. வியர்வையில் பட்டுச்சேலை கச, கசத்ததோடு ஒரு சுமையாக அவளை அழுத்தியது பாத்ரூம் போக வேண்டும் போலிருந்தது எழுந்தாள். வீடு முழுவதும் மாணிக்கத்தை தேடினாள். அவனைக் காணோம். மணி என்ன இருக்கும் என்று யோசித்தவள் அந்த வீட்டுச் சுவரை சுற்றிப்பார்த்தாள். ஒரு இடத்தில் கூட கடிகாரம் இல்லை. தன் செல் இருந்தாலாவது மணி பார்க்கலாம் என்று நினைத்தவளுக்கு இன்று நடந்த விஷயங்களெல்லாம் ஞாபகத்திற்கு வந்தது.

எல்லாமே ஏதேச்சையாக நடந்தது இல்லை. மாணிக்கம் இதையெல்லாம் திட்டமிட்டே செய்திருக்கிறான் என்றே அவளுக்கு தோன்றியது. எதற்காக இப்படிச் செய்கிறான்? அவனுக்கு என்ன வேண்டும்? என்று அவள் எண்ணிக் கொண்டிருக்கையில் கதவுக்கு வெளியே பேச்சுச் சத்தம் கேட்க அவள் திகைத்துப் போனாள்.

தன்னோடு இந்நேரம் படுத்திருக்கவேண்டியவன் வெளியே யாருடன் பேசுகிறான். ஒருவேளை ஏற்கெனவே அவனுக்கு மனைவியும், குழந்தையும் இருக்கிறதோ? அதனால் தான் தன்னிடம்

அவ்வளவு ஒட்டுதல் இல்லாமல் பூடகமாக அலைகிறானோ? அப்படி இருந்தால் மிகவும் நல்லது என்று நினைத்தாள். அந்த நினைப்பே அவளுக்கு சந்தோசத்தை கொடுத்தது. அவன் அவளுடனே சேர்ந்து வாழட்டும். நான் நிம்மதியாக அப்பாவிடமே போய் விடுகிறேன். எனக்கு இந்தக் கணவனும் வேண்டாம் இந்த வாழ்க்கையும் வேண்டாம்.

இந்த நினைப்பு வந்த உடனே அவளுக்கு சற்று முன்னால் இருந்த கவலை, துக்கம், மன இறுக்கம் எல்லாமே காணாமல் போக அவள் கல்யாணத்திற்கு முன்னாலிருந்த மதுமிதாவாக மாறிப்போனாள்.

முதல் மனைவி ரகசியமாக இவனிடம் வந்து அழுது கொண்டிருக்கிறாளோ? அவள் அழவேண்டாம் இப்போதே அவளை உள்ளே கூப்பிட்டு வைத்து பேசத் தயார் என்று அவளிடம் சொல்லிவிட வேண்டுமென்று நினைத்தவள் காலடியோசை கேட்காமல் மெல்ல நடந்து வந்து கதவின் இடுக்கு வழியே பார்த்தவள் திடுக்கிட்டுப் போனாள். அந்நேரத்துக்கு அங்கு பெண்கள் யாருமே இல்லை. வெறும் ஆண்களாகத்தான் நின்றிருந்தார்கள்.

இந்தச் சாமவேளை இத்தனை ஆண்கள் எதற்காக இங்கே வந்திருக்கிறார்கள். அதுவும் புதிதாய்க் கல்யாணம் முடித்தவன் வீட்டிற்கு, ஒரு வேளை மாணிக்கம் தீவிரவாதியாக இருப்பானோ?

அவர்கள் என்ன பேசுகிறார்கள் என்பதை உற்றுக் கேட்டாள். ‘படிக்காதவளா...இரண்டொரு நாளு’ என்று சில வார்த்தை தான் அவளுக்கு கேட்டதே தவிர வேறு எதுவும் கேட்கவில்லை. இங்கே என்னவோ நடக்கிறது, என்ன நடக்கிறது என்று தான் தெரியவில்லை. எப்படியும் காலையில் இதைப்பற்றி தெரிந்து கொள்ள வேண்டும். என்று நினைத்தவாறே சற்றுமுன் எங்கே படுத்திருந்தாளோ, அங்கேயே வந்து படுத்துக்கொண்டாள். ஆனால் தூக்கம் வரவில்லை. என்ன நடக்குமோ என்ற அச்சமும், திகிலும் அவளைப் பாடாய்படுத்தியது.

சற்று நேரத்திற்கெல்லாம் கதவு திறக்கும் சத்தம் கேட்க அவள் தூங்குவது போல் நடித்தாள். மாணிக்கம் வந்து இவள் முன்னால் நிற்பதும், இவளையே பார்த்துக்கொண்டிருப்பதையும் அவளால் அறிய முடிந்தது. தன்னை எழுப்புவானோ? என்று அவள் பயந்து கொண்டிருந்த போது அவன் அங்கே கிடந்த ஓட்டைக் கட்டிலில் கிறீக் சென்ற சத்தத்தோடு படுப்பது தெரிய அவள் நிம்மதியாக மூச்சு விட்டாள். அவன் வந்து படுத்தபிறகு வீட்டிற்குள்ளிருந்து ஒரு கெட்டவாசம் அடித்தது. அந்த வாசம் திடீரென்று எப்படி வந்தது? என்று அவள்

யோசித்துக்கொண்டிருக்க மாணிக்கத்திடமிருந்து தூக்கக் குறட்டை ஒரு சின்ன அலறலாக வந்து கொண்டிருந்தது.

நரக வேதனை என்பது இது தானோ? என்று அவள் காதை பொத்திக் கொண்டு படுத்திருந்தாள். இந்த ஒரு வாரமும் அவன் அவளுடன் இருந்தால் கூட அவனிடம் இந்தக் கெட்டவாசனை இல்லை. இந்த குறட்டை இல்லை. நீளமும், அகலமுமான் பெரிய கட்டில்கள், உப்பி, உப்பி எழும்பும் பஞ்சுமெத்தைகள், பூவின் குவியலுக்குள் தலை வைத்த உணர்வில் காலுக்கும், தலைக்கும், அக்கமும், பக்கமுமாக நாலு தலையணைகள். மாணிக்கத்தின் அன்புச் சிரிப்பு என்று அவள் படுத்த உடனே நிஜமாகவே தூங்கித்தான் போனாள். ஆனால் இங்கு எல்லாமே மோசமாக இருந்தது. அவனிடமிருந்து குறட்டைச் சத்தம் வேறு பலமாக காதை அறைந்ததால் அவளால் தூங்கவே முடியவில்லை. கதவின் இடுக்கின் வழியே காலை வெளிச்சம் வரும் வரை அவள் பேசாமல் படுத்திருந்தாள்.

அவளுக்கு எப்போதும் அப்படிப் படுத்து பழக்கம் இல்லை. இருட்டு கலையுமுன்னே அவள் எழுந்து விடுவாள். எழுந்ததும் பல்விளக்கி முகம் கழுவிவிட்டு பூஜையறைக்கு சென்று சாமியை கும்பிட்டு விட்டு தன் வேலைகளை தொடங்குவாள். வாசல் பெருக்கி கோலம் போட்டு, கோலங்கள் நடுவில் செம்பருத்தி பூ வைத்து அழகு பார்ப்பாள். பின் கொல்லைப்புறம் சென்று இன்று பூத்துருக்கும் பூக்களை பார்த்து, பார்த்து ரசிப்பாள். பின் அவைகளுக்கு பைப் மூலமாக தண்ணி ஊத்திவிட்டு அம்மா கொடுக்கும் காப்பியை குடித்துவிட்டு அந்நேரத்திற்க்கே சூரிய உதயம் பார்ப்பதற்காக ஆற்றுக்கு குளிக்க தன் சிநேகதிகளோடு புறப்பட்டு விடுவாள். அவள் போகும் வழியில் தான் சத்யமும் குறுக்கிடுவான். அப்போது அவள் மனதில் ஒரு சிறிய காற்றாடி சுழன்று அவளுக்காக வர இருக்கும் வசந்தகாலங்களை நினைவுபடுத்த எதிர் காலத்தின் வரவே அவளுக்கு சுகமாக இருக்கும்.

ஆற்றின் வெண்பரப்பு மணல் ஓடை, ஓடைக் கரையைச் சேர்ந்து சிறிதும், பெரியதுமாக பெயர் தெரியாமல் பூத்திருக்கும் பூக்கள், மணம் வீசும் துளசியும், பச்சை இலைகளும் வானத்தின் நீலம், நீலத்தில் துணுகிட்டு சிறு குழந்தையாக தவழ்ந்து, தவழ்ந்து ஓடும் வெண்மேகப் பஞ்சுகள்...காலை நேரத்திலேயே அவள் நெஞ்சினில் வண்ண மயமான ஊஞ்சல் ஒன்று அவளை ஏற்றிக் கொள்ள தயாராக இருக்குமே! ஆனால் இங்கே...

"என்ன மது அப்பவே எந்திரிச்சிட்டயா?" என்று கேட்டவாறு தன் அருகில் நிற்கும் மாணிக்கத்தை நிமிர்ந்து பார்த்தவள் திகைத்துப் போனாள்.

இடுப்பில் அழுக்குக் கைலி, நெஞ்சிலும், முதுகிலும் ஓட்டை தெரியக் கிழிந்து போன கையில்லாத பனியன், சிவந்து இடுங்கிக் கிடக்கும் கண்கள், கருத்த உதடு, பம்பையும், பரட்டையுமாய் தலை முடி.... உண்மையிலேயே இவன் தானா மாணிக்கம்! கோட்டும், சூட்டும், டையுமாக, அழகான கிராப்போடு செழித்த முகத்தோடு இருந்த மாணிக்கமா இது.?

"என்ன மது அப்படிப் பாக்குறே? நேத்துக் குளிக்கலையா? மாற்று உடைக்கு வழி இல்லையா, தாடி வேற எடுக்கல" என்று சொன்ன மாணிக்கம் சிரிக்க அந்த சிரிப்பு ரொம்ப அசிங்கமாயிருந்தது.

அவன் தான் மாணிக்கம் என்பதை அவளால் நம்ப முடியவில்லை. சினிமாக்காரர்கள் போல் இவனும் ஏதாவது 'முகப்பூச்சு' பூசியிருப்பானோ? இல்லை முகமூடி போட்டிருந்தானா?

இதற்குள் கதவு தட்டும் சத்தம் கேட்க, அவன்தான் கதவைத் திறந்தான். நேற்று இவளுக்கு காப்பி கொண்டு வந்த பையன் தான் இன்றும் பிளாஸ்க்கில் காப்பியோடு வந்திருந்தான். காப்பியை கீழே வைத்து விட்டு மாணிக்கத்தைப் பார்த்துக் கண்ணைச் சிமிட்டினான்.

"என்ன அண்ணாத்த? நேத்து ஆட்டோவிலேயே சூட்கேச வச்சிட்டயாமே. ஆட்டோக்காரன் காலையில வந்து ஆறுமுகத்து கிட்ட கொடுத்துட்டு போயிருக்கான். நான் போய் எடுத்துட்டு வாரேன்." என்று போனவன் திரும்பி வரும் போது சூட்கேஸோடு வந்தான்.

"கேசவா... இன்னைக்குக் குழாயில தண்ணி வருமாடா?"

"வரும் அண்ணாத்த. உனக்கு இன்னாத்துக்கு இந்த மாதிரி சந்தேகமெல்லாம் வருது. புச்சா கல்யாணம் முடிச்சதுனாலையா?" என்று அவன் கேட்க, "டேய், போடா போய் டிபன் வாங்கிட்டு வா." என்று விரட்டினான்.

"இன்னா டிபன் வேணும்?" என்று கேசவன் கேட்க, மாணிக்கம் மதுவைப் பார்த்தான்.

"மது, உனக்கு என்ன டிபன் வேணும் இட்லி, தோசையா, இல்ல பூரி, சப்பாத்தியா?"

மது மௌனமாக முறைத்துப் பார்த்தாள். அவள் பார்வையில் இருக்கும் கோபத்தைப் புரிந்து கொண்டவன் "நீ போயி நாலு இட்லி, நாலு தோசை, ரெண்டு செட்டு பூரி வாங்கிட்டு வா" என்றதும் கேசவன் வெளியே போனான்.

"பாத்ரூம் குழாயில தண்ணிவரும் நீ போயி குளி மது." என்ற மாணிக்கம் கதவை அடைத்து விட்டு வாசலுக்கு வெளியே நின்றான்.

மதுமிதா மாணிக்கத்தின் நடத்தையையும், கேசவன் அவனிடம் கண் சிமிட்டியதையும் பார்த்து அதிர்ச்சியில் உறைந்து போயிருந்தாள். அங்கு நடப்பது எல்லாமே அவளுக்குப் புதியதாகவும், புரியாததாகவுமிருந்தது. அவள் உடம்பு சூடேறிப் போயிருந்தது முதலில் குளிக்கலாம் என்று நினைத்தவள் சூட்கேஸைத் திறந்தாள். அதில் அவள் வைத்திருந்த பணத்தையும், நகையையும் காணவில்லை. ''அய்யய்யோ'' என்று அலறியே விட்டாள்

வெளியே இருந்த மாணிக்கம் "என்ன மது?" என்று கேட்டவாறு ரொம்ப சகவாசமாக வந்தான். அவன் விரலிடுக்கில் பீடி புகைந்து கொண்டிருந்தது.

அத்தனை பதட்டத்திலும்கூட அவன் விரலிடுக்கிலிருந்த பீடியைப் பார்த்தாள் மது, பீடியில் புகைந்த நெருப்பு இப்போது அவள் கண்களில் தெரிந்தது, அவளின் பார்வையைப் பொறுக்காத மாணிக்கம் பீடியை வெளியே எறிந்துவிட்டு "எதுக்காக மது அப்படி அலறுனே?" என்று கேட்டதும் அவள் அவனை நம்பாமல் பார்த்தாள்.

நேற்றே அவளுக்கு அவன் மீதிருந்த நம்பிக்கையெல்லாம் போய்விட்டது. இங்கே நடக்கும் ஒவ்வொரு சம்பவமும் இவனுக்குத் தெரிந்துதான் இருக்கிறது. தெரிந்து என்னத் தெரிந்து ஒவ்வொன்றையும் செய்வது இவன் தான். ஆனால் எதுவுமே தெரியாமல் நடிக்கிறான். இப்படி நடிப்பவனிடம் நாம் நகையைப் பற்றிச் சொல்லி என்னதான் ஆகப்போகுது.

"என்ன மது அலருனே?"

"என் சூட்கேஸில் இருந்த நகையையும், பணத்தையும் காணோம்." என்றாள்

அவள் சொன்னதைக் கேட்டதும் மாணிக்கம் பல்லைக் கடித்தான். பிறகு அவனும் ரொம்ப அக்கறையாக ஒவ்வொரு புடவையையும் எடுத்து உதறோ உதறென்று உதறியவாறு தேடினான்.

"ராஸ்கல்! உன் பணம், நகை மட்டும் இல்ல மது, முகூர்த்தப் புடவையைகூடக் காணோம் பாத்தியா? அதோட விலை பத்தாயிரத்துக்கும் மேலே. உன் மேல எவ்வளவு ஆசைப்பட்டேனோ! அதே மாதிரி தான் அந்த புடவையையும் அவ்வளவு விலை கொடுத்து உனக்கு ஆசையா எடுத்துட்டு வந்தேன். எல்லாத்தையும் அந்த ஆட்டோக்காரன் தான் எடுத்திருக்கணும். சரி நீ கதவை பூட்டிக்கிட்டு குளி. நான் இப்பவே போறேன். எடுத்ததை ஒழுங்கா கொடுத்துட்டா போயிட்டு போறான்னு விட்டுட்டு வந்துருவேன் இல்லாட்டி" என்றவன் மட மடவென்று தலையை வாரினான். ஒரு சட்டையை எடுத்து போட்டுக் கொண்டு அவசரமாய் வெளியேறிய போது டிபன் பொட்டலங்களோடு கேசவன் வந்து சேர்ந்தான். அவனை வீட்டுக்குள் வரவிடாமல் அவனிடமிருந்த டிபன் பொட்டலத்தை வாங்கி வீட்டிற்குள் வைத்தான், பிறகு, ''வாடா நம்ம போவோம்.'' என்று கேசவனையும் கூட்டிக் கொண்டு போனான்.

குளியலறைக்குள் போய் நுழைந்த மதுமிதா தான் அனாதையாக மட்டுமின்றி, ஒரு பிச்சைக்காரியைப் போல் ஆகி விட்டதை உணர்ந்தாள். இருபது பவுன் நகை, பணம் என்று எவ்வளவோ செல்வாக்கோடு வந்தவள் இப்போது ஒன்றுமே இல்லாமல் வெறுமையாக நிற்கிறாள். காதில் மட்டுமே தங்கத்திலான சிறு தோடு இருந்தது. அதுவும் கூட இன்னும் சற்று நேரத்தில் பறிபோகலாம்.

நினைக்க நினைக்க மதுமிதாவிற்கு அழுகை குமுறிக்கொண்டு வந்தது. குழாயை திறந்து விட்டு விட்டு தண்ணீர் விழும் சத்தத்தில் வெளியே கேட்டு விடாத படி ஓ...வென்று கதறி அழுதாள். ரொம்ப நேரம் வரை அழுது விட்டு, குளித்து வெளியேறிய போது மனது கொஞ்சம் சமாதானமடைந்திருந்தது. என்னதான் நடக்கிறது பார்க்கலாமென்று கொஞ்சமாய் தன்னைத் திடப்படுத்திக் கொண்டவளுக்கு ஒரு யோசனை தோன்றியது.

அவள் சென்னையைப் பார்க்கவில்லையே தவிர புத்தகத்தில் படித்ததின் மூலமாக சென்னையைப் பற்றி ரொம்பத் தெரிந்து வைத்திருந்தாள். அதன் மூலமாக தான் இப்போது எங்கே, எந்த இடத்தில் இருக்கிறோம் என்று தெரிந்து கொள்வோம். முடிந்தால் ஒரு ரூபாய் போட்டு அப்பாவிடம் போனில் பேசி உடனே வரச் சொல்லலாம் என்று நினைத்தவள் அவசரமாய் கதவைத் திறந்தாள். கதவு வெளியே பூட்டப்பட்டிருந்தது. கதவு பூட்டப்பட்டிருப்பதை அறிந்ததும் அவள் அதிர்ந்து விட்டாள்.

'அப்படியென்றால் தன்னைச்சிறை வைத்திருக்கிறானா?' சற்று முன் தன்னை திடப்படுத்திக் கொண்டவளுக்கு மீண்டும் அழுகை பொங்கியது. அதோடு கதவு திறந்திருந்தால் கூட போன் பண்ணுவதற்கு ஒரு ரூபாய்க் காசுகூட தன்னிடம் இல்லை என்பதை அறிந்தபோது அவள் நெஞ்சம் சுக்குநூறாக வெடித்துச் சிதறியது, உடம்பெல்லாம் நடுங்கியது. பயம் எனபது ஒரு முள் கொத்தாக வந்து அவள் உடல் எங்கும் மோதியது.

கண்களில் இருட்டுத் தழுவ தரையில் அப்படியே சரிந்து விழுந்தாள். மீண்டும் அவள் கண் விழித்தபோது மாணிக்கம் அவள் எதிரே உட்கார்ந்திருந்தான்.

மதுமிதா எழுந்திரிக்க முயன்றாள். நேற்றிலிருந்து பட்டினியே கிடந்ததால் அவளால் எழ முடியவில்லை. பார்வை மங்க மீண்டும் அப்படியே சரிந்தாள். அவள் சரிந்ததைக் கண்டதும் பதட்டத்துடன் எழுந்தான் மாணிக்கம்.

"என்ன மது?" என்று அவளைத் தூக்கி உட்கார வைக்க முயன்றான். அவனின் தொடுதலே அவளுக்கு அருவெருப்பாக இருந்தது அவளாகவே மெல்ல எழுந்து உட்க்கார்ந்தாள்.

"ரெண்டு நாளா சாப்பிடாம இருந்தா உடம்பு என்னத்துக்கு ஆகும் சாப்பிடு. உனக்கு உங்க வீட்டு நினைப்பு வந்துருச்சின்னு நினைக்கேன்."

அவன் இப்படிச் சொன்னதுமே அவள் முகம் பளிச்சென்று ஆனது அவனை ஆவலோடு நிமிர்ந்து பார்த்தாள்.

"கல்யாணமாகி பத்து நாள்தான் ஆகியிருக்கு அதுக்குள்ள உனக்கு வீட்டு நினைப்பு வந்துருச்சி. நாளைக்கே நம்ம போய் உன் அப்பா, அம்மா, உன் தங்கச்சிகளை பாத்துட்டு வாரோம்" என்றதும் மதுமிதாவின் உடலில் சட்டென ஒரு சந்தோச சிலிர்ப்பு ஓடியது. மாணிக்கத்தின் மீது என்றுமில்லாமல் அன்பு பெருகியது.

மாணிக்கம் அவள் முன்னால் இட்லிப் பொட்டலத்தை விரித்து வைத்தான். கல்யாணம் ஆனதிலிருந்தே ஹோட்டல் சாப்பாட்டை சாப்பிட்டு அவளுக்கு நாக்கு செத்துப்போயிருந்தது. வீட்டு சாப்பாட்டுக்காக அதுவும் அம்மாவின் கை மணத்தோடு வயிறு நிறைய சாப்பிடவேண்டுமென்று அவள் மனம் ஏங்கியது.

சரி. அதுதான் நாளைக்கு ஊருக்கு போகிறோமே என்று தன்னை சமாதானப்படுத்திக் கொண்டவளாய் நாலு இட்லிகளை தின்று ஒரு

காப்பியையும் குடித்தாள். இப்போது எந்தக் களைப்பும் இல்லை. உடல் மட்டும் இலேசாய் வாடி இருந்ததே தவிர உள்ளம் மகிழ்ச்சியால் நிறைந்து இருந்தது. அதற்குக் காரணம் சற்று முன்னால் ஊருக்கு போவோம் என்று மாணிக்கம் சொன்ன வார்த்தைகள்தான்.

"சரி. என் சூட்கேஸில் இருந்த நகையும், பணமும் என்ன ஆனது? அதை கேட்பதற்காக தானே வெளியே போனீர்கள்?" என்று அவள் கேட்டதும் அவன் கோபம் அடைந்தான்.

"திருட்டு ராஸ்கல். மது அவன் என்ன சொன்னான் தெரியுமா?"

"என்ன சொன்னான்?" என்றாள் மது அப்பாவியாக

"சூட்கேஸுல நகையுமில்ல, பணமுமில்ல நீ பொய் சொல்றேன்னு சொல்றான்."

"அய்யய்யோ! இருபது பவுன் நகையாச்சே. அம்மா சொன்னா இது கல்யாணத்துக்காக வாங்குன நகை. ஒரு வாரத்துக்கு கழட்டாம போட்டுருன்னு, ஆனா நீங்க தான் இந்தச் சென்னை மோசமான ஊரு. இத்தனை நகையை நீ போட்டு இருக்குப்பாத்தா மத்தியானத்திலே கூட்டம் சேந்துக்கிட்டு அரிவா, கத்தியோட வந்து உன்னை தாறு, மாறா வெட்டி போட்டுட்டு நகையை எல்லாம் எடுத்துட்டுப் போயிருவான். கழட்டி பெட்டியில வச்சிருன்னு. அதுதான் கழட்டி வச்சேன்."

"நான் சொன்னது நிஜம் தான். மது அதுல ஒன்னும் தப்பு இல்ல. ஆனா நம்ம இரண்டு பேரும் ஆட்டோவில இருந்து இறங்கும்போது சூட்கேஸை மறந்ததுதான் தப்பாப் போச்சு."

"சரி இப்ப என்ன செய்றது?"

"என்னத்த செய்யறது? போலீசுல போயி புகார் கொடுத்துட்டு வந்துருக்கேன்."

"என் நகை கிடைக்குமா?"

"கிடைக்குமின்னுதான் நம்புறேன். ஆனா கொஞ்ச நாளாகும் போலிருக்கு."

"சரி என் செல் என்ன ஆனது?"

"அதுதான் சொன்னேனே. அதையும் சேத்தேதான் அவன் எடுத்துக்கிட்டான்."

"அப்போ எனக்கு செல் ஒன்னு வாங்கிக் கொடுங்க. அம்மா, அப்பாவை பாக்க முடியாட்டிக்கூட அவங்ககிட்ட பேசிக்கிடுவேன்ல்ல."

"சரி வாங்கலாம்" என்றவன் கட்டிலில் போய் படுத்தான்.

மது அவன் பின்னாலேயே சென்றாள்.

"என்ன மது நீயும் கூட படுத்துக்கிறியா?" என்றதும் சீ...சீ...என்று முகம் சுளித்தாள் மது. அந்த வார்த்தையே அவளுக்கு நாராசமாக இருந்தது.

"உங்க செல்லைக் கொடுங்க நான் அப்பா கிட்ட பேசணும்." என்றதும் ''அடடா.'' என்று கையை உதறினான் மாணிக்கம்.

அவள் எரிச்சலோடு "என்ன ஆச்சு?" என்றாள்.

''வேற ஒன்னமில்ல மது, இவ்வளவு நேரம் போலீஸ் ஸ்டேசன் அங்கே இங்கேன்னு சுத்துனேனே தவிர என் செல்லுக்கு பைசா போட மறந்துட்டேன்." என்றவனை நம்ப முடியாமல் பார்த்தாள். அவள் பார்வையை சந்திக்க முடியாமல் வேறுபுறமாக திரும்பி படுத்தான் மாணிக்கம். கொஞ்ச நேரத்தில் தூங்கியும் போனான்.

அவள் பேசாமல் நான்கு சுவர்களையும் பரக்கப் பரக்க பார்த்துக் கொண்டு உட்க்கார்ந்திருந்தாள். சுவரில் பல்லிகளும், பாச்சாகளும் ஓடிக் கொண்டிருந்தன. அவளுக்கு ஒரு யோசனை தோன்றியது. இவ்வளவு அழுக்கும், தூசியுமாக கிடக்கும் வீட்டை சுத்தமாக கழுவி விட்டால் என்ன? சும்மாவே உட்கார்ந்திருப்பதற்கு இதாவது ஒரு வேலையாக இருக்கட்டுமே.

அவள் வாளியையும் துடைப்பத்தையும் தேடினாள். இரண்டும் மூலைக்கொன்றாகக் கிடந்தன. வாளி நிறைய தண்ணீரைப் பிடித்தவள் வீட்டை கழுவிவிடத் தொடங்கினாள்.

கழுவி முடித்த போது வியர்வையில் ஊறிப்போயிருந்தாள். உடம்பின் சோம்பலும், மத, மதப்பும் இவளை விட்டு விலகியது போலிருந்தது. இன்னும் ஏதாவது வேலை இருந்தால் செய்யலாம் போல் ரொம்பவும் சுறு சுறுப்பும் புத்துணர்ச்சியாக உடம்பு இருந்தது. ஆனால் எந்த வேலையும் இல்லை, தெருவில் நின்று சற்று நேரம் வேடிக்கை பார்க்கலாமென்று நினைத்து கதவைத் திறந்தாள். இப்போதும் கதவு பூட்டப்பட்டுத் தான் இருந்தது.

மீண்டும் அவளுக்குள் மனக் குமைச்சல் உண்டானது. எதற்காக கதவைப் பூட்டி விடுகிறான்? தான் வெளியே போகக்கூடாதென்றா? அதோடு வீட்டில் சமையல் என்பது இல்லாததால் அவளுக்கு ஒரு ஒதுக்குப்புறமான விடுதியில் தங்கியிருப்பதுபோன்ற நினைப்புதான்

வந்தது. இனி என்ன செய்வது? என்று தெரியாமல் அவள் அங்கே கிடந்த பழைய பேப்பரை எடுத்து ஒரு எழுத்து விடாமல் படித்துக் கொண்டிருந்தாள்.

மாணிக்கம் எழுவதற்கும், வெளியே கதவு தட்டும் சத்தம் கேட்பதற்கும் சரியாயிருந்தது. மாணிக்கமே வந்து கதவைத் திறந்தான். வெளியே இருட்டு மச, மசத்துக் கொண்டிருந்தது. காபி, பலகாரங்களோடு கேசவன்தான் நின்றிருந்தான்.

எல்லாவற்றையும் வாங்கிக் கொண்டு கேசவனை அனுப்பிவிட்ட மாணிக்கம் தானே பிளாஸ்கிலிருந்த காப்பியை ஊற்றி மதுவிடம் கொடுத்தான். தினமும் வேண்டாம் என்று மறுப்பவள் இன்று அமைதியாக வாங்கிக் குடித்தாள். வீடு சுத்தமாகக் கழுவப்பட்டிருந்ததையும், அவளும் குளித்து தலை வாரி லேசான பவுடர்பூச்சும், பொட்டுமாக இருந்ததைப் பார்க்கையில் மாணிக்கத்திற்கு மகிழ்ச்சியாக இருந்தது. இதற்கெல்லாம் காரணம் காலையில் தான் அப்பாவீட்டுக்கு போகலாமென்று சொன்னதுதான் என்று நினைத்தவன் உள்ளூரச் சிரித்துக் கொண்டான்.

மதுமிதா காப்பியைக் குடித்து கொண்டே "எனக்கு ஒரு விஷயம் புரியவில்லை." என்றாள்

"என்ன விஷயம் மது.? புரியாத விஷயத்தை நீ தாராளமா என்னிடம் கேட்கலாம்."

"எதுக்காக என்னை உள்ளே வச்சி வெளியே பூட்டிட்டுப் போறீங்க?"

"பூ! இவ்வளவு தானா?" என்றான் மாணிக்கம் அலட்சியமாக. "புது ஊரு. நீ பட்டணத்து வாசம் அறியாதவள். கதவைத் திறந்து போட்டா எந்தத் திருடனாவது உள்ளே நுழைஞ்சி உன் கிட்ட தெரிஞ்சவன் மாதிரிப் பேசி கொள்ளையடிச்சிட்டுப் போயிருவானேன்னு தான்ப் பூட்டிட்டுப் போறேன்."

"இங்கே கொள்ளையடிக்க என்ன இருக்கு?"

"நீ இருக்கயே அது போதாதா?" என்றான் மாணிக்கம்.

இருட்டு எங்கும் பூத்துக் கிடந்தது. வீட்டிலிருந்த ஜன்னல் வழியே வெளியே பார்த்துக் கொண்டிருந்தாள் மதுமிதா. எந்த ஒர் ஆள் நடமாட்டமுமில்லாமல் தெருவே அமானுஷ்யமாய் வெறிச்சிட்டுக்கிடந்தது. ரொம்பநேரம் கழித்து நாலைந்து பெண்கள்

பூ வாசத்தோடு தெரு வழியே போனார்கள். இரண்டாவது ஆட்டம் சினிமாவுக்குப் போகிறார்களோ? என்று நினைத்துக் கொண்டவளுக்கு ஒரு விஷயம் ஞாபகத்திற்கு வந்தது.

புது மனைவியான அவளை மாணிக்கம் இதுவரையிலும் எங்கும் அழைத்துக் கொண்டு போனதில்லை. இதுவரை ஆசையும், மோகமுமாக அவளை நெருங்கவுமில்லை. அவளின் கல்யாணமான தோழிகள் எல்லாரும் தங்கள் கணவனுடன் சுகித்திருந்த முன் அனுபவங்களை இவளிடம் சொல்லியிருந்தார்கள். அவர்கள் சொன்னதையெல்லாம் இவள் கேட்டுக் கேட்டு நாணத்தில் சிவந்து போயிருக்கிறாள். ஆனால் மாணிக்கம் இவள் அருகில் உட்கார்ந்து ஒரு நாளும் ஆசையோடு ஒரு அஞ்சு நிமிஷம் கலகலப்பாகப் பேசியதுகூட இல்லை. எப்போதும் வெளியே போகிறவன் இவள் தூங்கிய பிறகுதான் வருவான். இரண்டொருமுறை இவளின் கைகள், கன்னம் என்று தொட்டிருக்கிறானே தவிர எந்த உரிமையும் கொண்டாடவில்லை. இவளின் அருகில் உட்க்கார்ந்தவாறு தன்னைப் பற்றியோ, அவர்களின் எதிர்காலத்தைப் பற்றியோ பேசவே இல்லை. அவளிடம்தான் பேசவில்லையே தவிர அவனைத் தேடி வந்தவர்களிடம் அவன் பேசிக் கொண்டுதான் இருந்தான். நிறையப் பேர் அவனைத் தேடித் தேடி வந்தார்கள். ஒருவரைக்கூட அவன் இவளிடம் கூட்டிவந்து அறிமுகப்படுத்தவில்லை. அவர்கள் வருவது தெரிந்தாலே வெளிக்கதவைப் பூட்டிக் கொண்டு வெளியே போய்விடுவான்.

இவளால் யாரையும் பார்க்கவும் முடியாது, அவர்களின் பேச்சைக் கேட்கவும் முடியாது . அவர்கள் எல்லோருமே ரகசியமாகத்தான் பேசிக் கொண்டார்கள். ஹோட்டல் சாப்பாடும், இந்த ரகசியப் பேச்சும்தான் அவளுக்குத் திகிலூட்டியது, பயமுறுத்தியது, பாடாய்ப்படுத்தியது.

ஏற்கெனவே அவள் அமைதியானவள். வார்த்தைகளை அளந்து தான் பேசுவாள். இந்த வயதுக்கு யார் மீதும் அவள் கோபப்பட்டதில்லை. எடுத்தெறிந்தாற் போல் பேசியதுமில்லை. அவர்கள் வீட்டில் பணமும், காசும் நிறைய இல்லையே தவிர, ஒழுக்கமும், பண்புமாக வளர்க்கப்பட்டிருந்தாள். இதுவரையிலும் அவள் அம்மாவோ, அப்பாவோ இவர்கள் எதிரில் சண்டை என்று போட்டதில்லை. அவர்களின் வாயிலிருந்து ஒரு கெட்ட வார்த்தைகூட வந்தது கிடையாது.

அவள் அப்பா அடிக்கடி நல்ல பண்பும், ஒழுக்கமும்தான். ஒரு மனிதனை நிலைத்து நிற்கச் செய்யும் என்று சொல்வார். அதைத் தன்

வாழ்க்கையில் கடைபிடித்ததோடு பிள்ளைகளுக்கும் அதைச் சொல்லி, சொல்லி வளர்த்தார். அதன் பழக்கத்தில் தான் அவள் இத்தனை நடந்தும் மாணிக்கத்திடம் பொறுமை காத்துக்கொண்டு இருக்கிறாள்.

கதவு திறக்கும் சத்தம் கேட்டது. மாணிக்கம் உள்ளே வந்தான். அவன் வருவதற்கு முன்பே மல்லிகைப்பூவின் மணம் அவளை சூழ்ந்து கொண்டது "என்ன மது வாசலிலேயே நின்னுட்டே?" என்றவாறு வாழை இலையிலிருந்த மல்லிகைப்பூவை அவளிடம் கொடுத்தான்.

அவள் ஆச்சரியமாக அவனைப்பார்த்தாள். கல்யாணமான இத்தனை நாளில் அவன் ஒரு முறை கூட அவளுக்குப் பூ வாங்கி வந்ததில்லை.

"என்ன மது அப்படிப் பாக்குறே? வாங்கித் தலையில வச்சிக்கோ" என்றதும் "நம்ம கல்யாணம் முடிந்து பத்து நாளைக்கு மேலே ஆச்சு. ஒரு நாள்கூட இந்த மாதிரி பூ வாங்கிட்டு வரலே. இன்னைக்கென்ன. புதுசா இருக்கு?" அவள் கேட்டதும் மாணிக்கத்தின் முகம் சுருங்கியது.

"ஏதோ நினைச்சேன் வாங்கிட்டு வந்தேன்." என்றவன் அவளிடம் நெருங்கி வந்து, "ஏன் உனக்கு வச்சுக்கப் பிடிக்கலையா?" என்றான் சின்னக்குரலில்

"அதெல்லாமில்ல 'விதவை' களைத் தவிர எந்த பொண்ணும். பூவை வேண்டான்னு சொல்ல மாட்டார்." என்றவள் பூவை வாங்கித் தலை நிறையச் சூடிக் கொண்டாள். ஏற்கெனவே அழகாயிருந்த அவள் இந்த பூச்சுடலில் இன்னும் அழகாயிருந்தாள்.

"வாரயா மது? இன்னைக்கென்னமோ என் மனசு சந்தோசமா. இருக்கு இப்படியே கொஞ்ச நேரம் வெளியே போயிட்டு வரலாம்." என்று அவன் கேட்டதும் "இப்போ மணி என்ன இருக்கும்?" என்றாள்.

அவன் தன் கை வாட்ச்சைப் பார்த்துக் கொண்டே "மணி பதினொன்னு ஆச்சு." என்றதும் "எனக்கு கல்யாணமான புண்ணியத்தில் மணிகூட உங்களைக் கேட்டுத்தான் தெரிந்து கொள்ள வேண்டியிருக்கு. என் வாட்ச், என் செல் எல்லாத்தையும் இழந்து நிக்கிறேன். இந்த வீட்டுச்சுவரில், ஒரு கடிகாரம் கூட இல்லை. முதல்ல இந்த வீடே எனக்குப் பிடிக்கல. வீட்ட எப்ப மாத்தப் போறீங்க?" என்று அவள் கேட்டதும் மாணிக்கத்தின் முகம் கருத்துப் போனது.

"நான் ஆசை, ஆசையாய் வெளியே போகலாமென்று கூப்பிட்டதும் இத்தனை கேள்விகளை கேட்க வேண்டுமென்று நினச்சிருந்தயா?" என்றான் கொஞ்சம் கோபத்தோடு.

“இந்நேரம் வெளியே போய் என்ன செய்யப் போகிறோம். சரி, நீங்க பிரியப்படுறீங்க போவோம்.” என்றாள். மாணிக்கம் கதவைப் பூட்டிவிட்டு தெருவில் இறங்கினான். அவனோடு தெருவிலிறங்கிய மதுமிதா ஆவலோடு வானத்தை அண்ணாந்து பார்த்தாள். இதுநாள்வரை வானத்தைக் கூடப் பார்க்க முடியாமல் அறையிலேயே அல்லவா அடைந்து கிடந்திருக்கிறாள்.

கருத்த வானத்தில் நிறைய நட்சத்திரங்கள் முளைத்திருந்தன. பாதியாகக் குறைந்திருந்த நிலா மெல்லிய வெளிச்சத்தைச் சிந்தியவாறு தன்னையே பார்த்துக் கொண்டிருக்கும் மதுமிதாவோடுகூடவே நகன்றது. வெட்டவெளி மேகாற்று அவளை ஆசையோடு தழுவிக் கொண்டது.

நிலா வெளிச்சத்தில் தான் இருக்கும் வீட்டையும், தெருவையும் திரும்பிப் பார்த்தாள். தெருவே இருண்டு ஓட்டை விழுந்த பல்லாக அங்கொன்றும், இங்கொன்றுமாய் வீடுகள் இருந்தன. வெளிச்சம் பரவலாக இருந்தால் கூட எதிரில் வரும் ஆட்களின் முகக்குறிப்பு தெரியவில்லை. ஆனால் போகிறவர்களும், வருகிறவர்களும் ஏனோ இவளை மட்டுமே பார்த்துக் கொண்டு போகிறார்கள் என்று அவள் உள்ளுணர்வு சொல்லியது. கொஞ்ச தூரம் நடந்ததும் நீளமான, அகலமானரோடு கண்ணுக்கெட்டிய தூரம் வரைபோய்க் கொண்டிருக்க ரோட்டை ஒட்டி அடர்த்தியான தூர் பெருத்த மரங்கள் இருட்டைப் பரப்பியவாறு ரோட்டின் இருபக்கமும் பேயைப் போல் கிளைப்பரப்பி நின்றிருந்தன. ரோட்டில் கடைகளோ, வீடுகளோ எதுவுமே இல்லை. ஒன்றிரண்டு பஸ்களோடு நிறைய லாரிகள் தான் ரோட்டின் ஒரு பக்கம் போகவும், மறுபக்கம் வரவுமாக விளக்கின் மினுமினுப்பைக் காட்டியவாறு சர்....சர்.....ர் ரென்று ஓடிக் கொண்டிருந்தன. மரம் இருந்த இடத்திலிருந்து ரோடு ரொம்பவும் மேட்டில் இருந்தது.

மாணிக்கம் ரோட்டின் மீது ஏற மதுமிதாவிற்கு ரோட்டின் மீது ஏற தன்னால் முடியமா? என்று மலைப்பாக இருந்தது. அதோடு வெறும் லாரிகள் மட்டுமே போய்க் கொண்டிருக்கும் ரோட்டை எதற்காக பார்க்க வேண்டும் என்ற நினைப்போடு கீழேயே நின்று விட்டாள்.

ரோட்டின் மீது நாலடி தூரம் நடந்த மாணிக்கம் தன் பின்னால் மதுமிதா வராததை அறிந்தவனாய் திரும்பி வந்தான்.

“என்ன மது கீழேயே நின்னுட்டே மேலே வரலையா?” என்று கேட்க மது அலுப்போடு “உச்” கொட்டினாள்.

"ரோட்டு மேலே வெறும் லாரிகதான் ஓடிக்கிட்டு இருக்கு. அங்கே பாக்க என்ன இருக்கு? நான் வரல. நீங்க மட்டும் பாத்துட்டு வாங்க நான் இங்கேயே நிக்கிறேன்."

"அட உன்கூட இங்கேயெல்லாம் சுத்திப்பாக்கணுமின்னு தானே ஆசைப்பட்டு உன்னை கூட்டிட்டு வந்தேன். இப்படி நின்னா எப்படி? உன் கையைக் கொடு" என்று அவள் கையை வலுவாகப் பிடித்து கரையில் ஏற்றினான்.

சர்..சர்ரென்று பறந்த லாரிகள் இவர்கள் நிற்கும் இடத்தில் வந்து சற்று நிதானித்து மெல்லவே சென்று பின் வேகமெடுத்தது மதுமிதாவிற்கு அலுப்பாயிருந்தது.

"சரி போகலாமா?" என்று அவள் திரும்பி இறங்கினாள். ஏறும்போது அவளை வம்படியாகக் கூட்டிக் கொண்டு போன மாணிக்கம் சற்று நேரம் கழித்து நிதானமாக இறங்கி வந்தான்.

"என்ன மது, அப்படி அவசரமா ஓடிவாரே?" என்று அவன் கேட்டதும் அவளுக்கு எரிச்சலாயிருந்தது.

"ரோட்டு மேல என்ன இருக்கு? என்னத்தைப் பார்க்கச் சொல்றீங்க?"

"சரி. உனக்கு பிடிக்கலேன்னா விட்டுரு. கொஞ்ச நேரம் இங்கேயே நில்லு. நான் அந்தப் பக்கம் போய் ஒதுங்கிட்டு வாரேன்." என்று புறப்பட்டவனை அவள் தடுத்தாள்.

"இங்கேயே இருங்க. எனக்கென்னமோ பயமாயிருக்கு."

மாணிக்கம் சிரித்தான். "பைத்தியம், பைத்தியம், மரத்துக்கு அந்தப்புறம் தான் நான் இருக்கேன்." என்றவாறே அவன் நகர்ந்தான்.

மாணிக்கம் நகன்ற மறுநிமிஷம் யாரோ இவள் முகத்தில் பவரான டார்ச் வெளிச்சத்தைப் பாய்ச்சினார்கள் அவள் கைகளால் முகத்தில் விழும் வெளிச்சத்தை மறைத்தவாறு "என்னங்க என்னங்க" என்று கூப்பிட்டவாறே மாணிக்கம் போன திசையில் இரண்டெட்டு எடுத்து வைக்க, அவளை வலுவான இரு கரங்கள் தன் நெஞ்சோடு இறுக அணைத்துக் கொண்டன. வீலன்று பெரியதாகக் கத்தியவாறு அவனிடமிருந்து எப்படியோ விடுபட்டவள் கால் போன திசையில் இலக்கில்லாமல் ஓடினாள்.

அவள் ஓடுவதைப்பார்த்து குறுக்காக ஓடி வந்த மாணிக்கம் "மது மது" என்று அவளைப் பிடிக்க, ''என்னைவிடு, என்னைவிடு என்று அவனிடமிருந்து திமுறினாள்.

“நான்தான் மது எதுக்காக இப்படி பதறுறே?” என்று அவளை அணைத்தான். அவள் வியர்வையில் ஊறிப்போயிருக்க அவளின் மெல்லிய உடல் கிடு, கிடுவென நடுங்கியது.

வீட்டிற்குள் நுழைந்த மாணிக்கத்தை மின்சார வெளிச்சத்தில் பார்த்த மதுமிதாவிற்கு இவன் தனக்குக் கணவன்தானா என்று நினைக்கையில் அவளின் அடிவயிற்றிலிருந்து குமட்டல் எழுந்தது. அவனை அப்படியே குத்திக் கிழித்து விடவேண்டுமென்ற ஆங்காரம் எழுந்தது-இவனுக்கு தெரியாமல் எதுவுமே நடக்கவில்லை எல்லாவற்றையும் இவனே தான் நடத்துகிறான் என்பது அவளுக்கு வெட்ட வெளிச்சமாக இப்போது தெரிந்துவிட்டது. அவனைக் கொன்றுவிட்டு தானும் தற்கொலை செய்து கொள்ள வேண்டும் என்று தனக்குள்ளேயே குமுறினாள்.

“என்ன மது ரொம்ப பயந்துட்டயா?” என்று கேட்டவாறு அவள் அருகில் வந்தவனை சீ...என்று உதறி தள்ளினாள். அவள் கண்ணும், முகமும் நெருப்பாய் கனன்று கொண்டிருந்தது.

"மது" என்று மீண்டும் அவன் கூப்பிட "சீ... நீயெல்லாம் ஒரு மனுசனா? என்னை இன்னொருத்தனுக்குக் கூட்டிவிட்டு பிழைப்பு நடத்தப்போறியா?”

“மது நீ என்னை தப்பாப் புரிஞ்சிக்கிட்டே. அவன் வந்ததையே நான் பாக்கல.”

“டார்ச் வெளிச்சம் கூடவா உனக்குத் தெரியல?’

"நிஜமாவே நானு லாரியோட விளக்கு வெளிச்சமின்னு நினச்சேன் மது!”

“இப்பத்தான் எனக்குப் புரியுது. என்ன அறைக்குள்ள அடச்சிவச்சி என் கிட்ட நல்லவன் மாதிரி நடிச்சி ஏன் கண்டவன் கையில ஒப்படைக்கிறே நான் உனக்கு என்ன துரோகம் செஞ்சேன். என் அப்பா உன்னை எவ்வளவு நம்பினாரு, அவருக்குத் துரோகம் செய்றதுக்கு உனக்கு எப்படி மனசு வந்தது?” மதுமிதா பேசப்பேச மாணிக்கம் மௌனமாக நின்றிருந்தான். அவனுக்குத் தெரிந்து விட்டது. இத்தனை நாளும் அவளுக்குத் தெரியாமல் தான் போட்ட வேஷம் கலைந்து விட்டதென்று, அவளைப் பார்க்கவே அவனுக்கு பயமாய் இருந்தது. அமைதியும், அடக்கமுமாக இருந்தவள் இப்போது நெருப்புக் கோளமாய் நின்றிருந்தாள்.

மதுமிதாவிற்கு நெஞ்சில் தாங்க முடியாத வேதனை எழுந்தது. இவனைவிட நகைக்காக கொலை செய்கிறவர்கள் எவ்வளவோ நல்லவர்கள். இவன் நகையையும் கொள்ளை அடித்துவிட்டு இவளையுமல்லவா கொள்ளையடிக்க அடுத்தவர்களை கூட்டி வருகிறான்.

மதுமிதா நெருப்பில் விழுந்த புழுவாகத் துடித்தாள். எவ்வளவு கண்ணியமும், மதிப்புமாக வாழ்ந்த தனது வாழ்க்கை சந்திக்கு வந்து விடுமோ? தான் பிறர் கையில் விழுந்த பூவாக கசங்கிவிடுவேனோ? அவளுக்கு நினைக்க நினைக்க அச்சமும், ஆங்காரமும் தீயாய்த் தகிக்க அப்படியே மயங்கி விழுந்தாள்.

# 3

**நா**கேந்திரன் இந்தப் பத்து நாளில் மகளுக்கு போன் மேல் போன் போட்டு அலுத்துப் போனார். மருமகனான மாணிக்கத்திற்கு போன் போட்டார். எல்லாம் புரியாத வார்த்தைகளோடு வந்ததே தவிர யாருமே போனை எடுக்கவில்லை. மாதவன் நம்பருக்குப் போட்டார் யாருமே எடுக்கவில்லை. அவர் மனதில் பதட்டம் தொற்றிக்கொண்டது. சிவகாமியோ மகளை நினைத்து அழுதழுது வெறும் பச்சைத் தண்ணி கூட குடிக்காமல் மூலையில் முடங்கிக் கிடந்தாள்.

மாதவன் மீது அவருக்கு கோபமாக வந்தது. அவன் தான் மதுவின் கல்யாணத்துக்கு இந்த மாப்பிள்ளைக்கு சர்டிபிகேட் கொடுத்தான்! ஆனால் இன்று செல்லைத் தொடவே மாட்டேங்கிறானே என்று ஆத்திரமடைந்தார்.

தன் ஆத்திரம் தீர வேண்டுமென்றால் கோமதியை நாக்கை பிடுங்கிக் கொள்கிறாற் போல் நாலு வார்த்தை கேட்டுவிட்டு வந்தால்தான் என் மனசு ஆறும் என்று நினைத்தவர் வெடு, வெடுவென்று அவள் வீட்டுக்கு நடந்தார். கோமதி மீது எந்த தப்பும் இல்லை என்று தெரிந்தும்கூட அவளும் தானே இந்தக் கல்யாணத்திற்கு முக்கிய காரணமாக இருந்தவள் என்று அவர் நெஞ்சு ஆத்திரத்தில் பொங்கிக் கொண்டு இருந்தது. ஆனாலும் கோமதி மாப்பிள்ளைப் பையனை தங்களிடம் கூட்டிவந்து விட்டதோடு சரி, அதன்பின் 'நீ தான் இவன் என் மாப்பிள்ளை' என்று கர்வத்தோடு அவன் பின்னால் சுற்றினாய் அவன் சொன்னதெல்லாம் நம்பினாய் என்று அவர் மனச்சாட்சி அவரை இடித்தது.

அந்தத் தாக்குதல் போதாதென்று மகளின் கண்ணீர் முகம் எந்த நேரமும் அவரை இன்னொரு நிழலாக துரத்திக் கொண்டே வந்தது. அதிலும் இந்தக் கல்யாணம் பேசியதிலிருந்தே மதுவின் முகம் வெளிறி கருத்துப் போனதை அவர் கண்கூடாகக் கண்டார். அவளுக்கு சத்தியத்தின் மீது காதல் இருந்திருக்கிறது என்று காலம் தாழ்த்திதான் அவரால் புரிந்துகொள்ள முடிந்தது. அதோடு சத்யமும் மதுமிதாவிற்காக எப்படியெல்லாம் கெஞ்சினான், ஆனால் நான் பாவி கானல்நீரை நம்பி என் மகள் வாழ்க்கையை பாழாக்கிவிட்டேனே என்று புலம்பினார்.

மதுவிற்கு கல்யாணமான புதிதில் கோமதி 'இந்தக் கல்யாணம் தன்னால்தான் முடிந்தது' என்று ஊருக்குள் பவுசாக பேசிக் கொண்டுதான் திரிந்தாள். ஆனால் கல்யாணமாகிப் போன நாளிலிருந்து மதுவிடமிருந்து எந்தத் தகவலும் தெரியாமல்போக நாகேந்திரனும், அவர் மனைவியும் வெந்து நொந்து கிடப்பதைப் பார்த்ததிலிருந்து கோமதி இப்போதெல்லாம் அவர்கள் வீட்டுக்கு போவதே இல்லை.

இப்போது நாகேந்திரனே அவள் வீட்டைத் தேடி வருவதைப் பார்த்த பின் என்ன செய்வது என்று தெரியாமல், "வாங்க" என்றாள். அவள் குரல் அவளுக்கே கேக்கவில்லை.

"எல்லாம் என் தலை விதி. உங்க வீடு தேடி வந்துருக்கேன். மாதவன் எங்களுக்குத் தான் போன் போடல. உங்களுக்காவது போட்டானான்னு கேக்க வந்தேன்." என்றதும் "எனக்கும் போடவே இல்ல தம்பி. நானும் அவன் புது நம்பருக்கு அடுத்தவகள போடச் சொன்னேன். எடுக்கவே இல்ல" என்று கோமதி சொல்ல, மனம் நொந்து நின்றார் நாகேந்திரன்.

"சரி மாதவனோட அட்ரசு இருந்தாக் கொடு. நானு அவனை நேரிலேயே போயி பாக்கறேன்."

"அவன் அட்ரசே எனக்குத் தெரியாது. போன்ல்லதான் பேசிக்கிறது. இரண்டுமாதம், மூணுமாதத்துக்கொரு தடவை வந்துட்டு போறதோட சரி. கேட்டா எனக்குக் கடையில வேலை அதிகம்மா. உன்கிட்ட அடிக்கடி பேசமுடியாதுன்னு சொல்லிருவான்." என்றவள் "இருங்க தம்பி மாதவனோட பழைய நம்பர் இருக்கு. தாரேன் போட்டுப் பாருங்க அது ராசியான நம்பரு! போன் போட்டதுமே எடுத்துருவான்" என்று சொல்லிக் கொண்டே வீட்டிற்குள் போய் பழைய நம்பரை எடுத்துக் கொண்டு வந்து கொடுத்தாள்.

இதுவரையிலும் தனக்கு இப்படியொரு யோசனை தோன்றாமல் போய்விட்டதே என்று நினைத்தவர் அந்த நம்பர்களை தன் செல்லில் அழுத்த மறுநிமிஷமே மாதவனின் குரல் கேட்டது.

"என்னப்பா சௌக்கியமா இருக்கீங்களா? நானும் நினைச்சிக்கிட்டுத்தான் இருந்தேன் அம்மாவுக்கும், உங்களுக்கும் போன் போடணுமின்னு" என்றான்

அவன் குரலைக் கேட்டதும் நாகேந்திரனுக்கு தன் மகள் தன் எதிரே நிற்பது போல் ஒரு பிரமை உண்டானது.

"நாங்க நல்லா இருக்கோம் மாதவா. ஆனா நீ சொன்னேன்னு தானே மாணிக்கத்துக்கு மதுவைக் கட்டிக் கொடுத்தோம்." என்று சொல்லும் முன்பே மாதவன் குறுக்கிட்டான்.

"என்னது. நானு சொன்னேன்னு கட்டிக் கொடுத்தீகளா? அப்பா, அந்த மாணிக்கம் எப்பவாது என் கடைக்குச் சாப்பிட வருவானே தவிர அவனைப் பற்றி எனக்கு ஒன்னுமே தெரியாதேப்பா" என்று மாதவன் சொன்னதைக் கேட்டு அவர் தலை கிர்...ர்ரென சுழலத் தொடங்கியது.

"என்ன மாதவா சொல்றே? உனக்கு மாதவனைப் பத்தி எதுவும் தெரியாதா?"

"ஆமாப்பா... எனக்கு அவனைப்பற்றி எதுவுமே தெரியாது."

"அப்போ நீ மாணிக்கம் நல்ல பையன், அவனுக்கு வீடு, தோட்டமெல்லாம் இருக்கு'' என்று சொல்லவுமே" மீண்டும் குறுக்கிட்டான் மாதவன்.

"அப்பா எல்லாமே பொய். நீங்க எனக்குப் போன் பண்ணி மாணிக்கத்தைப் பற்றி கேக்கவுமில்லை. நான் சொல்லவுமில்லை நல்லா யோசிச்சுப்பாருங்க. இந்த நம்பருக்கா நீங்க போன் பண்ணுனீங்க?" என்று கேட்டதுமே அய்யோ'' என்றவர் அப்படியே மரம் போல் கீழே சாய்ந்தார் நாகேந்திரன். அவர் கையில் இருந்த செல் தூரமாய்ப் போய் விழுந்தது.

**ம**யங்கி விழுந்த மதுமிதாவிற்கு மூன்று நாள் காய்ச்சல் விடாமல் அடித்தது. அடிக்கடி முழித்துப் பார்க்கவும் பின் மயங்கவுமாக இருந்தாள். மாணிக்கம் ஆஸ்பத்திரிக்கு கூட்டிக் கொண்டு போகாமலே மருந்து வாங்கிக் கொடுத்து பக்கத்திலிருந்து கவனித்தான்.

மூன்று நாள் கழித்து நன்றாகக் கண்விழித்தாள் மதுமிதா. அவளுக்கு காய்ச்சலும் விட்டிருந்தது. புருசனைப் பார்க்கவே அவளுக்கு வெறுப்பாயிருந்தது. அவனை ஒரு புழுவைப் பார்ப்பது போல் பார்த்தாள். மாணிக்கம் அவள் அருகில் உட்கார்ந்தவாறு அன்போடு அவள் தலையை தடவிக் கொடுத்தான்.

"மது, நீ என்னை தப்பாப் புரிஞ்சிக்கிட்டே. இங்கே இந்த மாதிரி நடப்பதெல்லாம் சகஜம் தான்!"

அவள் கண்களில் நெருப்பு கனன்றது,

"எப்படி அடுத்தவன் பொண்டாட்டிகூடக் குலாவிக்கிட்டு இருக்கிறதா?"

“உன்னை அந்த லாரி டிரைவர் அவன் பொண்டாட்டின்னு தான் நினைச்சிருக்கான்.”

ஓ.... பொண்டாட்டிகூட இருக்கிறவங்கல்லாம் இப்படித்தான் அலைவாங்களா? அவங்களுக்கு நம்ம பொண்டாட்டி இதுதான்னு அடையாளமாவது தெரியாதா?

“இந்த லாரிக்காரங்களுக்கு வீட்டுக்குப் போக நேரமிருக்காது. அதுக்காக பொண்டாட்டிகள இப்படி எடத்துக்கு வரச்சொல்லுவாக. இவன் அப்படித்தான் வந்திருக்கான். ஆனா எப்படியோ தப்பு நடந்து போச்சு.

மதுமிதாவிற்கு அவன் சொன்னதை நம்பவும் முடியவில்லை நம்பாமல் இருக்கவும் முடியவில்லை. ஒரு வேளை தான் ஒரு வட்டத்துக்குள்ளேயே வாழ்ந்து கொண்டிருப்பதால் இப்படி ஒரு வாழ்க்கை இருக்கிறது என்பதை அறியாமல் இருக்கிறோமா?

“என்ன மது யோசிச்சிக்கிட்டு இருக்கே?”

“முதல்ல இந்த வீட்ட விட்டு நம்ம போவனும்.. இந்த வீடும் இந்த தெருவும் எனக்கப் பிடிக்கவே இல்ல.”

“நானும் வீட்ட மாத்தறதுக்கான ஏற்பாட்டத்தான் பண்ணிக்கிட்டு இருக்கேன்.”

“நீங்க ஏதோ பெரிய கம்பெனியில இருபத்தி அஞ்சாயிரம் ரூபாய் சம்பளத்தில வேலை பார்க்கிறதா அப்பா சொன்னாரு. ஆனா நீங்க நம்ம கல்யாணம் ஆனதில இருந்து வேலைக்குப் போனதா தெரியலயே.”

“எங்க கம்பெனி முதலாளி ஒரு வாரம் தான் லீவு எடுக்கனுமின்னு சொல்லியிருந்தாரு. ஆனா நான் கூட பத்துநாள் லீவு எடுத்ததுல அவருக்குக் கோபம்.”

“அதனால?”

“கொஞ்சம் அவர் கோபம் தணியட்டும் விஷயத்தை எடுத்து சொல்லலாமின்னு நினைக்கிறேன்!

“இந்த ஊருக்கு வந்து இவ்வளவு நாள் ஆச்சு. நீங்க லீவு சொல்லக்கூட ஆபீஸ் போன மாதிரியே தெரியலையே”

“ஆபீஸ் போவனுமின்னா எப்படி? ஆபீஸ் போறேன், ஆபீஸ் போறேன்னு சொல்லிகிட்டே போவணுமா?” என்று அவன் சிரிக்க அவள் அவனைக் கோபத்தோடு பார்த்துக் கொண்டே சொன்னாள்.

"இந்த ஹோட்டல் சாப்பாட்ட சாப்பிட்டு எனக்கு வெறுத்துப் போச்சு." என்று மது சொல்லவும் கோபமானான் மாணிக்கம்

"சிலிண்டரை எடுத்துட்டுப் போன ராஸ்கல் இன்னும் கொண்டு வரல."

மதுமிதா ரொம்ப அமைதியாகச் சொன்னாள்..

"பரவாயில்ல. மண்ணெண்ணை கடையில கிடைக்கும். ஒரு ஸ்டவ் வாங்கிட்டு வாங்க அது போதும்."

"ஒரு இரண்டு நாள் பொறுத்துக்கோ மது. சிலிண்டர் வந்துருமின்னு நினைக்கிறேன். அப்படி வராட்டா ஸ்டவ் வாங்கிட்டு வாரேன்."

"எனக்கு செல் வாங்கித் தாரேன்னதும், உன் அப்பாவை பாத்துட்டு வரலாமின்னதும் என்ன ஆச்சு?" என்றவள் அவனை கூர்மையாய் பார்த்தாள்.

அவனால் மதுவின் பார்வையை தாங்க முடியவில்லை.

# 4

**மா**தவன் ஊருக்குப் போயிருந்த போது அவள் அழகை மட்டுமே அவன் பார்த்திருந்தான். லேசாக தன் வலைக்குள் விழுந்துவிடுவாள் என்று தான் அவன் நினைத்திருந்தான். ஆனால் இவ்வளவு புத்திசாலியாக இருப்பாள் என்று அவன் நினைக்கவில்லை. அவனுக்குச் சலிப்பாக இருந்தது. எத்தனை நாளைக்கு அவளிடம் இப்படி பொய்க்கு மேல் பொய்யாகச் சொல்லிக் கொண்டிருப்பது.?

"இன்னும் ரெண்டே நாளல்ல உனக்கு வேண்டிய சௌகரியங்களை செஞ்சுதாரேன் அது வரைக்கும் கொஞ்சம் பொறுமையா இரு."

அவள் அவனை ஏறிட்டுப்பார்த்தாள். அந்த பார்வையில் கோபம் தெரிந்தது.

"அப்படிப் பாக்காதே மது. நம்ம வீடு கிடைக்கிறவரை இங்கே தான் இருக்கப் போறோம். அப்ப நீயே எல்லாம் புரிஞ்சிக்கிடுவே. நிஜமாவே சொல்றேன்.

"இங்கே இதெல்லாம் சகஜம் தான் மது." என்றதும் அவள் கோபமாக கேட்டாள்.

"எது இப்படி ரோட்டுல லாரி ஓட்டிட்டுப் போறவன் லாரிய நிப்பாட்டிட்டு ரோட்டவிட்டு கீழே இறங்கி வெட்ட வெளியா இருக்கிற இருட்டுக்குள்ள கண்ட கண்ட பொம்பளைகளை கட்டிப் புடிச்சி கேவலமா நடந்துக்கிறது இங்க சகஜமாக்கும்?"

"நீ நினைக்கிற மாதிரி அவங்கல்லாம் கண்ட, கண்ட பொம்பளைக கிடையாது. அவங்கல்லாம் அந்த டிரைவரோட பொண்டாட்டி தான்!" என்று சொல்லவும் இகழ்ச்சியாகச் சிரித்தாள் மதுமிதா

"ஓ...இந்த சென்னை நகரத்தில இருப்பவர்கள் எல்லாம் இப்படித்தான் குடும்பம் நடத்துவார்களோ?"

“எல்லாரும் இல்லை மது. இந்த லாரி டிரைவர்கள் மட்டும்தான். ஏன்னா அவங்க லாரிய விட்டு இறங்கிறதுக்கு பத்து நாளைக்கு மேலே ஆகும். அதனாலதான் இப்படி நடந்துக்கிறாங்க. இந்தத் தெருவில இருக்கிறவங்க பெரும்பாலும் லாரி ஓட்டுனர்கள்தான் குடி இருக்காங்க. அவங்க பொண்டாட்டிகளே புருசன் மேல இரக்கப்பட்டு இப்படி நடந்துக்கிறாங்க.” என்று சொன்னபோது மதுவால் நம்ப முடியவில்லை. மாணிக்கத்தை சந்தேகத்தோடு பார்த்தாள்.

”என்னை நம்பு மது, நான் சொல்றதெல்லாம் நிஜம்.” என்றான் மாணிக்கம். அதோடு, அந்த டிரைவரை அடையாளம் காட்டு என்றான் கோபத்தோடு. பொழுது அடைந்து விட்டது. வழக்கம் போல் மாணிக்கம் கதவைப் பூட்டிக்கொண்டு வெளியே போய்விட்டான். இப்படி அவன் தினம் தினம் வீட்டிற்குள் வைத்துவிட்டுப் பூட்டிக்கொண்டு போவதே அவளுக்கு அவன் மீது இருக்கும் சந்தேகத்தை உண்மை இல்லை என்பதும் அவளுக்கு தெரிந்து விட்டது.

அவள் ஜன்னல் வழியே வெளியே தெரிந்த இருட்டைப் பார்த்துக் கொண்டிருந்தாள். அன்றைய தினத்தைப் போலவே இன்றும் நிறைய பெண்கள் பூ வாசத்தோடு அந்த தெருவழியே பேசிக் கொண்டு போனார்கள். அவர்களைப் பார்த்ததும் திகைத்துப் போனாள் மது நிச்சயமாய் இவர்கள் சினிமாவுக்குப் போகவில்லை. இங்கே ஏதோ ஒன்று பூடகமாக நடக்கிறது.

“என்ன மது, அங்கே ஜன்னல் பக்கம் நின்னுக்கிட்டு என்னத்தப் பாத்துக்கிட்டு இருக்கே?” என்றவாறு கதவைத் திறந்த மாணிக்கம் அவளை நெருங்கி வந்தான். அவன் கையில் மல்லிகை மொட்டு மெல்ல மலர்ந்து மணம் வீசிக் கொண்டிருந்தது.

அவன் கையிலிருந்த பூவைப் பாத்ததும் அவள் முகம் சுளித்தாள் “ஏற்கெனவே எனக்குத் தலைவலி. இந்தப் பூவை வச்சிக்கிட்டா இன்னும் ரொம்பத்தான் தலை வலிக்கும். என்னால வெளியே வர முடியாது.”

மாணிக்கம் அவளை கோபமாய் பார்த்தான். “புருசன் ஆசையா பூ வாங்கிட்டு வந்து கொடுத்தா பொண்டாட்டி அந்தப் பூவை பிரியமா தலையில வச்சிக்கிறதைதான் நான் பார்த்திருக்கேன்.” என்றதும் அவள் வெடுக்கென்று அவனைத் திரும்பிப் பார்த்தாள்.

"எந்தப் புருசனும் பொண்டாட்டிக்கு பூ வாங்கியாந்து கொடுத்து அவளை வைக்கச்சொல்லி வீட்டுக்குள்ள தான் ரசிப்பான். வெளியே அதுவும் ரோட்டுக்கு கூட்டிட்டு போக மாட்டான். அடுத்தவன் கிட்ட கூட்டிக் கொடுக்கமாட்டான்."

"இப்ப நீ என்ன சொல்றே?"

"என்னால பூவை வச்சிக்கிட்டு வெளியே வர முடியாது. தெரியாம தான் கேக்கிறேன். ஒரு டிரைவரை அடையாளம் காமிக்கிறதுக்கு பூ எதுக்கு?" என்றவள் அப்படியே புறப்பட்டாள்.

வாசலை விட்டு இறங்கியதுமே மின்விசிறியின் வெக்கையையும், அனலையும் மீறி குளிர்ந்த காற்று சுகமாக வீசியது, சரங்கோர்த்திருந்த நட்சத்திரங்கள் கருத்த வானத்தை அழகுபடுத்திக் கொண்டு இருந்தன. சற்று தூரத்தில் தெரிந்த ரோட்டில் லாரிகள் மினுக்கட்டான பூச்சியாக விருட்விருட்டென்று அடிக்கடி இருட்டு தழுவிய வெளிச்சத்தைச் சிந்தியவாறு போவதும், வருவதுமாக பறந்து கொண்டிருந்தன.

மதுமிதாவிற்கு இதயம் விம்மியது 'கடவுளே என்ன அழகான இயற்கை காட்சி. இதை ரசிக்க எனக்குக் கொடுத்து வைக்கவில்லையே காட்டில் அழகான மான்கள் தன்னிச்சையாக மேய்ந்து கொண்டிருக்கும் போது அதை கொல்வதற்க்காக சிறு நரிகள் வியூகம் வகுப்பதுபோல் புருசன் என்ற பெயரில் ஒரு கயவனிடம் வந்து மாட்டிக் கொண்டோமே' என்று கலங்கினாள் மதுமிதா

குபுக்கென்று அப்பாவின் ஞாபகம் வந்ததில் கண்களில் கண்ணீர் நிறைந்து தளும்பியது. தெரிந்தவர்கள் வீட்டுக்கோ, கடைக்கோ போய்விட்டுவர கொஞ்சம் நேரமானாலும் போதும் வேலை முடிந்து விளக்கு வைக்கும் நேரத்தில் வீட்டுக்கு வரும் அப்பா களைப்பைக் கூடப் பார்க்காமல் தெரு முனைக்கே வந்து விடுவார்.

'என்னப்பா நீங்க. கொஞ்சம் நேரமாயிருச்சி. அதுக்காக தேடி வந்துருவீகளா? நான் என்ன பச்சைக் குழந்தையா?' என்று அவள் கேட்கும் போது நாகேந்திரன் பெருமூச்சு விடுவார்.

''பச்சைக் குழந்தையென்றால்கூட கடத்துகிறவன் உயிரைத்தான் போக்குவான். ஆனால் இந்தக் காலத்து கயவாலிப்ப

பயலுகள் உன்னை மாதிரி கல்யாணமாகாத பெண்களை கடத்திக் கொண்டுபோய் அவர்களின் வாழ்க்கையையே அல்லவா பாழாக்கி விடுகிறார்கள்' என்று சொல்வதோடு வீட்டிற்கு வந்து அவள் அம்மாவைச் சத்தம் போடுவார்.

''எத்தனை தரம் உனக்குச் சொல்றது? பொழுது அடைஞ்சா இவங்கள வெளியே அனுப்பாதேன்னு. அப்படி போயித்தான் ஆகணுமின்னா நீயும்கூட போயிட்டுவான்னு'' என்று சொல்லும் போது அம்மாவிற்கு மூக்குக்கு மேல் கோபம் வரும்.

''ஆமா உங்க பொண்ணுக எல்லாம் பச்சை மண்ணுக பாருங்க. நானு சொன்ன உடனே சரிம்மா நான் போவலன்னு சொல்றதுக்கு. என் பேச்சை யாருகேக்கா?'

''சரி நீ கூடப்போறது?''

'ஆமா எனக்கு ஒரு வேலை இல்ல பாருங்க. இவங்ககூடவே வெளியேறுறதுக்கு ஒரு நேரத்துச்சாப்பாட்டைஆக்கி முடிச்சி பண்டம் பாத்திரம் கழுவி வைக்கிறதுக்குள்ள...' என்று முடிக்கு முன்பே அப்பா அடுத்து ஏதோ சொல்லப் போவார். அதற்குள், அவள் "அப்பா இனிமே முடிஞ்ச அளவு பொழுது அடைஞ்சா வெளியே போகாம இருக்கிறோம். நீங்க அம்மாவை சத்தம் போடாதீங்க" என்று சமாதானப்படுத்தி வைப்பாள்.

'ஆனால் அப்பா நீங்கள் எங்களை அப்படிப் பொத்தி வளர்த்து என்ன பயன். ஒரு ஓநாய் கையில அல்லவா என்னைப் பிடித்து கொடுத்துட்டீங்க? என்று எண்ணிய மதுமிதாவிற்கு ரோட்டின் அருகில் வர வர பயத்தில் மனது பட படத்தது, சிலு சிலுவென்று வீசிய காற்றையும் மீறி உடம்பெங்கும் வியர்த்துக் கொட்டியது.

நடக்க முடியாமல் கால்கள் இரண்டும் இரும்புக்குண்டாய் கனத்தன. மரங்களின் இருட்டில் மறைந்து நிற்கப் போன அவளை மாணிக்கம் வெளிச்சத்திற்கு கூட்டிவந்தான்.

"நீ இப்படி மறஞ்சி நின்னுக் கிட்டேன்னா அந்த டிரைவர் உன்னை எப்படிப் பார்ப்பான்?'' என்றவன், அவளை வெளிச்சத்தில் நிறுத்திவிட்டு ''நானும் உன் கூட நின்னா அந்த டிரைவர் வரமாட்டான். அதனால நான் இப்படி மரத்தின் மறைவில் நிக்கிறேன்.'' என்று மரத்துக்காக அவன் நகன்றபோது அவளால் எதுவும் பேசமுடியவில்லை. தொண்டையெல்லாம் வரண்டு தண்ணீருக்காக

அலைந்தது. இருபத்தி ஐந்து வயது வரை பயமும், பதட்டமும் என்னவென்றே தெரியாமல் வளர்ந்த தனக்கு இப்போது அச்சமும், திகிலும் மட்டுமே வாழ்க்கையாகிப் போனதை நினைத்தபோது அவளுக்கு ஓ...வென்று கதறி அழவேண்டும் போலிருந்தது.

தன் நினைவுகளினூடே தடுமாறிக் கொண்டிருந்தவள் தன்னை நோக்கி ஒரு உருவம் வருவதைப் பார்த்ததும் திடுக்கிட்டாள். இவன் தான் அன்னைக்கு வந்தவனா? இவனைத் தான் மாணிக்கம் அடையாளம் காட்டச் சொன்னானா? அவள் பலவாறு நினைத்து திக்கு, முக்காடிக் கொண்டிருக்கையில வந்தவன் அவளை இரும்புப்பிடியாக பிடித்ததை கொஞ்ச நேரம் கழித்துதான் அவளால் உணர முடிந்தது.

"என்னங்க, என்னங்க" என்று அவள் கத்திக் கொண்டே அவனிடமிருந்து விடுபட முயன்றாள்.

"நீ மாணிக்கத்ததான கூப்பிடுதே?" என்று குரல் கேட்டு அவள் திகைத்தவாறு அவனை ஏறிட்டாள். நீளமாக ரோட்டில் அடிக்கடி போய் வந்து கொண்டிருந்த லாரிகளின் வெளிச்சம் அவன் முகத்தின் மீது விழுந்து, விழுந்து மறைந்தது. அவன் கேள்விக்கு மது மௌனமாக தலையை மட்டும் ஆட்டினாள்.

"மாணிக்கம்தான் இரண்டாயிரம் ரூபாயை வாங்கிக்கிட்டு என்னை உன்கிட்ட அனுப்பி வச்சான்." என்றவன், இன்னும் அவளை நெருக்கமாக அணைக்க, மதுமிதா தன் பலங்கொண்ட மட்டும் அவனிடமிருந்து உதறி தன்னை விடுவித்துக் கொண்டு தான் வந்த தெருவழியே ஓடினாள். பின்னால் யாரோ ஓடி வருவது கேட்டது. அவள் சட்டென்று வீட்டுக்குள் நுழைந்து கதவை அடைக்க முற்பட்ட போது அவள் பின்னால் ஓடி வந்த மாணிக்கம் அவளின் தலைமுடியைப் பற்றி இழுத்தவன் படீரென்று மதுமிதாவின் கன்னத்தில் ஓங்கி அறைந்தான்.

"ஏண்டி அடுத்த வீட்டுக்குள்ள வந்து நுழைஞ்சிகிட்டா உன்ன விட்டுருவேன்னு நினைச்சியா?" என்று கேட்க , அவளுக்கு ஒரு நிமிஷம் என்ன நடந்தது என்றே புரியவில்லை. புருசனை நிமிர்ந்து பார்த்தாள் அவன் முகம் பிணம் தின்னக் காத்திருக்கும் ஒரு நரியைப் போல் கோரமாயிருந்தது.

'என்ன நடந்து கொண்டிருக்கிறது? என்று அவள் யோசிப்பதற்குள் மாணிக்கம் அவளை தர தரவென்று அப்படியே தெரு வழியாக

இழுத்துக் கொண்டு போய் வேண்டாத பொருளை எறிவது போல் அவள் இருந்த வீட்டிற்குள்ளே எறிந்தான். மதுமிதாவின் நெற்றி அங்கிருந்த மூலைச்சுவற்றில் மோத, அங்கேயே அவள் சுருண்டு, மயக்கமாக ரத்தம் வெள்ளப் பெருக்கெடுத்து குண்டு, குழியுமாயிருந்த தரை வழியே ஓடியது.

# 5

**ம**றுநாளே நாகேந்திரன் சென்னைக்குப் புறப்பட்டு விட்டார். சிவகாமி என்ன, ஏது, என்று கேட்ட போது அவரால் எந்தப் பதிலும் சொல்ல முடியவில்லை. மனைவியின் முன்னால் தன்னை மிகவும் மகிழ்ச்சியுடன் இருப்பதாக காட்டிக் கொள்ள நினைத்தவர். ரொம்பவும் தோற்றுப் போனார்.

சிவகாமி அவர் அருகில் வந்து ''நேத்தே நீங்க கோமதி வீட்டுல கிறங்கி விழுந்ததா சொன்னாக'' என்று கவலையுடன் கேட்க அவர் ''சிவகாமி! டாக்டர் எனக்கு 'லோ பிரசர்' இருக்கின்னு சொல்லியிருக்காருல்ல. அதான் லேசா பட, படப்பு வந்துருச்சி. மற்றபடி ஒன்னுமில்ல. அதோட இன்னொரு விஷயம் என்னன்னா மாதவன் வர சொல்லியிருக்கான்! நான் போயி அவனப் பாத்துட்டு அப்படியே மதுவையும் பாத்துட்டு வாரேன்'' என்று நாகேந்திரன் சொல்லவும் சிவகாமியின் கண்கள் கலங்கியது.

''கல்யாணம் பண்ணி மறுவீடு கூட்டிக் கொண்டுபோய் மாப்பிள்ளை வீட்டுல விட்ட நாள்ல இருந்து ஒரு பதிலையும் காணோம். எப்படி இருக்காளோ என் செல்ல மக? மாதவன் சொன்னான்னு யாரோ, எவரோ ஒரு முகமறியாத மனுசனுக்கு என் பொண்ணக் கொடுத்திட்டீங்க. அலுங்கப் பேசாதவ.'' என்று சிவகாமி சொல்லிக் கொண்டு போக நாகேந்திரன் தவி தவித்தார்.

மகள் பேச்சை எடுத்ததினால் கதறி விடுவதுபோல் நெஞ்சை முட்டிக் கொண்டு வந்த அழுகையை அடக்கப் படாத பாடுபட்டார். நேற்றுவரை மாதவன் மூலமாகத்தானே மகளைக் கட்டிக் கொடுத்தோம். அவனிடம் போய் "ஏன்டா இப்படி செஞ்சே?" என்று கேட்டு அவனின் துணையோடு மகளைப் போய்ப் பார்க்கலாம் என்று கொஞ்சம் தைரியமாக இருந்தவருக்கு மாதவன் மாணிக்கத்தைப் பற்றி தனக்கு தெரியவே தெரியாது என்று சொன்னதைக் கேட்டு ரொம்பவும் இடிந்து போனார். திசைதெரியாத கரிய இருட்டுக்குள் அகப்பட்டவர் போல் தவித்துக் கொண்டு இருந்தவருக்கு சிவகாமி மகளின் பேச்சை நிறுத்த மாட்டாளா? என்று

இருந்தது. மாதவன் மாணிக்கத்தைப் பற்றி தனக்குத் தெரியாது என்று சொன்ன விஷயத்தை அவர் சிவகாமியிடம் சொல்லவே இல்லை. அதோடு கோமதியிடமும் சொல்ல வேண்டாமென்று கேட்டுக் கொண்டார். ஏற்கெனவே மகளைப் பற்றிய நினைவுகளில் வேதனையும், துயரமும் கொண்டு கண்ணீர் சிந்திக் கிடப்பவளிடம் இந்த விஷயத்தை வேறு சொல்லி விட்டால் அவ்வளவுதான் படுக்கையில் விழுந்தாலும், விழுந்துவிடுவாள் என்று நினைத்தவர் சிவகாமியை மேலே பேசவிடாமல் தடுத்தார்.

''அதான் நான் போய் பார்க்கப் போறேன்ல சிவகாமி. எல்லா விவரத்தையும் பாத்துட்டு வந்து சொல்லுதேன். முடிஞ்சா என்னோட மதுவையும் கூட்டிட்டு வாரேன்.'' என்றதும் சிவகாமியின் முகம் பளிச்சென்று மின்னியது.

''கண்டிப்பாக் கூட்டிட்டு வாங்க. என் செல்லம் முகத்தை ஒரு தடவை பாத்தாப் போதும். என் வயசே பதினாறா ஆயிரும் போலிருக்கும்'' எனறாள், மற்ற நாட்களாக இருந்தால் இந்தப் பேச்சுக்கு கிண்டலாக அவரும் ஏதேனும் பேசுவார். ஆனால் இப்போது நெஞ்சமெல்லாம் ரணவலியில் பின்னிக் கிடக்கையில் அவருக்கு எதுவும் பேசத் தோன்றவில்லை. ''சரி சிவகாமி, நான் போய்ட்டு வாரேன். நீயும் பிள்ளைகளும் பத்திரமா இருங்க.'' என்று சொல்லிவிட்டுத் தெருவுக்கு வந்தார். அவர் கண்களில் கண்ணீர் நிரம்பியிருந்ததால் தெருவும், தெருவில் சென்று கொண்டிருந்தவர்களும் இவரின் நெஞ்சுக்கு எதிரே மிதப்பது போல் தெரிந்தார்கள்.

அவர் ரயிலில் இருந்து இறங்கும் போதே மாதவன் ஓடி வந்து அவர் கையைப் பிடித்து இறக்கினான். தான் பார்த்து விட்டு வந்த இந்த ஐந்து, ஆறு மாதத்திற்குள் நாகேந்திரன் மிகவும் மெலிந்து துவண்டு போயிருப்பதைக் காண அவனுக்கு பாவமாக இருந்தோடு கூடவே எரிச்சலாகவும் இருந்தது.

ஒரு பெண்ணை பெற்று வளர்ப்பது மட்டும் பெரிய காரியமில்லை. அவளை நல்ல கணவனிடம் ஒப்படைப்பதுதான் எல்லாவற்றையும் விட கஷ்டமான காரியம். வாழ்க்கையென்பது என்ன புடவையா? பிடிக்கவில்லையென்றால் இன்னொருவரிடம் தூக்கிக் கொடுப்பதற்கு எதற்க்காக நமது முன்னோர்கள் எல்லாம் வாழ்க்கையை "நூறு வருசத்துப் பயிர்" என்று சொல்கிறார்கள்.

அதுமட்டுமில்லாமல் 'ஒருவனுக்கு ஒருத்தி என்று வாழ்வது தானே நமது நாட்டின் சிறந்த பண்பாடு. இந்தக் கலாச்சாரம் தானே நம்மை கோபுரத்தில் ஏற்றி உலகெங்கும் வைரமாய்மின்ன வைக்கிறது, தமிழர்களைப் பற்றி பெருமையாய் பேச வைக்கிறது'

"என்ன மாதவா? அப்படிப் பாக்குறே? இப்படியும் ஒரு முட்டாள் இந்த உலகத்திலே இருக்குறானான்னு பாக்குறயா?"

"சே. சே அப்படியெல்லாம் இல்ல. ஆனாலும் நீங்க செஞ்சது தப்புதான்னு தோணுது, ஒரு பெண்ணோட கல்யாணத்தைக் கேவலம் ஆயிரம் ரூபாய் பெறும் செல்லுலேயே பேசி முடிச்சிருக்க்கீங்களே. சரி அப்படி பேசுனீங்கல்ல அப்ப மாணிக்கம் என் நம்பர் மாறிவிட்டதா உங்ககிட்ட சொன்னத அப்படியே நம்பி இருக்கீங்களே. அதைத் தாம்பா என்னாலே பொறுத்துக்கவே முடியல, ஒரு தடவை என் பழைய நம்பருக்கு போன் போட்டு பாத்துருக்கலாம், அப்படி இல்லையா எவ்வளவோ செலவழிக்கிறீங்க. கல்யாணத்துக்கு முன்னாலயே என்கிட்ட யோசனை கேட்க வேண்டாம். போகட்டும் ஒரு அண்ணனா மது கல்யாணத்துக்கு என்னை கூப்பிடக்கூட உங்களுக்கு விருப்பமில்ல இல்லையா?"என்றான்

மாதவன் சொல்லச் சொல்ல கூனி குறுகி நின்றார் நாகேந்திரன். மாதவனுடைய ஒவ்வொரு வார்த்தையும் ஒவ்வொருக் குளவியாய் மாறி அவர் உடலெங்கும் கொட்டித் தீர்த்தது.

"ஸாரிப்பா! உங்களை குத்திக் காட்டுறதா நினைக்காதீங்க. அந்த மாணிக்கம். எப்பவாவது தான். என் கடைக்குச் சாப்பிட வருவான். அவன் சரியான ரௌடிப் பொய் சொல்லி, பொய் சொல்லி ரெண்டு, மூணு பொண்ணுகளோட வாழ்க்கையை பாழாக்கியிருக்கான்னு தான் நான் இதுவரைக்கும் கேள்விப்பட்டிருக்கேன்." என்று மாதவன் சொன்னதும் 'அய்யோ' என்று அலறினார் நாகேந்திரன்.

"என் மது... என் மது... அந்தப்பாவி கையில பட்டுக்கிட்டு என்ன பாடு, படுதாளோ? இந்த சென்னைக்கு என்னை கூட்டிட்டு வந்தானே அப்பவாவது உன்னைப் பாக்கணுமின்னு சின்ன நினைப்புக் கூட வரலையே மாதவா எனக்கு." என்று நாகேந்திரன் சொல்லவும் மாதவன் திடுக்கிட்டுப் போனான்.

"என்னப்பா சொல்றீங்க, இந்த சென்னைக்கு வந்திருந்தீங்களா?"

"ஆமா மாதவா. இந்த சென்னைக்கு என்னை கூட்டிட்டு வந்து மட்டுமில்ல. அவனுடைய வீட்டை, அவன் வேலை பார்க்கிற ஆபிஸை, அவனுக்கு இருந்த வாழைத் தோட்டத்தை!" என்று நாகேந்திரன் சொல்ல குறுக்கிட்டான் மாதவன்.

"என்னப்பா சொல்றீங்க? ஒரு பொம்பளை பொறுக்கிக்கு இவ்வளவு சொத்துகள் இருந்ததா? என்னால நம்ப முடியல"

"எனக்கும் நம்பிக்கையில்லாம தான் இருந்துச்சு. ஆனா அவன். வேலை பாக்கிற ஆபிஸை நேரடியாய்க் கூட்டிட்டுப் போய் காமிச்சான். வீட்டைக் காமிச்சான், அதோட விட்டுட்டுப் போனானா பாவி! இது என் சொந்த வாழை தோப்புன்னுல்ல காமிச்சான்."

"என்ன வாழைத்தோப்பா?" என்று ஆச்சரியப்பட்ட மாதவன் "இதெல்லாம் முதல் தர பிராடுன்னு தெரிஞ்சிருச்சி. அது போகட்டும். இப்ப உங்களுக்கு அவன் காட்டிய வீடு, ஆபீஸ் எல்லாம் ஞாபகம் இருக்குதப்பா." என்று கேட்கும்போது வீடும், ஆபீசும் நல்லா ஞாபகம் இருக்கு. ஆனா வாழைத் தோப்புக்குத்தான் எப்படி போனோமின்னு ஞாபகமில்ல ஏன்னா 'ஏ.ஸி கார்' கண்ணாடியை வேற பூட்டியிருந்தான் போன வழி வந்த வழின்னு எந்த ஞாபகமுமே இல்ல."

"உங்களை நல்லாப் பணத்திலயும் வசதியிலயும் குளிப்பாட்டியிருக்கான் ராஸ்கல். சரி. வாங்க நம்ம இப்ப நீங்க அவன் வேலை பாத்த ஆபீசுக்கும், வீட்டுக்கும். என்னைக் கூட்டிட்டுப் போறீங்க. அவனைப் பற்றிய விவரம் எதுவும் தெரியுதான்னு பாக்கலாம்." என்றதும் தலையை ஆட்டினார் நாகேந்திரன்.

தெருவின் பிரதான சாலையில் சிறு நீல நிறக் கண்ணாடிகளோடு உயர்ந்து நின்றது அந்த ஆபீஸ். அதைப்பார்த்ததும் இதுதான், இதுதான் என்று ஆவலோடு கூக்குரலிட்டார் நாகேந்திரன். ஏதோ மகளையே கண்டு விட்ட சந்தோசம் அவருக்குள் எழுந்தது.

மாதவன் அவர் உற்சாகத்துக்கு அணைகட்டியது போல் சொன்னான். "அப்பா! ஆபீஸ் இதுவாக இருக்கலாம், ஆபீஸின் முன்னால் நிற்கும் காவலாளி அதே காவலாளி தானா? முதலில் அதைப் பாருங்கள் என்றதும் உதட்டைப் பிதுக்கினார்.

"இவன் நான் பார்த்த காவலாளி இல்லை. அன்னைக்கு இதே

இடத்தில வேறே ஒருத்தன் நின்னுருந்தான்."

"நானும் அப்படிதான் நினைச்சேன். வாங்க அவன் கிட்டப் போயி விஷயத்தை கேட்கலாம்" என்றவாறு மாதவன் முன்னால் நடக்க களையிழந்த முகத்தோடு நாகேந்திரனும் பின்னால் நடந்தார்.

காவலாளியிடம் விசாரித்தபோது, "யாரோ உங்ககிட்ட பொய் சொல்லியிருக்காங்க சார். நான் இருபது வருசமா இந்த ஆபீஸில வாட்சுமேனா. இந்த வாசல்ல தான் நிக்கிறேன். போன வாரம் நாலு நாள் லீவு போட்டிருந்தேன் சார்."

"அப்போ உனக்குப் பதில் வேற ஆள் இருந்துருப்பாரே?"

"நிச்சயமா இப்ப ஆபீஸ் உள்ளே தான் வேலை பாத்துக்கிட்டு அந்த வாட்சுமேன் இருக்காரு. என்ன விஷயம் சார் சொல்லுங்க. நான் வேண்ணாப் போய்க் கூட்டிட்டு வாரேன்." என்றான்.

மாதவனும் இலைமறைகாயாக விஷயத்தைச் சொல்ல காவலாளி "ஒரு நிமிஷம் நில்லுங்க." என்று சொல்லிவிட்டு உள்ளே போனவன் மற்ற காவலாளியோடு வந்தான்.

அவனைப் பார்த்ததும் "இவரும் இல்லை மாதவா" என்றார் பரிதாபமாக. "நாங்க இரண்டு பேருமே இல்லாத நேரத்தில உங்களை யாரோ சரியா ஏமாத்தியிருக்காங்க சார். அது எனக்கு நல்லாப் புரியுது." என்று சொல்ல, மாதவன் அவர்களிடம் விடைபெற்றுக் கொண்டு மாணிக்கம் காட்டிய வீட்டைப் பார்க்க வந்தார்கள்.

# 6

அவர் காட்டிய தெருவின் முக்கில் மாதவன் இறங்கினான். அவனோடு கூடவே இறங்கிய நாகேந்திரனுக்கு தெருவைப் பார்க்கவுமே அதிர்ச்சியாக இருந்தது. மாணிக்கம் 'இந்த வீடுதான்' என்று அடையாளம் காட்டிய வீட்டை அவரால் அடையாளம் காட்ட முடியவில்லை. மறுவீட்டுக்காக வந்த போதுகூட அந்த வீட்டிற்க்குள் மகள் மதுமிதாவோடு எவ்வளவு பெருமையாக மகள் வலது காலை எடுத்து வைக்கும் முன்னால் தானல்லவா முந்திக் கொண்டு வலது காலை எடுத்து வைத்தார். அப்போது அவர் மனம்தான் எப்படிப் பூரித்திருந்தது.

"என்னப்பா வீடு ஞாபகம் இருக்கா?'' என்று மாதவன் கேட்டதும் "எனக்குச் சரியா ஞாபகம் இல்லை மாதவா. ஒரே திகைப்பா இருக்கு." என்றார்.

"வாசலில் போர்டு இருந்திருக்கும். அதில் பெயரும் இருந்திருக்குமேப்பா."

"அப்போ எனக்கு அதையெல்லாம் பாக்கனுமின்னே தோணலையே மாதவா. என் நெஞ்சு நிறைய பெருமையும், சந்தோசமும்தான் நிறைஞ்சி இருந்துச்சி. பாவி இப்படி ஏமாத்துவான்னு நான் நினைச்சிக் கூடப் பாக்கலயே. நம்ம மக எவ்வளவு பெரிய அதிர்ஷ்டசாலி. இத்தனை பெரிய பங்களாவுல வாழப்போறான்னுல்ல நினைச்சேன். இப்படிக் கொண்டு போய் பாழும் கிணத்தில தள்ளுவேன்னு நினைக்கலயே."

"அப்பா, இந்தத் தெருன்னு உங்களுக்கு தெரியல. வேற தெரு, வேற வீடுன்னு ஏதாவது ஞாபகமிருக்கா?"

நாகேந்திரன் பரிதாபமாக விழித்தார். "இல்லையே மாதவா, இந்த தெருதான் ஞாபகமிருக்கு. ஏதோ வசியம் வச்ச மாதிரி எதுவுமே எனக்கு ஞாபகமில்ல."

"சரி போகட்டும், அவன் கொடுத்த புதுநம்பர் ஞாபகம் இருக்கில்ல?"

“இதோ பத்திரமா ஞாபகம் இருக்கு. வீட்டு டைரியிலகூடக் குறிச்சி வச்சிருக்கேன்.”

“அப்பா, உங்களை வீட்டக்காட்டி, ஆபீஸைக் காட்டி, அவன் ஏமாத்தியிருக்கலாம். ஆனா அவன் கொடுத்தானே என்னோட நம்பருன்னு சொல்லி, ஒரு புது நம்பர் அதை வச்சி அவனை இலேசா கண்டுபுடிச்சிரலாம். இப்ப நம்ம என்ன செய்யப் போறோம் தெரியுமா?”

“என்ன செய்யப் போறோம்?” என்றார் அப்பாவியாக.

“நேரா போலீஸ் ஸ்டேசன் போறோம்.” என்று மாதவன் சொன்னதும் சதா ஆட்கள் போய்க் கொண்டும் வந்து கொண்டுமிருக்கும் நெரிசல் நிறைந்த சென்னை நகரம் என்று கூட பார்க்காமல் மாதவனின் காலில் நெடுஞ்சாண்கிடையாக விழுந்துவிட்டார் நாகேந்திரன்.

நாகேந்திரன் விழுந்ததைப் பார்த்ததும் மாதவன் திடுக்கிட்டுப் போனான். சட்டென்று குனிந்து அவரை தூக்கி நிறுத்தினான் நாகேந்திரன் நிற்க முடியாமல் தள்ளாடினார். கொஞ்சம் அவரை விட்டால்கூட நாள் முழுக்க தன் காலில் விழுந்து கிடப்பார் போல் அவனுக்கு தோன்றியது. போகிறவர்கள், வருகிறவர்கள் எல்லோருமே அவர்கள் மீது ஒரு நிமிஷம் தங்கள் பார்வையைச் செலுத்திவிட்டுத்தான் சென்றார்கள்.

நாகேந்திரனின் இந்தச் செய்கை மாதவனின் நெஞ்சில் கத்தியை சொருகியது போல் வலியைக் கொடுத்தது.

“என்னப்பா, நான் உங்களுக்கு என்ன பாவம் செஞ்சேன். எதுக்காக என்னை இப்படி அவமானப்படுத்துறீங்க?” என்றான் வருத்தத்தோடு.

“நீ போலீசுக்கு போகக் கூடாது மாதவா. உன்னைத் தடுக்க எனக்கு வேற வழி தெரியல. என்னை மன்னிச்சுரு மாதவா.”

“அப்பா, நானு உங்களுக்காகத் தான் போலீசுக்கு போகப்போறேன். எனக்காக இல்ல அதை நீங்க புரிஞ்சுக்கோங்க.”

“அதைத் தான் மாதவா நானும் சொல்றேன். என்னைப் புரிஞ்சிக்கோ. நான் இன்னும் இரண்டு பொண்ணுகளை பெத்து வச்சிருக்கேன். நீ போலீஸ் அது, இதுன்னு போனேன்னா என் பொண்ணுங்களோட கதி... அவங்க இன்னொருத்தரு வீட்டுல போயி வாழவேண்டாமா?”

மாதவனுக்குச் சலிப்பாயிருந்தது "அப்போ, மதுவோட வாழ்க்கை பாழாகட்டுமின்னு சொல்றீங்க! அப்படித்தானே?"

"அய்யய்யோ! என்ன மாதவா இப்படிப் பேசுறே? நான் என்ன சொல்றேன்னா போலீசுக்குப் போகாமலே நம்ம மதுவைக் கண்டு பிடிச்சிரலாமேன்னு... "என்றவர் தயங்கினார், அவர் வார்த்தையில் அவருக்கே நம்பிக்கை இல்லாதிருந்தது.

"போலீசுக்குப் போகாம எப்படிக் கண்டுபுடிப்பீங்க?"

"அவன் இந்த சென்னையிலதான் இருப்பான்னு நினைக்கேன்."

"சரி, நீங்க நினைச்ச மாதிரி அவன் சென்னையிலேயே இருந்தாக் கூட எப்படிக் கண்டுபுடிப்பீங்க? அதுவும் செல் நம்பரை மாத்தி என்னை மாதிரியே பேசி உங்களை ஏமாத்தி மதுவைக் கடத்திட்டு போனவன் நிச்சயமா அவ கூட வாழ்றதுக்காக கடத்திட்டுப்போவல."

"மாதவா! நீ நினைக்கிற மாதிரி அவன், அதான் அந்த மாணிக்கம் கடத்திட்டும் போகலையே. அவன் நாலு பேரை கூட்டிவச்சி கல்யாணமில்ல செஞ்சிட்டுப் போனான்." என்றார் அப்பாவியாக.

"அது தாம்பா அவனுடைய தந்திரம். கடத்திட்டுப் போயி அவளை மோசமான தொழில்ல ஈடுபடுத்தினா தனக்கு எந்த பாதுகாப்பும் இருக்காதுன்னு கல்யாணமிங்கிற பேர்ல மது கழுத்தில ஒரு தாலிய போட்டு கூட்டிட்டுப் போயிருக்கான். இப்ப அவளை அவன் எப்படியும் கொடுமைப்படுத்தலாம். அதற்கு அவனுக்கு உரிமை இருக்குல்ல?" என்று மாதவன் சொன்னதும் இத்தனை நேரம் பொறுமை காத்த நாகேந்திரன் இப்போது வாய்விட்டுக் கதறினார்.

***

# 7

மூன்று நாள் கழித்துக் கண் விழித்தாள் மதுமிதா. நெற்றியில் வலி கன்னென்றிருந்தது கண்ணைத் திறந்தால் எதிரே மாணிக்கம் நிற்பானோ? என்று கண்ணை திறக்காமலே நாம் எங்கேயிருக்கிறோம் நம்மைச்சுற்றி என்ன நடக்கிறது என்று அறிய விரும்பினாள்.

கூர்ந்து கவனித்ததில் யாரோ ஒரு ஆள் மட்டும் நடமாடுவது தெரிந்தது. வீட்டின் இருட்டை வைத்து வெளியே கதவு பூட்டப்பட்டிருக்கிறது என்பதை அறிந்துகொண்டவளுக்கு அப்படியானால் மாணிக்கம் வீட்டிற்குள் இல்லை என்பதைத் தெரிந்து கொண்டாள். ஏனென்றால் எப்போதும் அவன் வீட்டை விட்டு வெளியே போகும் போதுதான் கதவைப் பூட்டிவிட்டுப் போவான். மற்றபடி கதவு வெறுமே சாத்தியிருக்கும். அதன் இடுக்கின் வழியாக பரவலான வெளிச்சம் வந்து வீட்டின் இருட்டைக் கொஞ்சமாய் கலைப்பதை அவள் பார்த்திருக்கிறாள்.

அதனால் உறுதியாக "மாணிக்கம் வீட்டிற்குள் இல்லை" என்பதைத் தெரிந்து கொண்டு கண்களைத் திறந்தாள். கண்களைத் திறந்தவளுக்கு ஒரு ஆச்சிரியம் காத்திருந்தது, இந்த வீடு புது வீடாக இருந்தது. வீட்டின் முன்புறம் பெரிய ஜன்னல் ஒன்று வெளிக்காற்றை வீட்டினுள்ளே அனுப்பிக் கொண்டிருந்தது. ஒரு பெண் உள்ளுக்கும், வெளிக்குமாய் ஓடி ஓடி வேலை செய்து கொண்டிருந்தாள். அவள் யாராயிருக்கும் என்று பார்ப்பதற்காக கொஞ்சமாய் தலையை திருப்பிய மதுமிதா சுரீர் என்று வலி தாங்க முடியாமல் "அம்மா" என்று முனங்கினாள்.

உடனே வீட்டிற்குள் வேலையாயிருந்த அந்தப் பெண் ஓடி வந்தாள்.

"மது, என்ன செய்யுது உனக்கு?" என்று கேட்டவாறே அவளை தாங்கி உட்க்கார வைத்தாள். வாய் கொப்புளிக்க தண்ணி கொண்டு வந்து கொடுத்து அவளைக் கொப்பளிக்கச்செய்து அசிங்கமில்லாமல் பிடித்தாள். "காப்பி கொடுக்கட்டுமா?" என்று கேட்க, மதுமிதா மெதுவாக தலையை அசைத்தாள்.

கல்யாணமாகி இந்த இருபது நாளைக்குப்பின் ஒரு பெண்ணை தன் அருகில் நெருக்கமாய்ப் பார்த்ததும் அவளுக்கு மிக ஆறுதலாக இருந்தது.

"உன் பேர் என்ன?" என்று கேட்க நினைத்தவளுக்கு வாயிலிருந்து வெறும் காற்றுதான் வந்தது.

“முதல்ல காப்பியக் குடி மது. பிறகு பேசுவோம்'' என்று அவள் சொல்ல, காப்பியை வாங்கிக் குடித்தாள் மதுமிதா. இப்போது அவளுக்குக் கொஞ்சம் தெம்பு வந்தது போலிருந்தது.

“இப்ப சொல்லு நீ யாரு, உன் பேரு என்ன?”

“எனக்கு என் அம்மாவும், அப்பாவும் ஆசையா வச்ச பெயர் அருணா. ஆனா இங்கே நான் சிங்காரி.”

“சரி, நானு எப்படி இங்கே வந்தேன்?”

“மாணிக்கம் உன்ன அடிச்ச அடியில உன் தலை சுவர்ல மோதி ரத்தம் வெள்ளமா போயிருக்கு. அதனால நீயும் மயங்கி விழுந்துட்ட. என்ன, என்னவோ கைப்பக்குவம் செய்து மாணிக்கம் உனக்குக் கட்டுப் போட்டான். ஆனாலும் ரத்தம் நிக்கவே இல்ல. ஏதோ ஒரு பொய்யச் சொல்லி டாக்டரை கூட்டிட்டு வந்து உனக்கு ரத்தம் நிக்கிறதுக்கு ஊசி, மருந்து போட்டான். அதுக்காக உன்ன அந்த வீட்டுல இருந்து இந்த வீட்டுக்கு தூக்கிட்டு வந்தாங்க. அதோட உன்னைப் பாத்துக்கிறதுக்கும், அடிக்கடி உனக்கு மருந்து கொடுக்கிறதுக்கும் என்னை அனுப்பி வச்சிருக்காங்க.”

“இந்த மாணிக்கம் எங்கே போயிட்டான்?”

“அவன் இன்னொரு பெண்ண காதலிச்சோ, கல்யாணம் முடிச்சோ கூட்டிட்டு வரப் போயிருக்கான்.” என்று அருணா சொல்லவும் மது பதறினாள்.

“அருணா... நீ சொல்றதெல்லாம் நிஜம் தானா?”

“நான் எதுக்கு மது பொய் சொல்லப்போறேன். இந்த ராஸ்கல் என்னைக்கூட காதலிச்சான். கல்யாணம் பண்ணிக்கிறதா சொன்னான். நானும் இவன் சொன்தை நம்பி இவன் பின்னால ஓடி வந்தேன். ஓடி வந்த மறுநாளே” மேலே பேச முடியாமல் அருணா விக்கி விக்கி அழுதாள்.

ஏற்கெனவே சிதைந்து போன நெஞ்சோடு இருந்த மதுமிதா அருணா சொன்னதைக் கேட்டதும் அப்படியே நொறுங்கிப் போனாள்.

மலர்களாலும், மயிலின் இறகுகளாலும் கூடு கட்டி வைத்திருந்த அவள் வாழ்க்கை ஒரு மனிதக் குரங்கின் கையால் பிய்த்து எறியப்பட்டதைப் போல் உணர்ந்தாள்.

“என்ன மது நான் சொன்ன விஷயம் உனக்கு அதிர்ச்சியாத்தான் இருக்கும். அவன் போகும்போதே உன்கிட்ட எதுவும் சொல்லக்கூடாதுன்னு தான் சொல்லிட்டுப் போனான். ஆனா எனக்குத் தான் தாங்கல அவனுடைய திருட்டுத்தனத்தையெல்லாம் சொல்லிட்டேன். அவன்கிட்ட சொல்லிராத. பிறகு அவன் பண்ற சித்ரவதையிலிருந்து என்னால மீள முடியாது.” என்றாள் அவளின் இரு கண்களிலும் கண்ணீர் வழிந்தது.

“என்ன சொல்றே அருணா?”

“ஆமா மது. நீ புதுசு, பாத்தா படிச்சவளாட்டம் இருக்கே அதனாலதான் உன்கிட்ட கொஞ்சம் அடங்கியிருக்கான். இல்லாட்டி அவன் அணுகுமுறையே வேறயா இருக்கும்.” என்றவள் "இந்தா பாரு என்று தன் கெண்டைக்காலை காட்டினாள்.

கருப்பாய், நீளமாய் எழும்பியிருந்த தழும்பு அவள் கால்களையே விகாரப்படுத்தியிருந்தது.

“என்ன இது அருணா?”

“நானும் உன்னை மாதிரிதான் இந்த அசிங்கமான பிழைப்பிலிருந்து எப்படியும் தப்பிச்சிரனுமின்னு எவ்வளவோ போராடினேன். அதுக்கான வடுவுதான். என் உடம்பு முழுக்க பதிஞ்சி இருக்கு.”

“இப்படி எத்தனை பேரு இங்க இருக்குறீங்க?”

“மொத்தம் எட்டு பேரு. நீ புதுசா வந்திருக்கே. இன்னும் எத்தனை பேரு வராங்களோ! ஆனா உனக்குக் கொஞ்சம் அதிர்ஷ்டம் இருக்கு மது”

“என்ன அதிர்ஷ்டம்?”

“கல்யாணம் முடிச்சிட்டு வந்த மறுநாளே இந்தத் தொழில்ல இறக்கிவிட்டுருவாங்க. ஆனா உன்ன இன்னும் இறக்கிவிடல காரணம் நீ எங்களையெல்லாம்விட அழகாவும், சின்ன வயசாகவும் இருக்கே. உன்னால நிறைய லாபம் வரும். பெரிய, பெரிய பணக்காரங்க உன்னைத் தேடி வருவாங்க. சில லட்சங்கள் உனக்காவ அள்ளிக் கொடுத்து ஒரு வாரத்துக்கோ, இல்ல ஒரு மாதத்துக்கோ உன்ன அவங்களோடயே கூட்டிட்டுப் போயி வச்சிருந்துட்டு

கூட்டியாந்து விடுவாங்கன்னு நெனைச்சிதான் உன்கிட்ட அவங்களோட சித்ரவதையக் காட்டாம பம்மிக்கிடக்கிறாங்க கொலகாரப்பயக.''

மதுமிதாவிற்கு நெஞ்சுக்குள் தீக்கொழுந்தை சொருகினாற் போலிருந்தது.

"நிஜமாவா சொல்றே அருணா?''

"பிறகென்ன பொய்யா சொல்றேன். எங்களையெல்லாம் கூட்டிட்டு வந்த மறுநாள், இரண்டாவது நாளுன்னு தொழில்ல எறக்கிருவாங்க. அதுவரைக்கும் காதலிச்சிக் கூட்டிட்டு வந்தவனுக்கும் தாலிகட்டிக் கூட்டிட்டு வந்தவனுக்கும் நம்ம பொண்டாட்டியா இருக்கணும். இவங்க இப்படிப் பொம்பளத் தொழில் செய்றவங்க. ஆனா நம்ம ஆகா நம்ம புது வாழ்க்கைய ஆரம்பிச்சிருக்கோம். நல்லா வாழ்ந்து நம்ம உறவுகளுக்கும், சொந்தங்களுக்கும் எடுத்துக்காட்டா இருக்கணுமின்னு நம்ம நெஞ்சில ரொம்ப சந்தோசமா நம்பிக்கைங்கிற விளக்க ஏத்தி வச்சுருப்போம். ஆனா அதெல்லாம் பூவும், பிஞ்சும், காயுமா இருக்கிற தோட்டத்தில தீப்பிடிச்ச மாதிரி...'' என்ற அருணா மேலே பேச முடியாமல் விக்கி விக்கி அழுதாள்.

மதுமிதா அருணாவை அணைத்துக் கொண்டவள் "நினைக்க, நினைக்க எனக்கு ஆச்சரியமாதான் இருக்கு. ஏன்னா நம்ம நாடு முன்னேறிருச்சி விஞ்ஞானங்களெல்லாம் வானத்தத்தாண்டி போயிக்கிட்டு இருக்கின்னாலும் இப்படி ஒரு கொடுமை ஒரு பக்கம் நடந்துக்கிட்டுதான இருக்கு அருணா?''

"என்னத்த முன்னேறியிருக்கு? பிச்சைக்காரங்களும், குடிகாரங்களும் வேலையில்லாதவங்களும் இன்னும் இருக்கத்தான செய்தாங்க. அதுபோல தான். இதுவும் மறைமுகமா நடந்துக்கிட்டு இருக்கு''

"உங்கள இந்தத் தெருவில நிறையத் தடவ போகும் போது பாத்திருக்கேன். நான் முதன் முதலா உங்களைப் பாக்கும் போது இரண்டாவது ஆட்டம் சினிமாவுக்கு போறதாதான் தான் நினைச்சேன். அதுவுமில்லாம நீங்க சிரிச்சி வேற பேசிக்கிட்டு போனீங்களே.''

"வேற வழி'' என்ற அருணா இப்போதும் விரக்தியோடு சிரித்தாள். எங்க ஆறு பேரையும் தனித் தனி ரூம்புல தான் அடைச்சி

வச்சிருப்பான். பகல் நேரங்கள்ல்ல எங்களால ஒருத்தருக்கொருத்தர் பார்க்க முடியாது, பேச முடியாது. அதோட பகல் நேரத்திலயும் நாங்க இவனுக்கு சம்பாரிச்சிக் கொடுக்கணும்."

"அடக்கடவுளே" என்றாள் மது. தன் தலைக்குள் கூர்மையான ஆணிகள் அறைவதைப் போன்ற வலியின் வேதனையில் அவள் துடி, துடித்தாள்.

"இந்த மாதிரி ஒரு கொடுமையும் உண்டுமோ?'' என்று அவள் சொல்லும் போது யாரோ வரும் காலடிச் சத்தம் கேட்க, மது பழையபடி மயக்கம் கொண்டவள் போல் படுத்துக் கொண்டாள். ரேடியாவில் சுற்றுலாத் தளங்களைப்பற்றி ஒரு பெண் பேட்டி எடுத்துக் கொண்டிருந்தாள். அருணா அவசரமாக போய் கதவைத் திறந்து எட்டிப்பார்த்தாள்.

சாப்பாடு கொண்டு வரும் கேசவன்தான் டிபன் பாக்ஸோடு நின்றிருந்தான்.

"என்னக்கா... அவங்களுக்கு மயக்கம் தெளிஞ்சிருச்சா?"

"இவளுக்கு தெளிஞ்சிட்டா நானு எதுக்கு இப்படி ரேடியோவை கேட்டுக்கிட்டு உக்காந்திருக்கேன். கதவ பூட்டிட்டு நிம்மதியா படுத்து தூங்குவேன்ல?"

ரகசியக் குரலில் கேசவன் அருணாவிடம், ''அவங்களுக்கு நினைவெல்லாம் வந்துருக்கும் வேனுமின்னுதான் படுத்திருக்கிறதா சொல்றாரு மாணிக்கம்"

"சே... சே.... அப்படியெல்லாம் படுக்க முடியாது. நான்தான் பாத்துக்கிட்டு இருக்கனே கொஞ்சம்கூட முகம் சிணுங்கவே இல்லையே."

"என்னக்கா நீ? மொகம் சிணுங்காட்டா நினைவு வரலேன்னு அர்த்தமா?"

"என்னடா நீயும் அந்தக் கொடுமைக்காரப்பாவி மாதிரி ஆயிட்டயா?"

"அண்ணனுக்குப் பிறகு இந்த பிசினஸை நடத்தப் போறதே நான் தானக்கா'' என்றதும் அருணா நெருப்பாக சீறினாள்.

"செருப்பாலடிப்பேன். இப்பவே நீ எத்தனை பேர் வாயில விழுந்து நாசமாயிக்கிட்டு இருக்கே தெரியுமா?"

"அய்யய்யோ என்னக்கா சொல்றே! மாணிக்கம் ஏவுற வேலையை நான் செய்யிறேன் அவ்வளவு தான்."

"இது ஒரு வேலையாடா. போய் ஹோட்டல்ல மாவாட்டு, ஒரு கடையிலருந்துக்கிட்டு சரக்கு நிறுத்துபோடு, ஆஸ்பத்திரியில போய் வார்டு பாயா இரு. உனக்கு வேலையாடா இல்ல. அந்தப் பயதான் இப்படி ஒரு தொழில கையில எடுத்துக்கிட்டு நிறையப் பேர் வயிறெரிஞ்சி திட்டுறதில குஷ்டம் வந்து கால், கை அழுவி தெருவில கிடந்து வவுத்து பசிக்கு பிச்சையெடுக்கப் போறான்றியா?" என்று இன்னும் என்ன என்னவோ அருணா பேசப் பேச, கேசவன் மௌனமாக தலை குனிந்தவாறு நின்றிருந்தான்.

"என்னடா வாயே திறக்க மாட்டேன்னு நிக்கிறே? செஞ்ச பாவம் திரும்ப போவுதேன்னு பயமா இருக்கா?"

"அதில்லக்கா, நீ பேசுறதெல்லாம் இந்நேரத்துக்கு அண்ணன் காதுக்கு போயிருக்குமேன்னு தான் பயப்படுறேன்" என்று சொன்னதும் சாட்டை நுனி பட்டவளாய் துடித்துப் போனாள் அருணா.

அவன் சொன்ன வார்த்தையைக் கேட்டதும் இத்தனை நேரமும் உணர்வு இல்லாதவள் போல் படுத்திருந்த மதுமிதா கூட அதிர்ச்சியானாள். "என்னடா சொல்றே? ஏற்கெனவே அவனுக்கு 'சிக்னல்' கொடுத்துட்டுத்தான் வந்துருக்கயா?" என்றாள் அருணா. இப்போது அவள் குரல் அடங்கியிருந்தது.

"நான். எதுக்காகக்கா சிக்னல் கொடுக்கப் போறேன். மாணிக்க அண்ணனைப் பத்தி உனக்குத் தெரியாதாக்கும். அவனோட ஆளுக தான் எப்பவும் உங்களயெல்லாம் கங்காணிசசிக்கிட்டு தானே இருக்காக. இவ்வளவு நேரமும் நீ பேசுன பேச்சை கண்டிப்பா அண்ணனுக்கு தெரியப்படுத்தியிருப்பாகன்னு சொல்ல வந்தேன்."

அருணாவிற்கு எப்போதும் இல்லாத தைரியம் இப்போது வந்தது போல் வீறிட்டாள் "அப்படித் தெரிஞ்சா, தெரிஞ்சிட்டுப் போவட்டுமடா. இதுக்கு முன்னால பண்ணாத சித்ரவதையா இப்ப பண்ணிரப்போறான். நானும் ஒரு முடிவோட தாண்டா இருக்கேன்."

"என்ன முடிவுக்கா"

"அவன் கையால நானு சாவணும். அவன் என்னைக் கொலை செஞ்சதுக்காக ஜெயிலுக்குப் போவணும்."

"சரிக்கா, சாப்பாட்ட எடுத்து வச்சிக்கிட்டு டிபன் பாக்ஸைக் கொடு, நான் எல்லாருக்கும் சாப்பாடு கொண்டு போவணும்." என்று கேசவன் கேட்க, அருணா சாப்பாட்டை எடுத்து வைத்துக் கொண்டு டிபன் பாக்ஸைக் கொடுத்தாள். அவன் முன்வாசலுக்குப் போக, அவன் பின்னாலேயே வந்த அருணா "நீயும், நானும் எவ்வளவு நேரம் பேசிக்கிட்டு இருந்தோம். அவளுக்கு சுய நினைவு வந்துருந்தா இவ்வளவு நேரமும் சும்மாவா படுத்திருப்பா? சின்ன முகச் சிணுக்கமாவது இருக்குமில்ல அந்த மது முகத்த நீயும் பாத்துட்டுத்தான இருந்தே?" என்று கேட்டாள்.

"ஆமக்கா, நினைவு திரும்பிட்டா கைய, கால அசைக்காம படுத்திருக்கிறது கஷ்டம் தான். நானு அண்ணன் கிட்ட சொல்றேன்."

"சரிடா, இன்னொரு விஷயம் இவள இப்படிப் போட்டுட்டு நானு தொழிலுக்கு போறதா, அப்படி நான் போன நேரத்தில இவளுக்கு நினைவு வந்துட்டா என்ன செய்றதுன்னு யோசிக்கிறேன்."

"நீ சொல்றதும் சரிக்கா. அண்ணன்கிட்ட இருந்து. ஏதாவது தகவல் வரும். நைட்டுக்கு டிபன் கொண்டுவரும்போது சொல்றேன்" என்றான்.

கதவைத் தாள் போட்டு விட்டு, சன்னலையும் அடைத்துவிட்டு அருணா திரும்பியபோது மது எழுந்து உட்கார்ந்திருந்தாள். முகம் வெளுத்துப் போயிருக்க மிகவும் களைத்துப் போயிருந்தாள்.

"இங்க வாரவன் எல்லாம் 'அக்னிக் குண்ட' தூக்கி மேல எரிஞ்ச மாதிரி ஒவ்வொன்னா சொல்லிட்டுப் போறான். எவனாவது இந்த வீட்டுக்குள்ள இருந்து ஒரு குழாய வெளிய இழுத்து நம்ம பேசுறதையெல்லாம் கேட்டுக்கிட்டு இருக்கானோ என்னமோ. எப்படியோ நம்ம தலை. விதிப்படி நடக்கட்டும். நீ சாப்புடு மது." என்று அருணா சொல்ல

சோர்வோடு தலையசைத்தாள் மது.

"ஓட்டல் சாப்பாடு சாப்பிட்டுச் சாப்பிட்டு சாப்பிடுங்கிற வார்த்தைய கேட்டாலே எனக்கு உமட்டுது, வீட்டுச் சாப்பாடு ரசம் சோறு, அதுகூட வேண்டாம். வடிதண்ணி சோறுமா சாப்பிடக் கிடைக்காதான்னு ஏங்குறேன் அருணா."

"நாங்க அதையெல்லாம் மறந்து மூணு வருசத்துக்கு மேல ஆச்சி. உன்னை மாதிரிதான் வீட்டுச் சோத்துக்காக என் நாக்கு அலைஞ்சிச்சி அதுக்காகவே நான் எவ்வளவு அடி வாங்கியிருக்கேன் தெரியுமா?"

“என்ன சொல்றே அருணா?”

“ஆமா, அதெல்லாம் பெரிய, பெரிய கதை. உனக்கு அதை நான் சொல்ல வேண்டியதில்ல. போகப் போக நீயே தெரிஞ்சிக்கிடுவே. ஓட்டல் ரசமிருக்கு. கொஞ்சமா ரசத்த விட்டு சோறை போட்டு பிசைஞ்சி குடி.”

“எனக்கு ஒரு ஆச்சரியம் அருணா?” என்று மது சொன்னதும் பெருமூச்சு விட்டாள் அருணா. அவள் முகம் துயரத்தில் தோய்ந்திருந்தது.

“நம்ம வாழ்க்கையே பெரிய ஆச்சரியக் குறியா மாறியிருக்கு. இதுல உனக்கென்ன ஆச்சரியம்?”

“நம்ம எவ்வளவு வேதனைப்படுறோம், கவலைப்பட்டு கண்ணீரு சிந்துறோம். செத்துப்போகக் கூட தயாராயிருக்கோம். ஆனா இந்த வயிறு மட்டும் பாரு நம்ம உடம்புக்குள்ள இன்னொரு உயிரை பிடிச்சி வச்ச மாதிரி இந்த வயிறு ரோசங்கெட்டுப் போயி பசிக்காக எப்படி அலையுது பாரு” என்ற மதுமிதா, “எனக்கு ஒரு யோசனை தோணுது அருணா.”

“சொல்லு மது. இப்படி யாராவது யோசனை சொல்லமாட்டாகளா? அதில இருந்து விடுபட ஒரு வழி கிடைக்காதான்னு நான் என்ன மாதிரி தவிக்கிறேன் தெரியுமா?”

“இந்த வயிற்றுப் பசிய உதறித்தள்ளிட்டு வைராக்கியத்தோட பட்டினியே கிடந்து செத்துப் போனா என்ன?”

“நானு எட்டு நாளா பட்டினியாவா இருந்தே? அப்ப நீ ரொம்ப வைராக்கியம் புடிச்சவதான்.”

உதட்டைப் பிதுக்கினாள் அருணா. அவள் கண்களில் கண்ணீர் கர கரவென்று வழிந்தது.

மதுமிதா அவள் தோளை ஆதரவோடு பற்றினாள், “என்ன நடந்தது அருணா?”

“ஒரே ஒரு சாட்டையடியில என் வைராக்கியமெல்லாம் சிதறிப் போச்சு மது.”

“என்ன சாட்டையில உன்ன அடிச்சானா?”

“இவன்கிட்ட வந்துசேந்த எல்லாருமே சாட்டையடி வாங்கியிருக்கோம். தொழிலுக்கு போகமாட்டேன்னு சொல்றதுக்காக மட்டுமில்ல. ஒரு நாளைக்கு இந்த பாவிக்கு இராண்டாயிரம் ரூபாய் சம்பாரிச்சிக் கொடுக்கணும் இல்லாட்டி சாட்டையடிதான்.”

“என்னது... இரண்டாயிரமா?”

"ஆமா... பாவம்... செந்தி இருக்காபாரு"

"செந்தியா... அது யாரு?"

"அது ஒரு அப்பாவிப் பொண்ணு. அப்பாவுமில்ல, அம்மாவும் இல்ல, அவளோட வயசான பாட்டி தான் இட்லி அவிச்சி வித்து இவள வளத்துருக்காங்க. சின்ன வயசுலே அவளுக்கு காச நோய் இருந்திருக்கு. வயசுல தெரியல அங்க இட்லி சாப்பிட போனவன் எப்படியோ இவளைப் பாத்துட்டான். உடனே தன்னோட நாடகத்த ஆரம்பிச்சிட்டான்."

"எப்படி?"

"பாட்டி உங்களப் பாத்தா பாவமா இருக்கு. நானே உங்க பேத்தியை கட்டிக்கிறேன்னு சொல்லியிருக்கான். செந்தியோடு பாட்டியும் இந்த சொல்லுக்காக காத்திருந்த மாதிரி சம்மதம் சொல்லிட்டாங்க."

"பிறகு என்ன ஆச்சு?"

"என்ன ஆகும்? அங்கேயே நாலுபேர் கூப்பிட்டு ஒரு பிள்ளையார் கோயில்ல வச்சி ஒரு தாலியக் கட்டி இங்க கூட்டிட்டு வந்துட்டான். பாவம் அந்தப் பொண்ணு ஏற்கெனவே மெலிஞ்சி போயிருப்பா. வந்த நாளாவது நாளே தொழில்ல கொண்டு போயி விட்டுருக்கான். அவ மூச்சு வாங்குறதப் பாத்தே அவகிட்ட எவனுமே வரல. வந்த எல்லா டிரைவர்களும் இவ உடம்பு இருக்கிறதையும், மூச்சு திணறுறதையும் பாத்துட்டு கொடுத்த காசை வாங்கிட்டுப் போறாங்க. இந்த மாணிக்கத்துக்கு கோபம் தாங்க முடியல இவளால எந்த லாபமுமில்ல இவளுக்கு தண்டமா சாப்பாடு போட வேண்டியிருக்குன்னு அந்த செந்திய என்ன இம்சபடுத்துனான் தெரியுமா? பாவம் அது சின்னப் பொண்ணு. ஒரு சாட்டையடிக்கே அவ அப்படியே சுருண்டு விழுந்திருவா."

"நாங்க எவ்வளவோ எடுத்துச் சொன்னோம் அவள விட்டுரு அவ உடம்பு தேறட்டும். அவ சம்பாரிக்கிற காசை நாங்க சம்பாரிச்சி தாரோமின்னு."

"அதுக்கு என்ன சொன்னான்?"

"அப்படிச் சொன்னதுக்காக எங்களுக்கு அடிதான் விழுந்துச்சி."

"என்ன சொல்றே அருணா?"

"ஆமா மது. அப்போ உங்களால இன்னும் அதிகமாச் சம்பாரிக்க

முடியும். வேணுமின்னே நீங்க குறையாச் சம்பாரிச்சிட்டு வாரீங்களா? இல்ல சம்பாரிச்சு துட்ட ஒளிச்சி வச்சிருக்கீங்களான்னு கேட்டுக் கேட்டு அடிச்சான்.'' என்றாள் அருணா. அவள் குரலில் கரை காணாத துக்கமும், சோகமும் கலந்திருந்தது.

"இவன் கிட்ட இருந்து தப்பிக்க வழியே இல்லையா? அருணா."

"எப்படித் தப்பிக்கச் சொல்றே? நம்ம யார்கிட்டயாவது பேசிருவோமின்னு 'செல்' போன்களையெல்லாம் பிடுங்கி வச்சிக்கிட்டான். பகல்ல தனியறையில வச்சிப் பூட்டி வச்சிருதான். சாப்பாடு கொண்டு வாரவனும் நம்மளுக்கு வைத்தியம் பாக்கிற டாக்டரும் சரி, எல்லாம் அவன் ஆளுக. அவன் ஆளுகன்னு சொல்றதை விட அவனுடைய ரவுடித் தனத்துக்கு பயப்படுறாங்க. இவனைப் பகைச்சிக்கிட்டவங்களை இவன் வாழவே விடுறதில்ல. அவங்க குடும்பத்தையே சிதைச்சி சின்னாபின்னமா ஆக்கிருவான். லாரி டிரைவர்களே இவனுக்கு பயப்படுறாங்கன்னா பாரேன்."

"தொழிலுக்காக கூட்டிட்டுப் போறானே அங்கேயிருந்து தப்பிக்க முடியாதா?"

"கண்டிப்பா முடியாது?'' என்று அழுத்தமாகச் சொன்னாள் அருணா. நீயும் தானே. ஓடிப்பாத்தே உன்னால அவன்கிட்ட இருந்து தப்பிக்க முடிஞ்சதா? இந்த ஏரியா மொத்தத்திலும் வீடுகளோ, கடைகளோ இல்ல. அப்படியே இருந்தாலும் எல்லா ஆட்களும் அவனுடைய ஆட்கள்தான். நமக்கு யாருமே உதவ மாட்டாங்க."

"சரி... அந்த செந்தி என்ன ஆனா?"

"இவன் கிட்ட அவளால ஆறு மாதம்கூட தாக்குப்புடிக்க முடியல. தினமும் அய்யய்யோ இன்னைக்கு எத்தனை சாட்டையடி வாங்கப்போறோமோன்னு நினைப்பிலேயே அவ மனநிலை பாதிச்சிருச்சி.'' என்று அருணா சொன்னதைக் கேட்டதும் மதுமிதாவிற்கு குடலே அறுந்து விழுந்தது போல் துடித்தாள்.

"பிறகு என்ன ஆச்சி?"

"பாவிப்பய அவளை அடிச்சே கொன்னு போட்டுருப்பான். ஆனா மன நோய்க்கான ஆஸ்பத்திரியில கொண்டுபோய் விட்டதா சொன்னான். அதுக்குப் பிறகு யாருமே அவளைப் பாக்கல." என்றாள் அருணா.

சற்று முன்னால் அகோரமாய்ப் பசித்த மதுமிதாவின் வயிறு

இப்போது பசியை மறந்து போயிருந்தது. நெருப்போடு ஒரு அடுப்பை தூக்கி அவளுக்குள் வைத்தது போல அவள் நெஞ்சம் எரிந்தது. உயர தூக்கியவாறு தன்னுள் நுழைந்து கொண்ட தேள் கொடுக்குகளின் கொட்டலில் அவள் அங்கங்கள் எல்லாம் தாறு மாறாக பிய்த்து எறியப்பட்டதைப் போல் உணர்ந்தாள்.

"வா மது சாப்பிடுவோம்" என்று அருணா கூப்பிட்ட போது "நீ சாப்பிடு அருணா எனக்கு பசியே இல்லை." என்று சொன்ன மதுமிதாவை ஆச்சரியத்தோடு பார்த்தாள் அருணா.

***

# 8

**மா**தவனுக்கு நாகேந்திரன் மீது கோபமாகவும், பாவமாகவும் இருந்தது.

"அப்பா" என்று கூப்பிட்ட மாதவனின் குரல் உரசிய தீக்குச்சியாக ஒலிக்க அவர் கண்கள் தானாகவே அவனை நிமிர்ந்து பார்த்தது.

“அப்பா , நீங்க முழுசா மதுவைத் தொலைச்சிட்டு நிக்கிறீங்க. இது உங்க அழுகையாலோ, சென்னை முழுக்கத் தேடி அலைகிறதினாலேயோ ஒரு முடிவுக்கு வரக்கூடிய காரியமில்லை. மது உங்களுக்கு வேண்டுமென்றால் நாம் போலீசுக்குத் தான் போகணும். உங்களுடைய அதிர்ஷ்டத்துக்கு அவனுடைய போலியான நம்பர் உங்களுக்கு கிடைச்சிருக்கு. மதுவை உங்ககிட்ட இருந்து எப்படியாவது பிரிக்கணுமின்னு என் செல் நம்பர் மாறி போனதாச் சொன்னதோடு என்னை மாதிரியே குரலை மாற்றிப் பேசினது மட்டுமில்லாம தன்னை ஒரு பெரிய பணக்காரனாகவும் ஒரு கம்பெனியில வேலை செய்யிறதாவும் சொல்லியிருக்கான். சென்னையில இருக்கிற எத்தனையோ கம்பெனிகள் ஒரு கம்பெனியாவும் அதுவும் அந்தக் கம்பெனியோட வாசல்ல இருந்ததோடு மட்டுமில்லாம அந்தக் கம்பெனியோட வாட்சுமேன்கிட்ட தெரிஞ்சவன் போலப் பேசி எவ்வளவு கிரிமினல் வேலை பண்ண முடியுமோ அத்தனை கிரிமினல் வேலையும் பண்ணி மதுவை தனக்குரியவளா ஆக்கிக்கிட்டான். அப்படிப்பட்டவன் இப்படி ஒரு விஷயத்தில எப்படிக் கோட்டை விட்டுட்டாங்கிறதைத் தான் என்னால நம்ப முடியல.”

“நீ என்ன சொல்றே மாதவா?”

“ஆமாப்பா... பொய்யான நம்பர்ல பேசுனவனுக்கு அந்த நம்பரை நம்மகிட்ட இருந்து வாங்கிக்கிடனுமின்னு தோணல பாருங்க. அதுதான் எனக்கு ஆச்சரியமா இருக்கு. சும்மாவா சொன்னாக கொலை, கொள்ளை செய்றதில எவ்வளவு பெரிய கெட்டிக்காரனா திறமைசாலியா இருந்தாக் கூட ஒரு சின்ன தடயத்தில மாட்டுவான்னு.”

“என்ன மாதவா சொல்றே?”

“ஆமப்பா நம்மகிட்ட இருக்க செல் போன் நம்பரை வச்சி அந்த மாணிக்கத்தை லேசா பிடிச்சிரலாம்.”

“அப்போ நீயே கண்டு புடிச்சிரேன்.. எதுக்காக போலீசுக்கு. போகணுமின்னு சொல்றே?” என்று நாகேந்திரன் சொன்னதைக் கேட்டதும் தன் தலையில தானே அடித்துக் கொள்ள வேண்டும்போல் தோன்றியது மாதவனுக்கு.

இருபது வருசமாக பெரிய கம்பெனிகளில் வேலை பார்க்கிறவர், மூன்று பெண்களுக்கு தகப்பனாக இருக்கிறவர் இவ்வளவுக்கு அறியாமையும், அப்பாவியாகவும் இருப்பதைப் பார்க்கையில மாணிக்கம் போன்ற கயவர்கள் மதுவை மட்டுமில்ல. இன்னும் இருக்கின்ற இரண்டு பெண்களையும் மஞ்சள் கயிறு கூட அவர்களுக்குத் தேவையில்லை. கையைப் பிடித்தே கூட்டிக் கொண்டு போய்விடுவார்கள். இவரும் கூடவே இருந்து வழி அனுப்பி வைப்பார். இந்தக் காலத்தில் இப்படியும் ஒரு மனுசர் இருப்பதை நினைத்தபோது அவனுக்கு ஆச்சரியமாகட்டுமல்ல, பெரிய அதிர்ச்சியாகக் கூட இருந்தது.

வெளி உலகமே தெரியாமல் குடிகாரப் புருசனும், சமையலறையுமே கதி என்று கிடக்கும் பெண்கள் கூட தொலைக்காட்சியைப் பார்த்து நாலு நல்ல, கெட்ட விஷயங்களைத் தெரிந்துகொண்டு தன் உரிமைக்காகக் குரல் கொடுக்கிறார்கள் என்றால் இவரைப் பற்றி எப்படித்தான் விமர்சிப்பது, என்ன தான் சொல்லி விளங்க வைப்பது.

“என்ன மாதவா, நான் சொன்னதுக்கு எதுவுமே பதில் சொல்லாம இருக்கிறே?”

“அவங்களோட செல் போன் நம்பர் இருந்தாக்கூட போலீசோட உதவி இல்லாம அவங்களை பிடிக்க முடியாதுப்பா.”

“ஒரு தடவை அந்த நம்பருக்கு போன் பண்ணிபாரேன். போன் அடிச்சதின்னா நீ எங்கே இருக்கிறேன்னு கேளு, அவன் இருக்க இடத்தைச் சொன்னா நம்ம அந்த இடத்துக்கு போயிரலாம்.” என்று சொன்ன நாகேந்திரனைக் கோபத்தோடு பார்த்தான் மாதவன். அவர் மட்டும் அவனுக்கு இளையவராயிருந்தால் நாலு அறைக்கு மேலேயே அறைந்திருப்பான். பிறகென்ன இப்படியும் ஒரு வெள்ளந்தியான மனுசன் இருப்பானா? என்று நினைத்தவன்,

“ஏம்பா அந்த நம்பருக்கு போன் போட்டுப் போட்டு பாத்தேன். எடுக்கவே இல்ல என்ன விஷயமின்னு கேக்கத்தானே நம்ம ஊர்ல இருந்து சென்னைக்கு என்னைத் தேடி வந்தீங்க.’’ என்றான் கோபமாக.

“ஆமா மாதவா.”

“பிறகு எதுக்காக அதே நம்பருக்கு என்னைப் போன் போடச் சொல்றீங்க? எவ்வளவு தந்திரம் பண்ணி உங்களை ஏமாத்தி மதுவை கட்டிட்டுப் போனவன் இன்னும் அந்த நம்பர்ல போன் பண்ணுவானா? அந்த நம்பரை வச்சிருப்பானா?’’

“ஆமா, ஆமா! நான் ஒரு பைத்தியக்காரன். அதை மறந்தே போயிட்டேன். என்னை மன்னிச்சிரு.’’

“மது உங்களுக்குக் கிடைக்கணுமின்னா நீங்க போலீசிக்குப் போய்த் தான் ஆகணும். வேறவழி இல்லை.”

“நான் போலீசுக்குப் போயி மது விவகாரம் பெருசா ஆயிருச்சின்னா ஊரு சிரிச்சிருமே மாதவா. பிறகு இருக்கிற உன் தங்கச்சிங்க ரெண்டு பேரையும் யாரும் கட்டிக்க வர மாட்டங்களே மாதவா.” என்றார் நாகேந்திரன். அவர் குரல் பரிதாபமாக ஒலித்தது.

“உங்க காலத்திலதாம்ப்பா அப்படி. இப்பயெல்லாம் இந்த விஷயம் சகஜமான ஒன்னா ஆயிருச்சி.’’ என்றவன், “நான் இனியும் உங்ககிட்ட ஒன்னும் கேட்டுகிட்டு இருக்கப் போறதில்ல. இன்னைக்கு நேரா ஊருக்குப் போறேன். அம்மாவைச் சந்திச்சி விஷயத்தைச் சொல்லி அவங்கள கூட்டிட்டுப் போயி போலீஸ் ஸ்டேஷன்ல கம்பளையின்ட் கொடுக்கப்போறேன்.” என்றதும் நாகேந்திரன் பாய்ந்து வந்து அவனைத் தடுத்தார்.

“வேண்டாம் மாதவா. ஏற்கெனவே மதுவை நினைத்து நினைத்து எந்த நேரமும் அழுதழுது அரை உயிரா மூலையில முடங்கிக் கிடக்கிற சிவகாமிக்கு மட்டும் இந்த விஷயம் தெரிஞ்சிச்சின்னு வச்சுக்கோ, அவ செத்தே போயிருவா. இப்ப நீ என்ன செய்யணுமின்னு சொல்றயோ அதுபடியே நான் நடக்கிறேன் என் மது எனக்குக் கிடைச்சா போதும்.’’ என்று நாகேந்திரன் சொன்னதும், “இப்பத்தான் தைரியமா ஒரு முடிவு எடுத்துருக்கீங்க. வாங்க முதல்ல போலீஸ் ஸ்டேஷனுக்குப் போய் ஒரு ரிப்போர்ட் எழுதிக் கொடுத்துட்டு வரலாம்.” என்று மாதவன் புறப்பட, நாகேந்திரனும் அவன் பின்னால் புறப்பட்டார். அவர் நடை தளர்ந்திருந்தது.

***

# 9

“இப்படி நீ சாப்பிடாமக் கொள்ளாமப் பட்டினி கிடந்தாக்கூட மாணிக்கத்துக்கிட்ட இருந்து தப்பிக்க முடியாது மது. ஏன்னா நீ எங்களைவிட அழகுமட்டுமில்ல. இளவயசும்கூட, அதனால உன்னை வச்சி லச்சக் கணக்குல சம்பாரிக்கனுமின்னு கணக்குப் போட்டு வச்சிருப்பான். நீ அவனுக்குச் சம்பாரிச்சி தாரயோ, இல்லையோ அவன் கொடுக்கப் போற சாட்டையடியை வாங்குறதுக்காகவாவது உன் உடல்ல பலம் இருக்கணுமில்ல.” என்று அருணா சொன்னதைக் கேட்டு மதுவின் அடிவயிறு கலங்கியது. அந்த வீட்டிற்குள் தன் வாழ்க்கை கொடூரமாக விரிந்து கிடப்பதாக அவளுக்குப்பட்டது. கதவின் இடுக்கு வழியே நீளமாக விழுந்திருந்த சூரிய வெளிச்சம் அவளைச்சுற்றி வளைத்துக் கொண்டு நெருப்புத் துண்டமாய் கனன்று எரிப்பது போல் தோன்றியது. அவள் உடலிலிருந்த எல்லா அவயவங்களும் பயத்தில் சிதறு தேங்காயாய் நொறுங்கிக் கொண்டிருந்தன.

நிலவிற்கு மனிதர்கள் போய் விஞ்ஞான முன்னேற்றத்தை காட்டுகிறார்கள். பூமிக்குள் வெடியை வைத்து வெடிக்கிறார்கள். ‘இண்டர்நெட், டுவிட்டர்’ இன்னும் என்ன என்ன பெயரிலோ விஞ்ஞானங்கள் வானத்தை தொடுமளவுக்கு வளர்ந்து கொண்டிருக்கின்றன. ஆனால், இங்கே ஒரு இருட்டு மூலையில் நாலு கயவர்கள் சேர்ந்து கொண்டு காமக் கடையை விரித்துப் பெண்களை விற்றுக் கொண்டிருக்கிறார்கள். இதை தடுக்கவும், இந்தக்கயவர்களைஒடுக்கவும் எந்த விஞ்ஞானமும் வளரவில்லையே என்று எண்ணிய போது மதுவிற்கு நாக்கை பிடுங்கிக் கொண்டு செத்து போகலாம் போலிருந்தது.

“என் தலையை அடகு வைத்தாவது உன் கடனை அடைக்கிறேன், நாக்கைப் பிடுங்கிக் கொண்டு சாகிறேன், உள்ளங்கையில சோறு ஆக்கிப் போடுகிறேன்.” என்று சொல்வதெல்லாம் சீரியல் பல்புகளை போல் வெறும் வார்த்தை ஜாலங்கள் தான் என்றும் நிஜவாழ்க்கையில் அதையெல்லாம் செயல்படுத்த முடியாது என்று நினைத்த மதுவிற்கு ஆத்திரமாக இருந்தது.

இந்த மாணிக்கத்தின் நரகத்தில் உழண்டு கிடப்பதைவிட தன் நாக்கைப் பிடுங்கிக் கொண்டு எப்போதோ, செத்துப் போயிருக்கலாமே. நெஞ்சம்தான் கொதிக்கிறதே தவிர தன் நாக்கை பிடுங்கிக் கொண்டு தன்னால் சாக முடியவில்லையே என்று நினைத்தபோது அவளுக்கு அவள் மீதே வெறுப்பு வந்தது.

"என்ன மது சாப்பிட வாரயா? இல்ல இப்படியே நாள் முழுக்க சுவரப்பாத்துக்கிட்டு உக்காந்து இருக்கப் போறியா?" என்றாள் கோபமாக அருணா

"நான் மாணிக்கத்தைப் பத்திதான் யோசிச்சிக்கிட்டு இருக்கேன்.

"அவனைப் பத்தி எதுக்காக சாப்பிடப் போற நேரத்தில நினைச்சிக்கிட்டு இருக்கே?"

"நம்ம எல்லாரும் ஒண்ணாச்சேந்து அவனைக் கொன்னு போட்டுருலாமேன்னு தான்."

"அய்யோ, அய்யோ! அதுக்காகத்தானே அவன் எல்லாரையும் தனித்தனி அறையில் பூட்டி வைக்கிறான்னு அப்பவே சொன்னேனே மறந்துட்டாயா?" என்றாள் அருணா எரிச்சலோடு

"சாரி அருணா, நீ சொன்னதை மறந்தே போய்ட்டேன்."

"ஸாரி, கீரி எல்லாம் மாணிக்கம் கையில சிக்கிறவரைக்கும் தான் நம்ம வாயில இருந்து வரும். பிறகு வவுத்தை மட்டும் நிரப்பிக்கிட்டு தொழில்ல சம்பாரிச்சிக் கொடுக்கிறதை மட்டும் தான் நினைக்க முடியும்.'' என்றவள் தொண்டை இடற "நம்ம தோல் சுருங்கி இளமை மங்குற வரைக்கும் இதை தவிர வேற வழியில்ல மது." என்ற அருணா கண்களில் தழும்பி நின்ற கண்ணீரைத் துடைத்துவிட்டு, "வா சாப்பிடலாம்.'' என்று அவள் கையைப் பற்றி வம்படியாக தட்டின் முன் உட்கார வைத்து சோற்றைப் பரிமாறினாள்.

நேரம் பத்து மணிக்கு ஆகியிருந்தது. மங்கலான பல்பு வெளிச்சத்தில் கூட இவ்வளவு நேரமும் கொஞ்சம் மலர்ச்சியாய் இருந்த அருணாவின் முகம் களையிழந்து பயத்தில் வெளிறிக் கிடந்தது.

அவள் முகத்தை வாசனை சோப்புப் போட்டு கழுவினாள். பிறகு முகத்தை துடைத்து விட்டு முகத்தில் கிரீமைத் தடவி ரோஸ் கலர் பவுடரை அடர்த்தியாக முகத்தில் ஒற்றி எடுத்தாள். பிறகு கண்

மையினால் புருவங்களைக் கறுப்பாக்கினாள். ஜிகினாப் பொட்டும் லேசான உதட்டுச் சாயமும் அந்தப் பவுடர் முகத்தில் ஏறியது.

இவ்வளவு நேரமும் மூளிக்காதாக கிடந்த காதிலும், கழுத்திலும் கற்கள் ஜொலிக்கும் கம்மலும், நெக்லசும் பள, பளவென்று பொய்யாக மின்னின. கற்களும், ஜிகினாவும் கோர்த்தெடுத்த மெல்லிய சேலையும், அதைவிட, மெல்லிய துணியில் தைத்த ஜாக்கெட்டும் அவள் உடலையும், உடலின் வளைவுகளையும் துல்லியமாக எடுத்துக்காட்டிக் கொண்டிருந்தன. ஒற்றைத் துணியாக மார்பின் மீது மாராப்பை நழுவ விட்டவள் இரவு டிபன் கொண்டுவரும் போது கூடவே கேசவன் கொண்டு வந்து வைத்த மல்லிகைப் பூவையும் தலை நிறைய வைத்துக் கொண்டாள்.

அவள் செய்யும் அலங்காரத்தையே பார்த்துக் கொண்டிருந்த மதுமிதாவிற்கு தொண்டைக்குள் குமட்டல் எழுந்தது.

“இதெல்லாம் என்ன அருணா?” என்று கேட்டதும்,

“மது! நாங்க செய்யப் போற தொழிலுக்கான வேஷம். உடம்புக்கான உழைப்புக்கு இந்த மாதிரி வேஷம் தானே தேவைப்படுது.

“எனக்குத் துணைக்கு இருக்கிறதா சொன்னயே?” என்று மது கேட்டதும் நைந்து போன சிரிப்பை உதிர்த்தாள் அருணா.

“உனக்குத் துணைக்கா, அதுவும் இரவு நேரத்திலா? நெருப்பு மாதிரி உடம்பு காய்ச்சலல்ல கொதிச்சாக்கூட ராத்திரி நேரத்தில தொழிலுக்கு போயாகணும். மாணிக்கம் கையில ரெண்டாயிரம் ரூபாயை கொடுத்து ஆகணும்.”

அருணா சொன்னதை கேட்டதும் மதுமிதாவிற்கு ஆத்திரமும், ஆவேசமும் பீறிட்டது.

“இரண்டாயிரம் ரூபாயை சம்பாரிக்க முடியாட்டி என்ன செய்றது?”

அருணா சிரித்தாள். அவள் சிரிப்புக்கு உதடு அசங்கியதே தவிர அந்த சிரிப்பில் உயிரில்லை. சிரித்துக் கொண்டு இருக்கையிலேயே செத்துப் போகும் மனுசப் பிணத்தின் சிரிப்பு போல் அந்தச் சிரிப்பு இருந்தது.

“இரண்டாயிரம் ரூபாயை சம்பாரிச்சி ஆகணும் மது.”

"அதுதான் எப்படின்னு கேக்கிறேன்!"

"நம்மள தேடி வராத டிரைவர்களை நம்ம தேடிப் போகணும். அவனைத்தாஜா பண்ணனும், அவனுடைய காலுச் செருப்பைவிடக் கேவலமாக நடக்கணும். விடியும் வரைக்கும் அங்கே நின்னு போற, வாரவங்களையும் நம்ம கூப்பிட்டு....எப்படியோ முழுசா இரண்டாயிரம் ரூபாயைக் கொண்டுவந்து கொடுத்தாதான் நம்மள விட்டு அவன் விலகுவான். இல்லாட்டி அவன் செய்யிற சித்ரவதை இருக்கே....மது, இங்கே இருக்க பெண்களுக்கு மனசுல மட்டும் காயமில்ல, உடம்பு முழுக்க காயம் தான். ஆறின தழும்புகூட மறுபடியும் காயம்பட்டு குதறிக்கிடக்கிற புண்ணை நீ பாத்து இருக்க மாட்டே மது.'' என்று பல்லைக் கடித்தவாறு தாடையை இறுக்கித் தனக்குள் பொங்கியெழுந்த கோபத்தை அடக்க முயன்றாள்.

ரொம்பவும் பிரயாசைப்பட்டு தன் அழுகையை அடக்க முயன்ற அருணா மீது இரக்கப்பட்ட மது "எதுக்காக அருணா உன் அழுகையை நிறுத்துரதுக்கு இவ்வளவு பிரயாசைப்படுறே அழுதுரு. அருணா உன் மனசில இருக்கிற துக்கத்தையெல்லாம் அழுது தீத்துரு." என்றதும் கண்களில் தேங்கியிருந்த கண்ணீரை மட்டும் ஆள்காட்டி விரலாலும், கட்டை விரலாலும் சுண்டி எறிந்த அருணா "இப்போ என்னால அழ முடியாது மது. அப்படி அழுதேன்னா இன்னொரு தடவை நான் அலங்காரம் பண்ணனும். அப்படி அலங்காரம் பண்ணுறதுக்கு என் உடம்புல சக்தியுமில்ல, நேரமுமில்ல. டயம் ஆயிருச்சு. எல்லாரும் வந்துருவாங்க. நான் போகணும்."

"எல்லாரையும் ஒரு தடவை நான் சந்திக்கணுமின்னு சொன்னேனே உனக்கு ஞாபகம் இல்லையா? அருணா."

"நல்லாவே ஞாபகம் இருக்கு மது. ஆனா அதற்கான அதிகாரம் எனக்கு இல்லை.''

"இந்த வழியாத்தான் போறாங்க. ஒரே ஒரு நிமிஷம் இந்த வீட்டுக்குள்ள வந்துட்டுப் போகச் சொல்லேன்."

"நம்ம பார்வைக்குத் தெரியாத நாலஞ்சு ரவுடிகளோட கண்ணுக நமக்கு ஊடே சுத்திக்கிட்டு இருக்கின்னு நினைக்கிறேன்."

"அப்போ ஒன்னு செய்யலாம். நானும் உங்ககூட வாரேன்."

"திடீருனு மாணிக்கம் வந்துட்டா.....என்ன செய்றது?"

"அதை நான் சமாளிச்சிக்கிறேன்."

“நீ இப்பதான் அடிபட்டு நிறைய ரத்தம் சேதமாயி எப்படியோ எந்திரிச்சிருக்கே. உன்னால நடக்க முடியுமா மது?”

“சும்மா உங்ககூட கொஞ்ச தூரம் நடந்து வாரேன். உன்கூட இருக்கிறவங்களை அறிமுகப்படுத்திக்கிறதுக்குத் தான்.” என்றதும் அருணா அரண்டவளாய் சுற்றும் முற்றும் பார்த்தாள். பிறகு

“சரி வா. என் நல்ல நேரத்துக்கு எதுவும் நடக்காம இருந்தா சரி. இல்லாட்டி அவ்வளவு தான். அந்த மாணிக்கம் எங்க தோலையே உரிச்சி எடுத்துருவான்.” என்றாள் மெதுவாக அவள் குரலில் அச்சம் நிறைந்திருந்தது.

இதற்குள் கதவு தட்டப்படும் சத்தம் கேட்க, மது அவசரமாகத் தன் படுக்கையில் படுத்துக் கொண்டாள். அருணா நடுக்கத்துடன் கதவைத் திறக்க, இவளோடு தொழில் செய்யும் சந்திராதான் உள்ளே நுழைந்தாள். அவள் பின்னால் பாக்கியம், குழலி, ருக்குமணி, கலா என்று வரிசையிட்டு நிற்க அருணா பயத்தோடு பெரு மூச்சுவிட்டாள்.

“என்ன சந்திரா, இப்படி நுழைஞ்சிட்டே? மாணிக்கத்துக்கு தெரிஞ்சா...” என்று நடுங்கும் குரலில் அருணா கேட்டதும் சந்திரா சீறினாள்.

“மாணிக்கத்துக்குத் தெரிஞ்சா...என்ன செஞ்சுருவான்? கத்தியால கீறுவான், சூடு வைப்பான், இல்ல சாட்டையால அடிப்பான், பொட்டைப்பயலுக்கு ஆம்பளைக்கு ஆம்பளையோட மோத முடியாது. பொட்டச்சிகள ஏமாத்திப் புடிச்சிட்டு வந்து பொழப்பு நடத்தற பயலுக்கு தெரிஞ்சா தெரிஞ்சிட்டுப் போகட்டும். அதுக்காக புதுசா வந்த பொண்ணு தலையில அடிபட்டு பேச்சு, மூச்சு இல்லாம கிடக்கிறா அவள கண்ணால ஒரு பார்வகூட பார்க்கக் கூடாதுன்னு சொன்னா அதுக்கெல்லாம் என்னால கட்டுப்பட முடியாது.” என்று சொல்ல, கலா அவளிடம் கெஞ்சினாள்.

“அக்கா, கொஞ்சம் மெல்லப் பேசு, இப்படித்தான் நீ எக்குத் தப்பாய் பேசி மாணிக்கத்துக்கிட்ட மாட்டிக்கிட்டு நீயே உன் உடம்ப ரணகளமா ஆக்கிக்கிட்டுத் துடியா துடிச்சிக்கிட்டு இருக்கிறே.” என்றாள் கிசு கிசுப்பான குரலில்.

இவ்வளவு நேரமும் மயக்கம் வந்தவள் போல் படுத்திருந்த மதுமிதா படுக்கையை உதறியவள் விருட்டென்று எழுந்து வந்து சந்திராவைக் கட்டிப்பிடித்துக் கொண்டாள்.

"அக்கா, நீங்க ஒருத்தங்க போதும் இந்த மாணிக்கத்தை மட்டுமில்ல இன்னும் நாலு பேரைக்கூட." என்று சொல்லு முன்பே அவள் வாயைப் பொத்தினாள் சந்திரா.

"நீ வேற எதுவும் சொல்ல வேண்டாம் மது" என்று சந்திரா சொன்னதும்.

ஆச்சரியத்துடன் கேட்டாள் மது,

"என் பெயர்கூட உங்களுக்குத் தெரியுமா?"

"உன் பெயர் என்ன... உன் வரலாறே தெரியும்!"

"எப்படி?" என்றாள் மது இன்னும் அவளுக்கு ஆச்சரியம் தாங்கவில்லை.

"அதான் ஒருத்தியப் புடிச்சாந்து வச்சிக்கிட்டு அவளை எப்படியெல்லாம் தொழில்ல இறக்கலாம். இல்ல தொழிலுக்கு லாயக்கில்லேன்னா 'பம்பாய், கல்கத்தான்னு' விபச்சாரக் கூட்டத்துக்கு வித்துரலாமின்னு அந்த மாணிக்கமும், அவனைச் சேந்தவங்களும் கூடிக் கூடி பேசுவானுங்க. அவங்க பேசுறதை அப்ப அப்ப கேட்டுக்கிறதுதான்'' என்று சந்திரா சொன்னதைக் கேட்டதும் தலை வெட்டுப்பட்ட ஆடாக துடித்துப் போனாள் மதுமிதா அதிர்ச்சியில் அவள் கண்கள் சிமிட்டக்கூட மறந்து அப்படியே உறைந்துக்கிடந்தது."

சந்திராவிற்கு பின்னால் நின்றவர்கள் அவளை வியப்போடு பார்த்துக் கொண்டிருக்க, சந்திரா அவளின் கன்னம் வழித்து விரல் சொடுக்கினாள்.

"எப்படிப் பச்சை கிளியாட்டும் முகம். உன் முகத்தில இன்னும் குமரித்தனம்கூட வரல. பச்சைக் குழந்தையாட்டம் இருக்கிறே. வளந்த கீரைத்தண்டு மாதிரி பச்சின்னு கண்ணை நிறைச்சிக்கிட்டு... என்ன செய்றது? என்னால பேசத்தான் முடியுது. ஆனா யாரையும் காப்பாத்த முடியலயே'' என்று கண் கலங்கியவள்," சரி நாங்க புறப்படுறோம்."

"என்னக்கா இது. நீங்க என்ன சொன்னாலும் நான் கேட்டுக்கிறேன். என்னை எப்படியாவது இந்தப் படுகுழியில இருந்து காப்பாத்துங்கக்கா. காலம் பூராவும் உங்களுக்கு நன்றி உள்ளவளா இருப்பேன்."

“உன்னைக் காப்பாத்தற மாதிரி இருந்தா நான் ஏன் இந்த நரகத்தில உழண்டுக்கிட்டு கிடக்கேன். ஆனா ஒன்னுமட்டும் சொல்வேன் மது.”

“சொல்லுங்கக்கா.”

“இவன் கிட்ட தொழில் செய்றதாவது பரவாயில்லை. நம்ம ஊரு, நம்ம சனமின்னு பாத்துக்கிடலாம். முக்கியமா நம்ம சாப்பாடுன்னு சாப்பிட்டுக்கிடலாம். அது கடைச் சாப்பாடா இருந்தாக்கூட சோறு, சாம்பார், பொறியல், ரசமின்னு கிடைக்குது. இப்படி தொழிலுக்காக போகும்போது, வாரபோதும் ஒருத்தருக் கொருத்தரு ஏதோ கொஞ்சமா மனம் விட்டு பேசவும் முடியுது. நீ ரொம்பவும் அடம் செய்றதாவும் உன்னை வெளி மாநிலத்துக்கு வித்துரப்போறதாகவும் என் காதுல ஒரு பேச்சு விழுந்துச்சி. அங்கேபோய் அகப்பட்டயோ... அவ்வளவுதான். அது ரொம்பவும் மோசமான இடம். பாத்து நடந்துக்கோ.” என்றவள் “வாங்க போகலாம்” என்று போவதற்காகத் திரும்பினாள். “இன்னொரு விஷயம்-அங்கே இரவு, பகல்ன்னு இல்லாம விபசாரத்தில ஈடுபடுத்துவாங்க ரொம்பச் சித்திரவதை” என்றாள்.

“அக்கா மதுவும் நம்ம கூட வாரேன்னு சொல்லியிருக்கா” என்றதும் மது அவசரமாக மறுத்தாள். இல்ல, இல்ல நான் வரல. நீங்க போய்ட்டு வாங்க.” என்று வெளியே கதவைப் பூட்டிவிட்டுப் போனபின் மதுமிதா நிற்க முடியாமல் தரையில் சரிந்தாள். சந்திராவைச் சந்திக்கும் முன்பு கொஞ்சம் நம்பிக்கையோடு இருந்த அவள் உள்ளம் இப்போது சிதறு தேங்காயாக உடைந்து நொறுங்கி சிதறிப் போனது.

# 9

**எ**ப்படியும் இந்தத் தொழிலில் இறங்காமல் மாணிக்கத்திடமிருந்து எதையாவது சொல்லிச்சமாளித்து விடலாம். இந்த இடத்தை விட்டு தப்பிப் போய் விடலாம் என்று நினைத்துக் கொண்டிருந்தவளுக்கு 'நீ விற்கப்படப் போகிறாய்' என்று சந்திரா சொன்ன வார்த்தையில் அவள் ஒடுங்கிப் போனாள். அவளின் உயிர்க் கொடி அறுந்து துடித்தது. துக்கத்தின் சுமைகள் அவள் உச்சந்தலையில் ஏறி சிங்கத்தின் நகங்களாக பிறாண்டின. அந்த அறையில் மூலைக்கு மூலை கூடுகட்டியிருந்த இருட்டு நொடிக்குநொடி தடித்தவாறே படமெடுத்த பாம்பாக அவளை நோக்கி நெருங்கி வருவது போல் தோன்றியது.

அவளுக்குள் இருந்த வாழ்க்கை கனவின் வர்ணஜாலங்கள் கொஞ்சம், கொஞ்சமாக அழுறுக்குள் புதைந்து கொண்டிருந்தன. அவள் வாழ்க்கை சிறு புள்ளியாகி ஒரு வெற்றிடத்தில் நிற்பது போல் தோன்றியது. அப்பா, அம்மா, தங்கைகள், சத்யம் என்று எல்லாருடைய ஞாபகங்களும் அவள் உடல் மொத்தமும் ஒரு மின்சாரம் போல் உட்புகுந்து அவளை அலைக் கழிக்க, எந்த ஆதரவும் இல்லாத நிலையில் அவள் ஓ வொன்று கதறினாள் ரொம்ப நேரம்வரை கதறிக் கொண்டே இருந்தாள் அவளின் கனத்த இமைகளின் மீது தூக்கம் வந்து உட்காரும் வரை அவள் கதறல் நிற்கவே இல்லை,

மறுநாள் காலை கதவு தட்டும் சத்தம் கேட்டதும் மதுமிதாவிற்குத் தான் முதலில் விழிப்பு வந்தது. விழிப்பு வந்ததுமே தட்டுவது மாணிக்கமா இருக்குமோ என்று மனதிற்குள் பதட்டம் எழுந்தது, இப்போது நாம் போய் கதவைத் திறப்பதா? என்று எண்ணியவளாக அறையைச் சுற்றி நோக்கினாள். சற்றுத் தூரத்தில் அருணா படுத்திருந்தாள். அவள் சேலை துடையேறி அலங்கோலமாகக் கிடந்தது. இரு துடைகளிலும் சிறு, சிறு கீறல்களாக ரத்த, காயங்கள் நீண்ட ஆச்சரியக் குறியின் வடிவத்தில் இங்கும், அங்குமாக பதிந்திருந்தன. முகப்பூச்சு விகாரமாக கலைந்து கிடக்க, நெருக்கியிருந்த சட்டைப்பித்தான்கள் கழன்று நெஞ்சுகளை வெளிச்சம் போட்டுக் காட்டியது.

இன்னும் கதவு தட்டப்பட்டுக் கொண்டிருக்க, அருணாவின் உடம்பில் சிறு அசைவுகூட இல்லை. ராத்திரி எந்நேரம் வந்தாளோ அடித்துப் போட்டதுபோல இல்லை, இல்லை உடம்பால் அவளை அடித்துதான் போட்டிருக்கிறார்கள். அதனால் இப்படி செத்த பிணமாகத் தூங்குகிறாள்.

அப்படியானால் நாம் தான் போய் கதவைத் திறக்க வேண்டுமா?

அப்படித் திறக்கும் போது மாணிக்கம் நின்றிருந்தால் தன் வாயைக்கூட திறக்க விடாமல் அப்படியே மும்பைக்கு மூட்டைகட்டி அனுப்பி விடுவானோ என காக்கையின் வாயில் சிக்கிக் கொண்ட கோழிக்குஞ்சாக அவள் நடுங்கினாள்.

ஆனால் கதவு தட்டப்படும் போதெல்லாம் அவள் நெஞ்சில் இடி இடிப்பது போல் இருந்தது. தட்டப்படும் கதவைத் திறக்கவோ, அருணாவை எழுப்பவோ தெம்பே இல்லாமல் அவள் உடலும், உள்ளமும் துவண்டு கிடந்தது. நேற்று சந்திரா சொல்லிவிட்டுப் போன 'பம்பாய்' என்ற வார்த்தை அவளைக் குரூரமாகத் தாக்கிக் கொண்டிருந்தது. நெஞ்சில் உண்டான பயத்தின் விரிசலால் நான் இங்கேயே தொழில் செய்கிறேன் 'மும்பை, கல்கத்தா' என்று வடக்கே இருக்கும் ஊர்களுக்கு என்னை அனுப்பி விடாதே என்று தானே மாணிக்கத்தின் காலில் விழுந்துவிடுவோமோ என்று அவளுக்கு பயமாயிருந்தது.

இப்போது இன்னும் கொஞ்சம் அதிகச் சத்தத்தோடு கதவு தட்டப்பட்டதோடு கூடவே அக்கா, அக்கா என்று கேசவன் கூப்பிடும் சத்தமும் கேட்க, மதுவுக்கு கொஞ்சமாய் பதட்டம் குறைந்தது. அப்பாடா கதவைத் தட்டுவது நிச்சயமாய் மாணிக்கம் இல்லை கேசவன்தான் கதவை தாராளமாய் திறக்கலாம் என்று நினைத்தவள், தான் போர்த்தியிருந்த போர்வையை எடுத்து அருணா மீது போர்த்திவிட்டு கதவை திறந்தாள்.

"எவ்வளவு நேரமா கதவை தட்டிட்டு இருக்கேன். ஏங்க்கா திறக்கல்" என்று கேசவன் கேட்டதும் அவள் எதுவுமே பேசாமல் மௌனமாக நின்றிருந்தாள்.

"எனக்குத் தெரியும் நீங்க மாணிக்கம் அண்ணன்தான் கதவைத் தட்டுறான்னுதானே கதவைத் திறக்கப் பயந்தீங்க." என்று அவன் கேட்க, அவள் மீண்டும் மௌனமாகயிருந்தாள்.

'வாயைத் திறக்கவே அவளுக்குப் பயமாயிருந்தது. இங்கே யாரை நம்புவது யாரை நம்பாதிருப்பது' என்றே அவளுக்குப் புரியவில்லை

சந்திரா வந்துவிட்டுபோனபிறகு அமானுஷ்யமான நினைவுகள் அவளை விடாமல் எப்போதும் ஒரு பேயாகத் துரத்திக்கொண்டே இருந்தன.

"என்னக்கா பேசவே மாட்டேங்கிறீங்க? மாணிக்கம் அண்ணன்கிட்ட வேலை பாக்குறதினால என்னையும் அவனை மாதிரியே நினைச்சிட்டீங்க போலிருக்கு." என்று அவன் சொன்னதைக் கேட்டு மது சிரிக்க முயன்றாள். ஆனால் அழுகைதான் முந்திக் கொண்டு வந்தது.

"டிபனும் காப்பியும் கொண்டு வந்திருக்கேன். அருணா அக்கா எந்திரிக்க நேரமாகும். நீங்க சூடாச் சாப்பிடுங்க." என்றவன் முதல் நாள் கொண்டுவந்த டிபனை எடுத்துக்கொண்டு வாசல்வரை போனவன் மீண்டும் திரும்பி வந்து மதுவிடம் ரகசியமாக "மாணிக்கம் அண்ணன் நாளைக் காலையில வரானாம்." என்று சொல்லிவிட்டுப் புறப்பட்டான்.

"தம்பி, ஒரு நிமிஷம்" என்றவள் "இவ்வளவு பாசமா பேசுறே. எனக்கு இங்க இருந்து தப்பிக்க ஏதாவது வழி சொல்லக் கூடாதா?" என்று கேட்டுவிட்டு அவன் முகத்தை ஆவலுடன் பார்த்தாள்.

அவள் சொன்னதைக் கேட்டு அவன் மிரண்டு போய் சுற்றிலும் பார்த்துவிட்டு "அக்கா, என்னை விட்டுருங்க என் உடம்பெல்லாம் அண்ணன் அடிச்ச அடியில புண்ணாயி ரத்தமும், சீழுமாகக் கிடந்து இப்பத்தான் ஊது புண்ணாயிருக்கு" என்று சொல்லிக் கொண்டே "கதவை வெளியே பூட்டிட்டு போறேன். மத்தியானம் சாப்பாடு கொண்டு வரும்போது கதவை திறந்துவிடுறேன்." என்று சொன்னதோடு கதவையும் பூட்டிவிட்டுப் போனான்.

***

# 9

சென்னைக்குச் சென்ற நாகேந்திரன் ஒருவாரம் கழித்து தளர்ந்த நடையும், சோர்ந்த முகமுமாய் வீட்டிற்குள் நுழைந்தபோது கௌசல்யாவும், மல்லிகாவும் அம்மா அப்பா வந்துட்டாரு, அப்பா வந்துட்டாரு என்று உற்சாகமாய்க் குரல் கொடுக்க கண்ணில் மட்டுமே உயிரைத் தேக்கி வைத்திருந்த சிவகாமி ஓடிவந்தாள். அவள் கண்கள் கணவனைக் கூடப்பார்க்காமல் அவருக்கு பின்னால் மகளைத் தேடி அலைபாய்ந்துவிட்டு ஏமாற்றத்தோடு புருசனின் முகத்தில் நிலைத்தது.

"என் மதுவை கூட்டிட்டு வாரேன்னு போனீங்க." என்று மனைவி கேட்ட கேள்விக்கு அவரால் சடக்கென்று பதில் சொல்ல முடியவில்லை.

'மதுவைப் பற்றி சிவகாமி கேட்கும் கேள்விக்கு என்ன பதிலை சொல்லப் போகிறோம்!' என்று சென்னைக்குப் போய் மாதவனைச் சந்தித்த நாளிலிருந்து மதுவைத் தேடி அலைந்ததில் துயரமும், அலுப்புமாய் அரை உயிராக மருவி தவியாய்த் தவித்துக் கொண்டிருந்தார் நாகேந்திரன்.

மாணிக்கம் நல்லவன் அல்ல, மாதவனுடைய நம்பர் என்று பொய்யான ஒரு நம்பரை கொடுத்து மாதவன் போலவே பொய்யாகப் பேசி மதுவைக் கல்யாணம் என்ற பெயரில் கடத்திக் கொண்டு போய் விட்டான் என்று சொன்னால் அவ்வளவுதான் நிச்சயம் சிவகாமியைப் பிணமாகத்தான் பார்க்க வேண்டும் என்று கடந்த ஒரு வாரமாக மன உளைச்சலில் உழண்டு கிடந்தார் நாகேந்திரன்.

மகளைப் பார்க்கலாம் என்று கொஞ்சம், நஞ்சம் இருந்த சந்தேகமும் மாதவனை சந்தித்த பிறகு, அவனோடு மாணிக்கம் காட்டிய இடங்களுக்கு போய் விசாரித்தபிறகு அவருக்கு போயே போய் விட்டது.

"என்னங்க நான் கேட்டுக்கிட்டு இருக்கேன்ல, எதுக்காக மதுவை கூட்டிட்டு வரல?" என்று மீண்டும் சிவகாமி அழுத்தத்தோடு கேட்க, இது நாள் வரையில் பொய் பேசி பழக்கமில்லாத நாகேந்திரன் உயிர் உருக குலைந்து நின்றார்.

“என்னப்பா இப்படி நிக்குறீங்க? அக்கா வந்துருவான்னு நாங்க தோட்டத்திலிருக்க மல்லிகைப்பூவையும், கனகாம்பரத்தையும் பிடுங்கி தொடுத்து வச்சிருக்கோம். கேசரியும், ரவாலட்டும் அக்காவுக்கு பிடிக்குமின்னு அம்மா எங்களுக்குக்கூட கொடுக்காம நெய் வாசத்தோட, செஞ்சி ரொம்ப பத்திரமா டப்பாவில அடைச்சி வச்சிருக்காளாக்கும்.'' என்ற கௌசல்யா, மல்லிகாவிற்குக் கூட அவரால் பதில் சொல்ல முடியவில்லை.

“நீங்க இப்படி ‘பேமுழி’ முழிச்சிக்கிட்டு இருக்கிறதைப் பாத்தா எனக்கு நெஞ்சை அடைக்குதே. அய்யய்யோ, நான் என்ன செய்யப் போறேன் நான் பெத்த தங்கமே.” என்று சிவகாமி அழ ஆரம்பிக்க, நாகேந்திரன் பயந்து போனார். இனியும் நாம் பேசாமல் இருந்தால் இவர்கள் போடுகிற கூப்பாட்டில் இந்த ஊரே நம் வீட்டின் முன்னால் கூடினாலும் கூடிவிடும் என்று நினைத்த நாகேந்திரன் தனக்குள் வராத கோபத்தையும், சலிப்பையும் முகத்தில் வம்படியாக வரவழைத்துக் கொண்டவர், “அடடா, ரெண்டு நாளா அலைஞ்சி, திரிஞ்சி ரயில்ல உக்காரக்கூட இடம் கிடைக்காம நின்னுகிட்டே அலுத்துப் போயி வீட்டுக்குள்ள நுழைஞ்சிருக்க மனுசனை என்னன்னுகூடக் கேக்க மாட்டேக போலிருக்கே. மல்லிகா. கொஞ்சம் தண்ணி கொண்டுவாம்மா.” என்றார் ஹாலில் இருந்த பெஞ்சில் உட்க்கார்ந்து கொண்டே.

மல்லிகா ஓடிப்போய் தண்ணீர் கொண்டு வந்தாள். நாகேந்திரன் தண்ணீர் தாகத்தால் தவிப்பவர்போல் ஒரு சொம்புத் தண்ணிரையும் கட கடவென்று தண்ணீர் தவிக்காமலே அத்தனையும் குடித்துத் தீர்த்தார். போலியாக அப்பாடி என்று அலுப்பை விட்டார் பைக்குள் இருந்த துண்டை எடுத்து முகத்தை துடைத்துக் கொண்டார். அதுவரையிலும் தன் பொறுமையைக் காத்த சிவகாமி” இப்ப சொல்லுங்க, மதுவை ஏன் கூட்டிட்டு வரல?” என்று கேட்க, நாகேந்திரன் பொய்யாகச் சிரிக்க முயன்றார்.

“எனக்கு என்ன தெரியுது? நான் அந்தக் காலத்து மனுசன்.” என்று சொல்லிக் கொண்டு மகள் பக்கம் திரும்பினார்.

“அம்மா கௌசல்யா, உனக்குத் தெரிஞ்சிருக்குமின்னு நினைக்கேன். புதுசாக கல்யாணம் ஆனவக எங்கேயோ போவாங்களாமே அது என்னதும்மா? எனக்குத் தொண்டைக்குள்ள இருக்கு. ஆனா வர மாட்டேங்கு.”

‘‘அதுவாப்பா’ ஹனிமூன்னு சொல்வாங்கப்பா.” என்று கௌசல்யா சொன்னதும் தனக்குள் பொய்யான உற்சாகத்தை

வரவழைத்துக் கொண்டவர் "ஆங், அதுதான் மதுவும், மாணிக்கமும் அதுக்குத் தான் போயிருக்காகளாம்."

நம்பாத குரலில் கேட்டாள் சிவகாமி "எந்த ஊருக்குப் போயிருக்காளாம்?"

சிவகாமி கேட்ட கேள்வியில் கொஞ்ச நேரம் திண்டாடிப்போன நாகேந்திரன், அப்போதைக்கு சட்டென தன் ஞாபகத்துக்கு வந்த ஒரு பெயரை சொன்னார்.

"பெங்களுருக்கு இந்த வெய்யில் காலத்துக்கு அங்கதான் இப்ப குளிர்ச்சியா இருக்குமாம்."

"அவ்வளவு தூரம் போறவ நமக்கு ஒரு வார்த்தை போன் பண்ணாம போகமாட்டாளே." என்றாள் சிவகாமி அவள் குரலில் இன்னும் சந்தேகமிருந்தது.

பொய்யே சொல்லாதவருக்கு, சொல்லத் தெரியாமல் இருந்தவருக்கு இப்படிப் பொய் மேல் பொய்யாகச் சொல்லிக் கொண்டிருப்பதை நினைக்கையில் எரிச்சலாய் வந்தது.

"இந்தா பாரு சிவகாமி, முன்னால உனக்கு மட்டுமே மகளாயிருந்ததினால எல்லா விஷயத்தையும் உன்கிட்ட ஒன்னுவிடாம சொல்லிட்டு செஞ்சா. இப்ப அவ இன்னொருத்தனுக்கு மனைவி அவங்க சூழ்நிலை எப்படியோ, உன் கிட்ட சொல்லக்கூட நேரமில்லாம புறப்பட்டுட்டாகளோ என்னமோ?"

"சரி 'ஹனிமூனுக்கு' போவும்போது வேணா அவங்களுக்கு நேரமில்லாம இருந்திருக்கலாம் அதுக்கு முன்னாலகூட அக்காவோ, மாமாவோ நமக்கு போன் பண்ணவே இல்லையே அது எதுக்காம்?" என்றாள் மல்லிகா.

"மாப்பிள்ளைக்கு ஆபீசில கொஞ்சம் பிராபளம் இருந்திருக்கும் போலிருக்கு."

"அவருக்குத்தான் பிராபளம். இவளுக்கென்ன வந்துச்சாம். நம்ம கிட்ட ஒரு போன் பண்ணி பேசலாமில்ல." என்றாள் கோபத்தோடு

"சரி போகட்டும், நீங்க மதுகிட்ட பேசுனீங்களாப்பா?" என்றாள் மல்லிகா.

"எங்கே பேசுறது? டவரே சரியா கிடைக்கல."

"சரிப்பா, மதுதானே போனை வச்சிருக்கா." என்று ஆள் ஆளுக்கு கேள்வி மேல் கேள்வியாக கேட்க சற்றுமுன் ஒரு சொம்பு தண்ணீர்

குடித்தும் கூட பேசமுடியாமல் தொண்டையெல்லாம் வறண்டு போனது.

'ஆமாம்' என்று தலையை மட்டுமே ஆட்டினார் அவருக்கு அலை பேசியைக் கண்டு பிடித்தவன் மீது கோபம், கோபமாய் வந்தது.

பாவிப்பய என்ன மாதிரி என்று நினைக்கையில் அவருக்கு கடு கடுப்பாயிருந்தது.

இதே நாகேந்திரன் கல்லூரிக்கு மல்லிகாவும், வேலைக்காக கௌசல்யாவும் போகிறார்கள் என்றால் கடைகளுக்கு போவது மதுமிதாவின் வேலை. இவர்கள் எல்லோரும் ஒவ்வொரு நாளைக்கு இருட்டிய பின்னும் வீடு வந்துசேராவிட்டால் பதை பதைத்துப் போவார்.

‘என்ன சிவகாமி வெளியே போன பொண்ணுக இன்னும் வீடு வந்து சேரலயே’ என்று அலை மோதிக் கொண்டே உள்ளுக்கும் வெளிக்குமாய் நடப்பார்.

‘எதுக்காக இப்படிப் பெனாத்திக்கிட்டே இருக்கீங்க? வெளிய போற பொண்ணுகளுக்கு என்ன என்ன வேலையிருக்கோ. எல்லாம் பழகின ஊர்தானே. வீட்டை விட்டு வெளியே போறவங்க வாரதுக்கு கொஞ்சம் முன்னே பின்னே ஆகத்தான் செய்யும். ஆனா இன்னும் கொஞ்ச நேரத்தில எல்லாரும் ஒன்னு போல வீடு வந்து சேந்திருவாங்க. நீங்க வேலைக்குப் போய்ட்டு அலுத்துப் போய் வந்துருக்கீங்க. காப்பி கொண்டு வாரேன். குடிச்சிட்டு அலுப்பாற கொஞ்சம் நேரம் உக்காருங்க.'' என்று சிவகாமி சொன்னாலும் கேட்க மாட்டார்.

உடனே செல்லை எடுத்து ஒவ்வொருக்கும் போன் பண்ணி எங்கே இருக்கீங்க, வீட்டுக்கு வர எவ்வளவு நேரம் ஆகும் என்று கேட்பார். கொஞ்சம் தூரத்தில் இருக்கும் மகளிடம் "நீ அங்கேயே நில்லும்மா. இதோ நான் வந்துரேன்" என்று சட்டையைப் போட்டுக் கொண்டு புறப்பட்டு விடுவார்.

அப்படிப்போகும் போது “நான் போய் மகளை கூட்டிட்டு வாரேன். இந்த செல்லைக் கண்டுபுடிச்சவனுக்கு நூறு கும்புடு போட்டு மாலையோட மரியாதை செய்யணும். இப்ப கொஞ்ச நேரத்துக்கு முன்னால என் பொண்ணுகளை நினைச்சி பதை பதைச்சிக்கிட்டு இருந்த நெஞ்ச கொஞ்ச நேரத்தில குளிர வச்சிட்டாகளே. அவங்க மகராசனா இருக்கணும்.'' என்று சொல்லிக் கொண்டு போவார்.

செல்போனைக் கண்டுபிடித்தவனை அப்படிப் புகழ்ந்து தள்ளியவருக்கு இப்போது எரிச்சலும், ஆத்திரமும் தான் வந்தது. இதுவே கடிதப் போக்குவரத்து காலமாயிருந்தால் எதையாவது சொல்லிச் சமாளிக்கலாம். மனைவியின் வேதனையையும், பெண்களின் ஆர்வத்தையும் அடக்குவதற்காக ஏதோ ஓர் ஊரில் இருந்து கொண்டு யாரையாவது கடிதம் எழுதச் சொல்லி பொய்யான தகவல்களோடு ஆறுதல்படுத்தலாம் என்று பலவாறு அவர் சிந்தித்துக் கொண்டு இருக்கையில் ''என்னங்க தூங்கிட்டீங்களா?'' என்று கேட்டவாறு சிவகாமி அவர் அருகில் வந்து நின்றாள்.

நாகேந்திரனுக்குத் திக்கென்றது. கௌசல்யாவும், மல்லிகாவும் நாம் சொன்னதை நம்பிக்கொண்டு அவரவர் வேலையைப் பார்க்க போய்விட்டார்கள். ஆனால் சிவகாமிக்கு நம்பிக்கை வரவில்லை பெற்ற வயிரல்லவா. அவளின் உள்ளுணர்வே மகளின் நிலையைப் பற்றிச் சொல்லிவிடுமே.

நாகேந்திரனுக்குப் பொய் சொல்லத் தைரியமில்லாததால் தூங்குவது போல் நடித்தார். சிவகாமி ஒற்றை விரலால் அவர் தோளைத் தொட்டாள். அவர் அப்போதுதான் முழித்தவரைப் போல, ''ராத்திரியெல்லாம் தூக்கமில்லாம கிடந்ததில இப்போ அப்படியே கண்ண அசத்துது. நான் கொஞ்ச நேரம் படுக்கிறேன்.'' என்று எழுந்தவரை துடையை அழுத்தி அப்படியே உட்கார வைத்தாள். நாகேந்திரனால் அவளை மீறி எழ முடியவில்லை.

"என்ன நடந்தது?" என்றாள் சிவகாமி. அவள் குரல் கத்தி வீச்சாக இருந்தது.

"சிவகாமி, நீ எதைப்பத்தி கேட்கிறே?" நாகேந்திரன் சமாளிக்க முயன்றார்.

"நான் நம்ம மதுவைப் பத்திதான் கேக்கிறேன்னு உங்களுக்கு நல்லாவே தெரியும். ஆனா தெரிஞ்சும், தெரியாத மாதிரி வேற எதை, எதையோ பேசிக்கிட்டு இருக்கீங்க. அதுதான் எனக்குப் பயமா இருக்கு. சொல்லுங்க என்ன நடந்தது?"

"அதான் சொன்னேனே சிவகாமி. அவங்க பெங்களூருக்கு..." என்று சொல்லும் முன்பே குறுக்கிட்டாள் சிவகாமி.

"நீங்க சொன்னதை கௌசல்யாவும், மல்லிகாவும் வேணா நம்பலாம். எங்கே என் முகத்தைப் பாத்து சொல்லுங்க. நீங்க மதுவைப் பற்றி சொன்னதெல்லாம் உண்மையின்னு."

அவர் கண்கள் கலங்க மனைவியை ஏறிட்டார்.

"சொல்லுங்க என்ன நடந்தது? மது அவ புருசனோடு பெங்களூர் போயிருக்கிறதா நீங்க சொன்னது பொய் தானே?"

"என்ன மன்னிச்சிரு சிவகாமி, நீங்க மதுவை நினைச்சி வேதனைப்படக் கூடாதுன்னுதான் அப்படிச் சொன்னேன்."

"அப்போ நீங்க மதுவை பாக்கவே இல்ல."

"அவ எங்கே இருக்கான்னு தெரியல."

"சரி மாணிக்கம் வேலை செய்யிற ஆபீசுல போய்ப் பாக்க வேண்டியதுதானே?"

"என்ன சிவகாமி இப்படி கேக்கிறே? அங்கே போகாம வருவேனா? ஆனா மாணிக்கம் அங்கே வேலையே பாக்கல. வேலைப் பாத்ததா நம்ம கிட்ட பொய் சொல்லியிருக்கான்." என்றதும் 'அய்யய்யோ' என்று அலறினாள் சிவகாமி.

நாகேந்திரன் அவளிடம் கெஞ்சினார் "தயவு செய்து சத்தம் போடாதே. இந்த விஷயம் நம்ம பிள்ளைகளுக்கு மட்டுமில்ல ஊருக்கும் தெரியாம இருக்கட்டும்."

"எத்தனை நாளைக்கு மறைப்பீங்க? வீட்டுக்குள்ள யாருக்கும் தெரியாம அடுப்ப எரிச்சா புகை வெளிய தெரியத்தாங்க செய்யும். சரி மாதவனை பாத்திருப்பீங்களே, அவனுக்குக்கூட மதுவைப் பத்தி எதுவும் தெரியலையா? அவன் சொன்னான்னுதானே என் தங்கத்த தூக்கி கொடுத்தோம்."

அவர் மௌனமாக இருந்தார். மாதவன் இந்த விஷயத்தில் தலையிடவே இல்லை. அவனுக்கே மதுவின் கல்யாணத்தைப் பற்றி எதுவுமே தெரியாது. அவன் குரலில் வேறு எவனோ பேசியதை நம்பி என் பொண்ணு வாழ்க்கையை நானே பாழாக்கிட்டேன் என்று சிவகாமியிடம் சொல்ல அவருக்கு தைரியமில்லை. அதை கேட்டால் அவளின் உயிர் நிச்சயம் அவளின் அந்தப் பூஞ்சை உடலில் தங்காது என்று தெரியும். அதனால் "நீ ஒன்னும் கவலைப்படாதே சிவகாமி; மாணிக்கத்தோட சொந்தக்காரங்ககிட்ட சொல்லிட்டு வந்துருக்கேன். ஒரு வாரத்தில மது பேசுவாள்னு நினைக்கிறேன்." என்று நாகேந்திரன் சொன்னபோது அவர் கண்களிலிருந்து வழிந்த கண்ணீர் அவரின் துடை மேலிருந்த சிவகாமி கைகளிலும், அவள் கண்ணீர் அவரின் துடையையும் நனைத்தது. இங்கே தூக்குப் போடக்கூட வழியில்லை.

***

# 10

**ம**து அப்படியே உட்கார்ந்திருந்தாள். சந்திராவை ஏன் சந்தித்தோம் என்று இருந்தது மதுவிற்கு. அவளை சந்தித்த பிறகுதான் அவளுக்கு உச்சந்தலையிலிருந்து உள்ளங்கால் வரை பயம் பயம் பயம் ஒன்று மட்டுமே அவளுக்குள் வேர்விட்டுக் கிளை பரப்பி வளர்ந்து கொண்டிருந்தது.

தன்னை விலை பேசத்தான் இந்த மாணிக்கம் போயிருக்கிறானோ? காரில் நாலு பேரைக் கூட்டிவந்து அப்படியே அள்ளிக் கொண்டு போகச் சொல்லி விடுவானோ? மும்பையில் உள்ள விபச்சாரிகளைப் பற்றிய புத்தங்களை அவள் படித்திருக்கிறாள். அவர்கள் தப்பிக்க வழியின்றி என்னவெல்லாம் கொடுமைப்படுத்தப் படுகிறார்கள் என்பதையெல்லாம் அவள் புத்தகம் மூலமாகவே அறிந்ததோடு அவர்களுக்காக மனதிற்குள் கண்ணீரும் வடித்திருக்கிறாள். இன்று அவளே அவர்களில் ஒருத்தியாக மாறப்போகிறாளா?

மதுமிதாவிற்கு நெஞ்சை அடைப்பது போலிருந்தது. தற்கொலை செய்வதற்கு ஏதாவது வழி இருக்கிறதா? என்று அந்த சிறிய அறையைச் சுற்றி, சுற்றி வந்தாள். ரொம்ப ரொம்ப உயரத்தில நான்கு நாற்காலிகளை ஒன்றாக மேலே, மேலே போட்டால் கூட மூன்று நாற்காலிகளை போடவேண்டும். அப்படியே போட்டாலும் மூன்று நாற்காலிகளின் மேல் ஏற முடியுமா? அதற்கெல்லாம் கொஞ்சம் சர்க்கஸ் படித்திருக்க வேண்டும் அல்லது கொஞ்சம் பயிற்சியாவது வேண்டும் என்று நினைத்தவளுக்கு அடி வயிற்றிலிருந்து பெருமூச்சுக்கும் மேல் பெருமூச்சாக வந்தது. அவள் கண்களுக்குள் அடங்கியிருந்த கண்ணீர் சோளம் சிந்தியது போல் சொட்டுச் சொட்டாக விழுந்து அவளை நனைத்தது.

பகலெல்லாம் அவளுக்குள் பதுங்கியிருந்த பயமும், பதட்டமும் இரவு வந்து விட்டால் மாணிக்கத்தின் உருக்கொண்டு பேயாட்டம் போடும். அவள் சதைகளிலும், நரம்புகளிலும் உருத்தெரியாத குறடுகள் அவளை அக்கு, அக்காக சிதைத்துச் சீரழிக்கும் இம்சையைத் தாங்கிக் கொண்டு அவள் விடிவதற்காக காத்திருப்பாள். முதல் நாள் விழுந்த காயம் பட்டு மயங்கிய போது அவளுக்கு ஒரு யோசனை

தோன்றியது. இப்படி அடிக்கடி தன்னைத்தானே காயப்படுத்திக் கொண்டே எவ்வளவு நாளைக்கு இவன் பலவந்தப்படுத்தும் அந்த மோசமான தொழிலிருந்து தப்பிக்க முடியுமோ? அவ்வளவு தூரத்துக்கு தப்பித்துப் பார்க்கலாம் என்று நினைத்திருந்தாள். அதனாலயே அவள் அடிபடவும் தயாராயிருந்தாள். ஆனால் இப்போது அதுவும் முடியாது போல் தோன்றுகிறது. இப்படி அடம் பிடிக்கும் பெண்களை, தூர ஊர்களுக்கு விற்று விடுவான் என்று சந்திரா சொன்னதிலிருந்தது அவள் உயிர் நிம்மதியில்லாமல் அல்லாடிக் கொண்டிருந்தது.

காயம் பட்ட பறவையை போல் இவ்வளவு நேரமும் படுத்திருந்த அவள் தனக்குள் தெம்பையும், பலத்தையும் வரவழைத்துக் கொண்டு எழுந்தாள். கதவின் அருகில் வந்து நின்றுகொண்டு அதைத் திறக்க முயற்சித்தாள். அவளுக்கே அது முட்டாள்தனமாக தெரிந்தது. பூட்டு இந்தப் பக்கம் இருந்தாலாவது பூட்டை உடைத்துப் பார்க்கலாம். வெறும் வழு வழுப்போடு இறுக்கியிருக்கியிருக்கும் கதவை என்ன செய்வது? அவள் மனதில்தான் பலத்தைச் சேர்ந்திருந்தாளே தவிர, அவளின், உடல் அதற்கு சம்மந்தமில்லாமல் நடுங்கிக் கொண்டிருந்தது. பிறகு சற்று நகர்ந்து வந்து ஜன்னல் வழியே எட்டிப்பார்த்தாள். ஒன்றிரண்டு வீடுகள். தவிர மொத்த இடங்களும் புதரடைந்த வனங்களாய் தெரிந்தன. இதுவரை அவள் பார்த்திராத குருவிகள் தலையில் கொண்டை வைத்துக் கொண்டும், வாலில் விசிறியோடும் தவ்வித் தாவியவாறு துள்ளித் துள்ளி பறந்து கொண்டிருந்தன. அதைக் கொஞ்ச நேரம் பார்த்துவிட்டுத் திரும்பினாள்.

இரண்டு அறைகளும் சிறிய சமையலறையும் இருக்க, அதையே சுற்றிச் சுற்றி வந்தாள். ஏதாவது கூர்மையான ஆயுதம் கிடைத்தால் தன்னைத்தானே குத்திக் கொண்டு செத்துப் போகலாம் என்று நினைத்து அங்கிருந்த அலமாரி மேஜை என்று தேடினாள். வெறும் கவரிங் நகைகளும் பிளாஸ்டிக்கின் ஒற்றை ரோஜாவாக, மல்லிகை சரமாக, ஜிகினாவும், கண்ணாடியும் பதித்த சேலைகள் அசிங்கமும், அருவெறுப்பும் கொண்ட பாடிகளும் கிடந்தன. இதைத் தவிர்த்து இரண்டு பழைய நியூஸ் பேப்பரோடு இவர்களின் தொழிலுக்கு முக்கியமாக தேவையான பெரிய முகம் பார்க்கும் கண்ணாடி ஒன்றும் இருந்தது.

மற்றபடி அந்தவீடே பார்ப்பதற்கு அலங்கோலமும், அருவெறுப்பாகவும் இருந்தது. மேல்தளம் காரை பெயர்ந்து

காணப்பட்டது. கீழ்த்தளமோ கால் வைத்தாலே பிசுக், பிசுக்கென்று ஒட்டிக்கொண்டு நச, நசத்துக் கிடந்தது. பெண்களை சாட்டையால் அடித்துச் சித்ரவதை செய்து பணம் சம்பாரிக்கிறவன் அவர்களின் மனசு கொஞ்சமாய் சந்தோசப்படுவதற்காக வேண்டி சுத்தமான வீட்டிலாவது தங்க வைக்க கூடாதா? என்று நினைத்தாள். வீட்டைச் சுற்றிப் பார்த்து முடித்த மதுமிதாவின் முகம் பழைய துணியாகத் துவண்டு உணர்வுகளற்று இறுகிப்போய் கிடந்தது.

அருணா முனங்கியவாறே புரண்டு படுத்தாள். அப்போது சேலை மொத்தமாக விலகி ஒதுங்க, அவளின் சிவந்து பருத்த இரண்டு துடைகளிலும் சுடிட்ட தழும்புகள் ஒரு பெரிய கருப்புக் கோடாக அங்கங்கே வரியிட்டு இருந்தன. அதைப் பார்த்ததும் தன் முகத்தில் யாரோ நெருப்பை வாரிக் கொட்டியது போல் இருந்தது. தானே பார்த்திராத தனது உடல் கூட இப்படி சூடும், சூட்டுத்தழும்புமாகி எல்லோர் முன்னிலும்...அதன் பிறகு நினைக்கவே கூசி குறுகினாள் மது. அவள் கண்களில் கண்ணீர் திரண்டு நின்றதில் அருணாவின் உடல் இப்போது தெளிவாக தெரியவில்லை. அதிர்ந்த நெஞ்சோடு சிதைந்து போய்ச் சுவரோடு சுருண்டு கிடந்தாள் மதுமிதா.

எவ்வளவு நேரம் அப்படிக் கிடந்தாளோ. அருணாதான் அவளை எழுப்பினாள். இப்போது அவள் சாதாரண சேலையில் சாதாரணமாக தெரிந்தாள்.

"என்னம்மா இது மத்தியானம் ஆகப்போகுது. நீ ஒன்னுமே சாப்பிடலயா? காலையில வச்ச காபியும், டிபனும் அப்படியே ஆறிக்கிடக்கே." என்று கேட்ட அருணாவிற்கு எந்த பதிலும் சொல்லாமல் அவளையே பார்த்துக் கொண்டிருந்தாள்.

இன்னும் பத்து நாளில் தானும் மாணிக்கம் கூட்டி வரப்போகிற பொண்ணுக்கு இப்படித்தான் புத்திமதி சொல்லிகொண்டிருப்போமோ? என்று நினைத்துப் பார்த்த மதுவிற்கு விசுக்கென்று அழுகை பொங்கியது. ஆனால் மறுநிமிஷமே தன் அழுகையை அடக்கினாள்.

பாவம் இவளே நொந்து நொறுங்கிப்போய் கிடக்கிறாள். நம் வேதனையையும், கண்ணீரையும் இவளால் மாற்றமுடியுமா?

"என்ன நான் பாட்டுக்கு கேட்டுக்கிட்டு இருக்கேன்?" என்றாள் அருணா.

"அது ஒன்னுமில்லை. நீ எந்திரிக்கவும் நானும், நீயும் ஒன்னாச் சாப்பிடலாமின்னு நினைச்சிக்கிட்டு இருந்தனா. அப்படியே நானும்

தூங்கிட்டேன். அதுபோகட்டும் உனக்கு மத்தியானமின்னு நேரம் எப்படித் தெரிஞ்சிச்சி அருணா"

"நேரமா? நீ சொல்றது எனக்குப் புரியல"

"இல்ல மத்தியானம் ஆயிருச்சின்னு சொன்னயே. இங்கே ஒரு கடிகாரம்கூட இல்லையே. எப்படி நேரம் பாத்தே?"

"ஜன்னல், வழியா வெளியே தெரியிற நிழல வச்சிதான் பாக்குறது." என்று அருணா சொன்னதும் எங்கே அந்த நிழல்?"என்று கேட்டுக்கொண்டே வெளியே வந்து ஜன்னல் வழியே எட்டிப் பார்த்தாள் மதுமிதா. அவளுக்கு முதலில் வானம்தான் தெரிந்தது.

அவள் ஊரில் தாய் வீட்டில் இருக்கும்போது இந்த வானமும் அதன் மீது திரியும் பஞ்சு பொதியான மேகங்கள், மேகங்களை அலட்சியமாக ஒதுக்கி விட்டு வெளிச்சத்தைக் கொடுக்கும் சூரியன், சூரியனை தயவு, தாட்சயன்மின்றி ஒதுக்கியபடி அடர்ந்த நிழலை கொடுக்கும் மரங்கள். அதைவிட இரவு நேர வானம் அவளுக்கு ரொம்ப ரொம்பப் பிடிக்கும். கரிய வானத்தை அலங்கரித்தபடி மின்னுகிற நட்சத்திரங்கள், வளரும் நிலவு, வளர்ந்தது போதும் என்று யாரோ கட்டுப்படுத்துவது போல் குறைத்து மெலியும் நிலவு, கருநீல மேகங்கள் அந்த நிலவு மீது கோபப்பட்டு மறைத்தால்கூட அந்த மேகத்தை சுண்டி எறிந்துவிட்டு பட்டுப் போன்ற பால் வெளிச்சம் கொடுத்தவாறே வெளிவரும் சந்திரனின் பிம்பம் எல்லாமே எவ்வளவு அழகை சுமந்திருந்தது. இங்கு...இங்கு...அத்தனையும் அலங்கோலமாகி தெரிகிறதே.

"என்ன மது, நான் நேரத்தைக் காட்டுற நிழல காமிச்சிக்கிட்டு இருக்கேன். நீ மானத்தையே வெறிச்சிக்கிட்டு இருக்கே?" என்று கேட்ட அருணாவிடம், ''நீ கேக்கிறதைப் பாத்தா எனக்குச் சிரிப்பா வருது அருணா'' என்றாள் மது. அவள் குரலில் வேதனையும், அழுகையும் கரைந்திருந்தது.

"என்ன சொல்றே மது?"

"நமக்கு வானமின்னு ஒன்னு இருக்கா?"

"நீ திருந்தவும் போறதில்ல. இங்க இருக்கவும் போறதுமில்ல மும்பை, கல்கத்தான்னு போனாத் தான் திருந்துவே." என்று கோபத்தோடு வெடுக்கென்று சொன்னவள். "சாப்பாட்டைப் பாழாக்குனா மாணிக்கத்துக்கு பிடிக்காது. அதுக்கு வேற சாட்டையை எடுப்பான். இப்ப கேசவன் மதியானத்துக்கான சாப்பாட்டைக்

கொண்டு வந்துருவான். அதுக்குள்ள காலையில கொண்டு வந்த டிபன் பாத்திரத்தைக் கொடுக்கணும். அதுவும் வெறுமையான பாத்திரத்தைத்தான் கொடுக்கணும்." என்றவள், டிபன் பாத்திரத்தை திறந்தாள். சமையல் அறையில் இருந்த இரண்டு சில்வர் தட்டுகளைக் கொண்டு வந்து மதுவுக்கான பங்கு இட்லியை எடுத்து வைத்துவிட்டு சாப்பிட ஆரம்பிததாள் அருணா.

அவளின் எதிரில் துவண்டு போய் உட்கார்ந்த மது,

"உன்னை என்கூடப் பிறந்த தங்கச்சியா நினைக்கிறேன். அதனால்தான் என் மனசுல தோணுகிற கவலையையும், பயத்தையும் சொல்லிச்சொல்லி அப்ப அப்ப என் மனசை ஆத்திக்கிறேன், ஆனா நீ நான் சொல்றதை சீரியஸா எடுக்காட்டிக் கூடப் பரவாயில்லை. பம்பாய் அது, இதுன்னு வேற வேற ஊரைப்பத்தி சொல்லி என்னை ரொம்பவும் பயமுறுத்துறே. ஏற்கெனவே நான் ரொம்ப நொந்து போயிருக்கிறேன். புரிஞ்சிக்கோ அருணா."

"நான் புரிஞ்சி என்ன செய்ய? அந்த மாணிக்கமில்ல உன்னைப் புரிஞ்சிக்கணும். நான் நிஜத்தைச் சொல்றேன் நீ நிழலைப் பிடிச்சிக்கனுமின்னு நினைக்கிறே."

"நிழலப் பிடிக்க நான் நினைக்கிறேனா?"

"ஆமா மது, சந்திராக்கா எவ்வளவு தைரியமானவங்க தெரியுமா? காலேசு படிப்புக்கூட படிச்சிருருக்காங்களாம்."

"அன்னைக்கு நான் கேட்டதுக்கு இங்கே யாருமே படிச்சவங்க இல்லே ன்னு நீ சொன்னதாக எனக்கு ஞாபகம்."

"இப்பக் கூட அந்த அக்கா ஒன்னுமே படிக்கலேன்னு தான் அடிச்சி சொல்வாங்க. மாணிக்கம்தான் அவன் நண்பன் மோகன்கிட்ட பேசிக்கிட்டு இருந்ததை நான் கேட்டேன்."

மது திடுக்கிட்டுப் போனாள். மாணிக்கம் ஒருவனைத்தான் அவள் அறிந்திருக்கிறாள். அவனின் பொய்களையும், புரட்டுகளையும் அவன் செய்யும் கொடுமைகளையுமே தாங்கமுடியவில்லை. இதில் இந்த மோகன் எங்கிருந்து வந்தான்?"

"மோகன்ங்கிறது யாரு அருணா? நான் கேள்விப்படவே இல்லையே."

"நீ இப்பதானே வந்துருக்கே. அதுவும் வந்த நாளையிலிருந்து பாதி நாளு மயக்கமும், விழிப்புமா இருக்கே. போக போகத் தான் உனக்கு

எல்லா விஷயமும்,எல்லா ஆட்களும் தெரியும். இந்த மோகனத்தான் இந்த சந்திராக்கா காதலிச்சிருக்காங்க''

''என்னது? சந்திராக்கா மோகனோட காதலியா? காதலியையா இவன் இப்படி கூட்டிகொடுத்து சம்பாரிக்கிறான்?''

''இவங்க நம்மள காதலிக்கிறதும், கல்யாணம் முடிக்கிறதும் இந்த மாதிரித் தொழில் நடத்தத்தான். அது தெரியாம நிஜமாவே சந்திரா அவனை காதலிச்சிருக்காங்க. அவங்க காதலுக்கு சந்திரா வீட்டுல ஒத்துக்கல. உடனே இவன்மேல இருந்த மோகத்திலயும், பசப்பு வார்த்தையிலயும் மயங்கி அந்த அக்கா பெத்தவங்கள விட்டுட்டு இவன் கூடவே நிறைய, நிறைய இறக்கை முளைத்த கனவுகளோட ஓடி வந்துட்டாங்க''

''அய்யய்யோ.. பிறகு?'' என்று அலறினாள் மதுமிதா.

''பிறகென்ன, பிறகு பாவம் நீயாவது உங்கப்பா பாத்த மாப்பிள்ளையின்னு வீட்டார் சம்மதத்தோட கல்யாணமாகி இந்த படுகுழியில வந்து விழுந்தே. ஆனா அந்த அக்கா காதல்ங்கிற பேர்ல இந்த இருட்டுக் குகையில வந்து சிக்கிட்டாங்க. வரும்போது எப்படி இருந்தாங்க தெரியுமா? ரொம்ப அழகா குதிரைக் குட்டி மாதிரிக் கம்பீரமா இருந்தாங்க. இந்தக் கேவலமான தொழில்ல இறங்கவே மாட்டேன்னு அவங்களால எவ்வளவு முடியுமோ அவ்வளவு எதுத்து நின்னாங்க.. அவ்வளவுக்கு ஏன்? மோகனையே ஒரு நாள் கன்னத்தில மாறி மாறி அறைஞ்சு அவன்கூட கட்டிப் புரண்டு சண்டைகூடப் போட்டு இருக்காங்கன்னா பாத்துக்கோயேன்.''

''அய்யய்யோ... பிறகு...?''

''இதுக்கே இப்படி அலறுனா எப்படி? பிறகு அந்த அக்காவை அறையிலேயே உடம்பை அறுக்கிற மாதிரி கயிறுல கட்டிப் போட்டு ஆள் ஆளுக்கு அந்த அக்காவ நாசமாக்குனதோட ரெண்டு லச்ச ரூபாய்க்கு அடுத்தவங்களுக்கு விலையும் பேசிட்டாங்க.'' என்று இன்னும் சந்திராவைப் பற்றி சொல்லப் போன அருணாவை கையெடுத்துக் கும்பிட்டாள் மதுமிதா.

''வேண்டாம் அருணா. நீ எதுவுமே சொல்ல வேண்டாம் எனக்கு கண்ணுக்குள்ள இருட்டு வந்து கவ்வுது.'' என்றாள்

''இப்படிச் சாப்பிடாம கிடந்தேன்னா இருட்டுமட்டுமில்ல பகல் கூட உன் கண்ணை வந்து கவ்வும்.'' என்று அருணா சொல்லி முடிக்கு முன்பே கதவு திறக்கும் சத்தம் கேட்டு இருவருமே மாணிக்கம்தான் வந்து விட்டான் என்று பீதியில் உறைந்து நின்றார்கள்.

அருணாவிற்கு எங்கே தான் மதுவிடம் பேசியதையெல்லாம் இந்த நாசகாரப்பாவி கேட்டு விட்டானோ? அதற்கானதண்டனையாக தன்னை என்னவெல்லாம் சித்ரவதை செய்வானோ? என்று அவள் மனம். கிடந்து அலைபாய்ந்தது. மதுமிதாவிற்கோ இப்போது மாணிக்கம் என்ற பேரைக் கேட்டாலே நெஞ்சில் ஈட்டியைப் பாய்ச்சினாற் போல ஒரு வலி உண்டாவதோடு மயக்கமும் சேர்ந்தே வந்தது.

ஆனால் கேசவன்தான் வழக்கம் போல் மத்தியான சாப்பாட்டை கொண்டுவந்து வைத்து விட்டு" "அக்கா" மருத்துவச்சி முத்தாணிய கூப்பிடப் போறேன். நீங்க சாப்பிட்டு டிபன் பாத்திரத்தை எடுத்து வெளியே வச்சிருங்க." என்று படபடக்க சொல்லிவிட்டு ஓட முயன்றான்.

"எதுக்காகடா முத்தாணிய கூப்பிட போறே? யாருக்கு என்ன ஆச்சி?" என்று கேட்டவாறே அவன் பின்னால் ஓடினாள் அருணா. ஆனால் அந்த அவசரத்திலும் இவர்கள் இருந்த அறையைப் பூட்டிய கேசவன் "பாக்கியம் அக்காவுக்கு மருந்து வைக்கக் கூட்டிட்டு வரச்சொன்னாக." என்று சொல்லிவிட்டு ஓடினான்.

அவன் சொன்னதைக் கேட்டதும் தலையில் கையை வைத்தவாறு உட்கார்ந்த அருணா தன்னையறியாமலே தேம்பித் தேம்பி அழுதாள். மது எவ்வளவோ தேற்றியும் கூட அவள் அழுது கொண்டே இருந்தாள். பிறகு சற்று நேரத்தில் கேசவன் திரும்பிவந்தான். அவன் காலடியோசை கேட்டதும் தட்டில் வைத்த இட்டிலியை தண்ணியை விட்டுக் கரைத்துக் கொண்டு போய் கக்கூஸில் ஊற்றினாள். கூடவே ஒரு குடம் தண்ணியையும் சாய்த்தாள். பிறகு டிபனை வைத்துவிட்டுப் போன கேசவன் வந்து டிபன் பாத்திரத்தை எடுத்துக்கொண்டவன். அந்த டிபன் என்றான் கொஞ்சம் அதட்டலாக.

"என்னடா இப்படிக் கேக்கிறே? நீ சொன்ன விஷயத்தைக் கேட்டுட்டு எப்படி எங்களால முக்கியமா என்னால சாப்பிட முடியும்? டேய், நாங்களும் உன்கூடவே வாறோமடோ. அந்தப் பாக்கியத்தைப் பாத்ததுமே திரும்பிறோம்." என்றாள் கெஞ்சும் குரலில்.

"அங்கே கலுசுலிங்கம் இருக்காரு. வாரயா?" என்று கேசவன் சொன்னதைக் கேட்டதும் நடுங்கினாள் அருணா.

"அய்யய்யோ'' என்று அலறியவாறே, "ஏண்டா அந்தக் கொடும்பாவியை எதுக்குடா கூட்டிட்டு வந்தே?" என்றதும், "நானா

கூட்டிட்டு வந்தேன்? மாணிக்க அண்ணன் போனப்போ இவருகிட்டதான உங்க எல்லாருடைய பொறுப்பையும் ஒப்படைச்சிட்டுப் போனாரு.''

''அடப்பாவி! போயும், போயும் இந்த எமகாதகன் கிட்டயா ஒப்படைச்சிட்டுப் போனான். சரி? சரி நீ சீக்கரம் போ. உன்னைத்தேடி இங்க வந்தாலும் வந்துருவான்'' என்று விரட்டினாள் அருணா.

***

# 11

இன்ஸ்பெக்டர் சின்னத்துரையைக் கண்டு வணங்கினான் மாதவன். மாதவனை வரவேற்று உட்காரச் சொன்னார் சின்னத்துரை.

"என்ன சார், ஏதாவது துப்புக் கெடைச்சிச்சா?"

"அந்த நோக்கியா செல்லை எந்தக் கடையில எத்தனாம் தேதி, எந்த வருசம் வாங்கினான்னுதான் கண்டு புடிச்சிருக்கோம். ஆனா அவன் அதுக்கும் பொய்யான விலாசத்தை கொடுத்திருக்கான். அதைத்தான் இப்ப விசாரிச்சிக்கிட்டு இருக்கோம்."

"இப்படி ஒரு பொய்யான தகவல் கொடுத்தவன் அந்த நம்பரையே அழிச்சிட்டா என்ன சார் செய்யிறது?"

"அப்படி நடக்காதுன்னு நினைக்கிறேன்"

"என்ன சார் இப்படி சொல்றீங்க, எத்தனை பேர் சிம் கார்டை தீயிட்டு எரிச்சிறான்க."

"இருக்கலாம். ஆனா இந்த மாதிரி ஆளுக எப்படியும் அவங்களுக்கே தெரியாம சிறு தடயத்தை கண்டிப்பா விட்டுட்டுத்தான் போவாங்க. அதனால சீக்கிரம் கண்டுபுடிச்சிரலாம்."

"அதுக்குள்ள எங்க பொண்ணுக்கு எதுவும் ஆயிடுமோன்னு பயமா இருக்கு இன்ஸ்பெக்டர்." என்றார் நாகேந்திரன்.

"நீங்க பயப்படுறதில நியாயம் இருக்கு சார். ஏன்னா நிறைய பொண்ணுகள காணோமின்னு எங்களுக்கு தினமும் புகார் வந்து கிட்டுதான் இருக்கு மாதவன்."

"அப்படிக் காணாமப் போன பொண்ணுக திரும்பி வந்ததா நாங்க கேள்விப்படவே இல்லை சார்."

"யாரோ உங்களுக்குத் தவறான தகவலை கொடுத்திருக்காங்க மாதவன். நாங்களே எத்தனையோ பெண்களைக் கண்டுபிடித்து அவங்க, அவங்க பெற்றோர்கள் கிட்ட சேர்த்திருக்கோம்." என்று இன்ஸ்பெக்டர் சொன்னதும், "என் பொண்ணு, மதுவையும் என்கிட்ட

கொண்டு வந்து சேர்த்துருங்க சார், உங்களுக்கு ரொம்பப் புண்ணியம் வந்து சேரும்." என்று கையெடுத்துக் கும்பிட்டார் நாகேந்திரன்.

"முதல்ல இப்படிக் கும்புடுற பழக்கத்தையெல்லாம் விடுங்க, உங்க பெண்ணைக் கண்டுபிடிக்கிறது எங்க கடமை, எங்க கடமையை நாங்க செய்யிறோம். எங்களுக்குக் கும்பிடு போட்டு எங்களைப் பெரிய ஆளா ஆக்கிடாதீங்க" என்றார் இன்ஸ்பெக்டர்.

***

## 12

கடந்த இரண்டு நாளாக தன்னுடன் தங்கியிருந்த அருணா எல்லாம் அனுபவித்தாகி விட்டது. இனி அனுபவிக்க எதுவுமே இல்லை. அப்படி இருந்தாலும் வந்தது வரட்டும் என்று தைரியத்தோடும், விரக்தியோடும் பேசியவள் இந்த கலுசுலிங்கம் என்ற பெயரைக் கேட்டவுடன் இந்த நடுக்கம் நடுங்குகிறாளே என்று புரியாமல் விழித்தாள் மதுமிதா.

இதுவரையிலும் மாணிக்கம் ஒருவன் மட்டுமே இப்படிப் பெண்களைப் பலவந்தப்படுத்தி இந்தத் தொழிலை நடத்துகிறான். ஒரு நாள் இல்லாவிட்டால், ஒரு நாள் அவனை ஏமாற்றிவிடலாம் என்று நினைத்துக் கொண்டிருந்தவளின் நம்பிக்கைக் கயிறு கொஞ்சம் கொஞ்சமாக நைந்து இப்போது படக்கென்று அறுந்து இனி எதுவுமே செய்ய முடியாது என்பது போல் நலிவுற்று நைந்து நூலிழையாகத் தொங்கியது.

மாணிக்கம், பிறகு மோகன், அவனுக்கு அடுத்து கலுசுலிங்கம்... போகிற போக்கைப் பார்த்தால் இந்த ஈனமான தொழிலில் ஈடுபட்டு இருக்கும் பாவப்பட்ட பெண்களை விட ஈடுபடுத்திக் கொண்டிருக்கும் ஆண்கள் நிறையப் பேர் இருப்பார்கள் போலிருக்கிறேதே என்று நினைத்தபோது தன்னைச்சுற்றிலும் விஷப் பாம்புகள்படமெடுத்தவாறு சீறிக்கொண்டு அலைவது போல் அவளுக்கு தோன்றியது.

கேசவன் போனதிலிருந்து மிரட்சியுடன், அரண்டுபோய் உட்கார்ந்திருந்த அருணாவின் தோளை மெதுவாகத் தொட்டாள் மதுமிதா.

அந்தத் தொடுதலுக்கே தீயை மிதித்து விட்டதுபோல் மிரண்டு எழுந்தவள். கண்களில் உள்ள பதட்டம் தணியாமல் பரக்கப் பரக்கப் பார்த்தாள். அவளின் பார்வையே மதுமிதாவின் இதயத்தைக் கலக்கியது.

"என்ன அருணா? என்ன நடந்தது? இப்போது நீ நடத்திக் கொண்டிருக்கும் வாழ்க்கையைச் சாதாரணமாக ஏற்றுக் கொண்டது போல் பேசியதோடு எனக்கும் தைரியத்தையும் துணிச்சலையும் சொல்லிக் கொடுத்துட்டு நீ எதுக்கு இப்படி மருவித் தவியாத்

தவிக்கிறே" என்று கேட்டதும் அருணாவிற்கு விம்மல் தெறித்தது. அந்த விம்மல் எங்கே வெளியே கேட்டுவிடுமோ என்ற பயத்தில் அதை அடக்க வெகு பிரயாசைப்பட்டாள்.

"அந்தப் பாக்கியம் ஒரு வெகுளி. எப்படியோ தலைக்குக் குளிக்கிற கணக்கைத் தவறவிட்டுட்டா போலிருக்கு. இல்லாட்டா இப்படி ஒரு நிலைமை அவளுக்கு வருமா?" என்று பெருமூச்சு விட்டாள் அருணா

"என்ன நிலைமை அருணா? எனக்குப் புரியலயே"

"இங்கே யாரும் தலைக்குக் குளிக்கும் நாளைத் தவறவிடக்கூடாது. அப்படித் தவறவிட்டா அதுக்கு சரியான தண்டனை கிடைக்கும். அந்த விஷயத்தில நம்ம மறந்தாக்கூட. இவங்க மறக்க மாட்டாங்க. தவறாம மாத்திரை போட்டுக்கணும். முக்கியமா இங்க இருக்கிறவங்க புள்ளை பெத்துக்ககூடாது" என்றவள் விரக்தியாக சிரித்தவாறே, "நம்ம தான் புள்ளயப் பெத்து என்ன செய்யப் போறோம்." என்றாள்.

குழிக்குள்ளே இருந்து சிறு புகையாகக் கிளம்பி பிறகு விரிவு கொடுத்துக் கொண்டே உலகத்தையே இருட்டாகி விடும் மந்திரவாதி போல் அருணா இங்கே நடக்கிற ஒவ்வொரு விஷயத்தையும் சொல்லச் சொல்ல மதுமிதாவின் உடல், ஆட்டம் கண்டது. மனிதர்களின் உலகில் சிக்கினாற்போல் அவளுக்குத் தோன்றவில்லை. ஓநாய்களின் உலகில் வந்து சிக்கிக் கொண்டது போல் தோன்றியது. எத்தனை மந்திரிகள், பாவப்பட்ட ஒரு பொண்ணுக்காக அட்டையும், அட்டையில் சில வாக்கியங்களையும் ஏந்திப் போராடும் மனிதர்கள்.. இத்தனையும் இருந்து என்ன செய்ய? இங்கே ஒரு பாவக் குழியைத் தோண்டி ஒவ்வொரு பெண்ணாக கொல்கிறார்களே! இவர்களை யாருக்குமே தெரியவில்லையே? கீழே விழுந்து விட்டால் உடலில் ஊனத்தை அதுவும் ஒவ்வொருவருக்கு வாழ்க்கையில் கடைத்தேற முடியாத ஊனமாக ஆக்கிவிடும் அந்தக் கடவுள் இந்த மாதிரியான கயவர்களுக்கு கண்களில் ஊனத்தை வைக்கக் கூடாதா? என்று மதுமிதா சிந்திந்துக் கொண்டிருந்த போது. இவளின் சிந்தனையைக் கலைப்பது போல் அருணா சொன்னாள். "இனி இந்த பாக்கியம் பிழைப்பது அபூர்வம் தான்" என்றாள்.

அருணா சொன்னதைக் கேட்டதும் மது துணுக்குற்றாள்.

"ஏன் அருணா அப்படி சொல்றே?"

"இந்தப் பாக்கியம் மீது மாணிக்கம் மட்டுமில்லை, கலுசுலிங்கம், சோமு எல்லாரும் கோபமாகத் தான் இருக்கிறார்கள்."

"எதற்காக அவள் மீது மட்டும் அப்படியொரு கோபம்?"

"அதான் சொன்னேனே, அவள் ஒரு வெகுளியென்று! நல்லது செய்வதாக எண்ணிக் கொண்டு இவர்களை இரண்டொரு தடவை போலீஸில் மாட்டி விட்டாள்."

அருணா சொன்னதைக் கேட்டதும் துயரத்தோடு கூம்பிக்கிடந்த மதுமிதாவின் முகம் பளிச் சென்று பிரகாசமாகியது.

"போலீசில்கூட இவர்களை மாட்டிவிட முடியுமா?" என்றாள் ஆர்வத்தோடு.

"அப்படி மாட்டிவிடுவதில் எந்தப் பிரயோசனமும் இல்லை மது."

"என்ன சொல்றே? அருணா கொஞ்சம் விவரமாக சொல்லேன்"

"இங்கே இருக்கும் நாங்கள் சம்பாரிப்பது போதாதென்று லாரிகளில் களவும் செய்வார்கள்."

"அதெப்படி?"

லாரி டிரைவர்களின் கவனத்தை எங்கள் பக்கம் திருப்பி விட்டு அந்த லாரிகளில் ஏற்றியிருக்கும் சாமான்களைத் திருடுவார்கள்."

"அடப் பாவிகளா? அப்படி எதையெல்லாம் திருடுவார்கள்?"

"இது தான் என்று இல்லை. டயர்கள், சிமெண்ட்மூடை, சோப்பு பெட்டிகள். ஓடும் லாரியில் திருடுகிறவர்களுக்கு நிற்கும் லாரியில் திருடுவது என்பது ரொம்ப சாதாரண விஷயம் தானே.?"

"ஆமா, ஆனால் சற்று முன் பாக்கியத்தைப் பற்றி அல்லவா சொல்லி கொண்டிருந்தாய்?"

"அவளைப் பற்றிதான் இப்போதும் சொல்லப் போகிறேன். இந்தத் திருடர்கள் எல்லோரும் சேர்ந்து- இன்று ஒரு லாரியில் டயர் வருகிறது. ஒரு டயரே இரண்டாயிரம் பெறும்- எப்படியும் நாலு டயரைக் கடத்தி விட வேண்டுமென்று பேசிக் கொண்டிருந்திருக்கிறார்கள். அதை எப்படியோ பாக்கியம் கேட்டுவிட்டாள். அன்றைய தொழிலுக்கென்று போனவள் அவளிடம் வந்த டிரைவரிடம் "உங்கள் லாரியில் என்ன கொண்டு போகிறீர்கள்?" என்று கேட்டு இருக்கிறாள்.

அவனுக்கு ஏற்கெனவே இந்த மாணிக்கம் மீதும் மற்றவர்கள் மீதும் சந்தேகம் வந்திருக்கிறது.

அவர்களுக்காக தானே நம்மையே இவர்கள் இப்படிக் கடத்தி வந்து சித்ரவதைப் படுத்துகிறார்கள். பிறகு என்ன சந்தேகம்?

“அன்று அந்த டிரைவருக்கு சரக்கைக் கொண்டுபோய் இறக்கிவிட்டு அவசரமாய்ப் போக வேண்டிய வேலை இருந்திருக்கிறது. அதனால் வழக்கமாய் இவர்கள் கூப்பிடாமலே வருகிறவன், அன்று வண்டியை மெதுவாக ஓட்டியவாறு இவர்களைப் பார்த்துச் சிரித்துவிட்டு வண்டியை எடுத்திருக்கிறான். ஆனால் இங்கே இருப்பவர்கள் எல்லாருமே ரொம்பவும் திகிடுதத்தம் படித்தவர்கள். ஒரு கழுகைப் போல் லபக் கென்று கிடைப்பதைக் கொத்திக் கொண்டு போகிறவர்கள். இவனைக் கெஞ்சி, கீழே இறக்கியதோடு மட்டுமல்லாமல் பாக்கியத்திடம் இவனை அனுப்பிவிட்டு இவர்கள் களவு வேலையில் இறங்க, அவள் டிரைவரிடம் டயர் களவு போகப் போகிற விஷயத்தைச் சொல்லி விட்டாள். அவ்வளவுதான். ஏற்கெனவே இந்தக் கழுகு கூட்டங்கள் வற்புறுத்தி இறங்கச் சொன்ன சந்தேகம் வேறு. போலீசிற்கு போன் பண்ணி விட்டான். பிறகு போலீஸ் வந்து இவர்களைப் பிடித்து...'' அருணா சொல்லிக் கொண்டிருக்கும்போதே மது ஆவலுலோடு கேட்டாள்.

“பிறகு என்ன ஆனது? இவர்களை ஏதாவது செய்தார்களா?”

“ஒன்றும் ஆகவில்லை போலீசிற்கு பணத்தைக் கொடுத்து அனுப்பிவிட்டார்கள். ஆனால் பாக்கியம்தான் டிரைவருக்குச் சொன்னாள் என்பது இவர்களுக்குத் தெரிந்து விட்டது. அவளைஅடித்து நொறுக்கி விட்டார்கள்.”

“பாக்கியம்தான் சொன்னாள் என்று இவர்களுக்கு எப்படி தெரிந்தது?”

“சில டிரைவர்களும் இவர்களோடு கூட்டுத்தான். இந்த டிரைவர்கள் குடித்துவிட்டுத்தான் எப்போதும் நம்மை மாதிரி பெண்களிடம் வருவது. அவர்களின் சொல்படி நாம் நடக்க வேண்டும் இல்லாவிட்டால் இந்த எமகாதர்களிடம் போட்டுக் கொடுத்து விடுவார்கள். மறுநாள் தலைக்கேறிய போதையோடு வந்த அந்த டிரைவரே பாக்கியத்தைக் காட்டிக் கொடுத்துவிட்டான்.”

“அய்யய்யோ”

“பாவம் பாக்கியம். நல்லது செய்வதாக எண்ணி அடிபட்டு கிடந்தாள்”

“இப்ப நம்மளால பாக்கியத்தைப் பாக்க முடியுமா?”

"நம்மால் இந்த அறையை விட்டே வெளியேற முடியாது. நீயும் நானும் சந்திப்பதுகூட இதுவே கடைசி முறையாகக் கூட இருக்கலாம். ஆனால் ஒரு ஆறுதலான விஷயம்."

"என்ன அது?"

'நீயும், நானும் தொழிலுக்காக போகும்போது வேண்டுமானால் சந்திக்கலாம்." என்ற வார்த்தையைக் கேட்டதும் அறுந்து போன பல்லி வாலாய் துடித்தாள் மதுமிதா.

"அருணா உன்னைக் கெஞ்சிக் கேட்டுக்கிறேன். இனிமே அந்த வார்த்தையைச் சொல்லாதே. நான் செத்தாலும் சாவேனே தவிர ஒருக்காலும் இந்தத் தொழில் செய்து பிழைக்க மாட்டேன்."

கண்ணீரோடு சொன்னாள் அருணா" செத்து போவதுகூடக் கஷ்டம் தான் மது. அதுக்குக்கூட நமக்குக் கொடுத்து வைக்கவில்லையே."

அவள் சொன்னதைக் கேட்டதும் மதுமிதாவிற்கு நெஞ்சில் அறை விழுந்தாற் போலிருந்தது.

"உன்ன நினைச்சா எனக்கு ஒரு பக்கம் சிரிப்பாக்கூட இருக்கு மது."

"என்ன அருணா... என் வேதனை உனக்கு சிரிப்பா இருக்கா?"

"உன் வேதனை மட்டுமில்ல, என் வேதனையும் தான். இல்லே கொஞ்ச நேரத்துக்கு முன்னால சொன்னியே செத்தாலும், சாவேனே தவிர இந்த தொழிலு செஞ்சு பிழைக்க மாட்டேன்னு."

"ஆமா"

"அதேதான். என்னமோ இந்தத் தொழிலுக்கு நாங்க பிரியப்பட்டு வேலைக்கான ஆர்டரை வாங்கிக்கிட்டு இங்க வந்து வேலை செய்ற மாதிரி பேசுறயே. அதை நினைச்சுதான் சிரிப்பு வருது. சரி வா, காலையில தான் சாப்பிடல. இப்பவாவது சாப்பிடுவோம். உனக்குப் பரவாயில்ல. நானு தொழிலுக்குப் போயாகணும்." என்றவள், டிபன் பாத்திரத்திலிருந்த சோறை எடுத்துத் தட்டில் பரிமாறினாள்.

# 13

**மா**ணிக்கம் வந்தபோது இரவு பதினொரு மணியாகியிருந்தது. மதுமிதா தூங்குவதுபோல் படுத்திருந்தாள். அருணா பத்து மணிக்கே வெளியேறி விட்டதால் இவர்கள் இரண்டு பேர் மட்டுமே தனித்திருந்தார்கள்.

மதுமிதாவை கல்யாணம் என்கிற பெயரில் கழுத்தில் ஒரு தாலியைக் கட்டிக் கூட்டிக்கொண்டு வந்து இன்றோடு ஒரு மாதம் ஆகிவிட்டது. அவளால் இதுவரையில் மருத்துவச் செலவுதான் தினமும் ஆகிக் கொண்டிருந்ததே ஒழிய ஒரு வருமானம்கூட இல்லை. வேறு ஒரு பெண்ணாக இருந்தால் இந்நேரத்துக்கு மாணிக்கம் செய்கிற கொடுமைகளே வேறாக இருக்கும். இவர்கள் பண்ணும் இம்சையைப் பொறுக்க முடியாமல் எத்தனை பெண்கள் அவர்களாகவே இந்தத் தொழிலில் தங்களை ஈடுபடுத்திக் கொண்டு இவர்களின் கால்களில் சரணடைந்து கிடந்தார்கள்.

ஆனால் மாணிக்கத்திற்கு மதுமிதாவை இம்சைப்படுத்தவும், தன் குரூரமான செயல்களால் அவளைவீழ்த்தவும் அவனால் முடியவில்லை. எட்டு வருசத்துக்கு மேலாக இந்த பாலியல் தொழிலில் பெண்களை ஏமாற்றியும், ஏமாந்த பெண்களைக் கூட்டிவந்தும் இந்தத் தொழிலை நடத்திக் கொண்டிருக்கிறான். இந்தத் தொழிலில் ஈடுபட மறுத்து மூர்க்கமாய் இவர்களோடு போராடிய பெண்கள் இரண்டொருவர் உருத் தெரியாமல் அழிந்து போயிருக்கிறார்கள். சிலர் டில்லி, மும்பை என்று பணத்துக்காகக் கைமாறியிருக்கிறார்கள். அப்படியெல்லாம் எக்காளத்தோடு பெண்களை ஒரு போகப் பொருளாக நினைத்துத் தொழிலை நடத்திக்கொண்டு இருப்பவன் மதுமிதா விஷயத்தில் மட்டும் எந்த முடிவும் எடுக்க முடியாமல் தயங்கினான்.

அவளின் தெய்வாம்சம் பொருந்திய முகமும் அதில் நட்சத்திரங்களைத் தனக்குள் அடக்கிக் கொண்டாற்போல் சுடர் தெரித்த விழிகளே அவனை அவளிடமிருந்து தூரத்தில் நிறுத்தி வைத்திருந்தன. கொஞ்சம் அவளை நெருங்கினால்கூட அவளின் விழிகளில் தெறித்துக் கொண்டிருக்கும் தீச்சுடர் தன்னை எரித்து விடுமோ என்று பயந்தான். அதனால் கொஞ்சம் நெருங்கியும், நெருங்காமலும் அவளிடம்

போக்குக் காட்டிக் கொண்டிருக்க, மதுமிதா அவனுக்குப் போக்குக் காட்டிக் கொண்டிருந்தாள்.

அவள் மனதில் ஆழமான வைராக்கியம் ஒன்று வேர்ஊன்றியிருந்தது. எப்படியும் நாம் இங்கிருந்து தப்பித்து விடவேண்டும் நாம் தப்பித்தால் மட்டும் போதாது, இங்கிருக்கும் அப்பாவிப் பெண்களையும் காப்பாற்றி விட வேண்டும். எங்கெங்கு இந்தத் தொழில் நடக்கிறதோ அவளுக்குத் தெரியாது. அவர்களையெல்லாம் தன்னால் காப்பாற்றவும் முடியாது. அதெல்லாம் அவள் அப்பா அடிக்கடி சொல்வது போல் அவரவர் தலையெழுத்துப்படிதான் நடக்கும். ஆனால் இங்கு அவள் கண் எதிரே நடக்கும் இந்தக் கொடுமையை அவளால் நிச்சயம் பார்த்துக் கொண்டிருக்க முடியாது. இவர்களை மொத்தமாய் போலீஸுக்கு காட்டிக் கொடுத்து இந்த இடத்தில் இப்படிப்பட்ட ஒரு கேவலமும், சித்ரவதையும் நடக்க விடாமல் செய்ய வேண்டும் என்று தனக்குள் உறுதி பூண்டிருந்தாள் எந்த அளவுக்குத் தன்னைக் காயப்படுத்திக் கொள்ள முடியுமோ அப்படி காயப்படுத்திக் கொண்டாவது சமயமும், சந்தர்ப்பமும் வரும் வரை காத்திருக்க வேண்டுமென்று தனக்குள் வைராக்கியத்தை தீவிரமாக வளர்த்துக் கொண்டிருந்தாள் மதுமிதா.

ஆனால் கலுசுலிங்கத்தைப் பற்றி அவளுக்கு தெரியாது. அவன் பெரிய முரடனாகவும் மூர்க்கம் உள்ளவனாகவுமிருந்தான். இரக்கம், அன்பு என்பதே அவனிடம் கிடையாது. பணம் ஒன்றே அவனது குறிகோளாகயிருந்தது. பணத்திற்காக தன் வலையில் சிக்கும் பெண்களையெல்லாம் அவன் தன் காலடியில் போட்டுக் கசக்கத் தயாராயிருந்தான்.

முதன் முதலாக மதுமிதாவைக் கலுசுலிங்கத்திற்கு அடையாளம் காட்டியபோது அவள் அழகில் சொக்கிப் போனான். அவள் அழகை இரவில் மட்டுமல்ல; பகலில் வைத்துக் கூட வியாபாரம் செய்யலாம் என்று அவன் உள்ளம் கணக்குப் போட்டிருந்தது. அவளுக்காகவே மாணிக்கத்தின் மூலமாக கல்யாணம் என்கிற பெயரில் சில ஆயிரங்களைச் செலவழித்திருந்தான். ஆனால் மதுமிதா மாணிக்கத்தின் மனைவியாக வந்து இவ்வளவு நாள் ஆகியும் கூட அவன் எண்ணம் நிறைவேறவில்லை.

அவள் இவர்களின் இருப்பிடத்திற்கு வந்துசேர்ந்து ஒரு மாதத்திற்கு மேலாகியும் அவளுக்கான செலவுகள்தான் அதிகமாகிக் கொண்டிருந்தனவே தவிர, வரும்படி என்பது ஒரு ரூபாய் கூட

வரவில்லை என்பது தான் அப்பட்டமான உண்மையாயிருந்தது. எல்லாப் பெண்களையும் தொழிலுக்கு அனுப்பும்முன் தன் ஆசையைப் பூர்த்தி செய்துவிட்டு அனுப்பும் கலுசுலிங்கம்கூட இன்னும் மதுமிதாவை அணுகாமலே இருந்தான்.

ஒரு முழு பௌர்ணமி நிலவைக் கொண்டுவந்து, அந்த நிலவை செதுக்கி கண், மூக்கு, வாய், இதழ்கள் என்று வடிவமைத்தது போலிருக்கும் இந்த மதுமிதா அதிகமான பணம் சம்பாரித்து கொடுக்கக் கூடியவளே தவிர தான் அனுபவிக்க வேண்டியவள் அல்ல என்று திடமாக எண்ணியவனாய் அவளை இம்சிக்காமல் அவளாகவே விரும்பி இந்தத் தொழிலில் இறங்க வேண்டுமென்று மாணிக்கம் பொறுப்பில் விட்டிருந்தான்.

இரண்டு நாளைக்கு முன் இன்னொரு பெண்ணை கல்யாணம் முடித்தோ அல்லது காதலித்தோ கூட்டி வருவதாகச் சொல்லிவிட்டுப் போன மாணிக்கம் வெறுங் கையுடன் திரும்பி வந்ததைப் பார்த்து ஆத்திரம் கொண்டான் கலுசுலிங்கம்.

ஏற்கெனவே பாக்கியத்தின் வயிற்றில் உள்ள கருவைக் கலைப்பதற்காக மருந்தைத் திணித்த வேகத்தில் அவள் மூச்சு திணறிக் கொண்டிருந்தாள். எங்கே அவள் செத்துவிடுவாளோ என்று அவனுக்குப் பயமாயிருந்தது. அவள் சாவதைப் பற்றி அவனுக்குப் பெரிய கவலை இல்லை. இந்தத் தொழிலுக்கு அவளைத் தன் காதலியாக ஏமாற்றிக் கூட்டி வந்த போது ஒரு சிட்டுக் குருவியாக அவன் தோளில் தொற்றிக் கொண்டு வந்தாள். அந்த நேரத்தில் நல்ல சம்பளத்தில் இருக்கும் ஒரு கம்பீரமான ஆணின் துணை தனக்குக் கிடைத்ததில் அவள் வண்ணங்கொண்ட சிறகு முளைத்த ஒரு பட்டாம் பூச்சியாக சிலிர்த்துப்போய் இருந்தாள். வாழ்க்கையின் முதல் கட்ட மகிழ்ச்சி அவள் முகத்திலும் உடலிலும் பரவசத்தை யூட்டியிருந்தன. மெலிந்த உருவமாகத்தான் இருந்தாள். ஆனால் அவள் கண்ணின் வசீகரம்தான் இந்தக் கலுசுலிங்கத்தைக் கவர்ந்திருந்தது. இந்த வசீகரம் தன்னைவிட மற்ற ஆண்களை அவள் பக்கம் கொண்டுவந்து சேர்த்துவிடும் என்று கணக்குப் போட்ட பிறகுதான் அவளுக்கான காதல் வலையை விரித்து வைத்துக்கொண்டு மூன்று மாதமாக காத்துக்கொண்டிருந்தான். கலுசுலிங்கம். ஆனால் அவன் அத்தனை நாள் தனக்காகக் காத்திருக்கத் தேவையில்லை என்பது போல் ஒரு மாதத்திற்குள்ளேயே அவன் பேசும் காதல் மொழிகளிலும் சில ஆயிரங்களை தனக்குள் பதுக்கியவாறு அவனை ஒரு மன்மதனாக

எடுத்துக்காட்டிக் கொண்டிருந்த உடைகளிலும் மோகம் கொண்டு அவளாகவே ஓடி வந்து அவன் கைகளில் விழுந்தாள். அப்போது அவளை மொத்தமாக ஆக்கிரமித்திருந்தான் கலுசுலிங்கம், அவளின் உடலுக்குள் நரம்பாக, சதையாக, அவ்வளவு ஏன், அவள் உயிரின் வேராகவும்கூட அவன் அவளை நிறைத்திருந்தான் .

அவனோடு அவள் பழகுவதை வீட்டில் யாருமே விரும்பவில்லை. தன் அன்பு மகளிடம் ஒரு நாள்கூட முகம் சுளிக்காத அவள் அப்பாவே மகள் கலசுலிங்கத்தோடு பழகுவதையறிந்து கோபப்பட்டு அடிக்கவே போய்விட்டார். அப்போதெல்லாம் பாக்கியத்தின் கண்ணிற்கு அம்மாவும், அப்பாவும் விரோதிகளாக தெரிந்தார்கள் அவர்கள் அவளை தடுக்கத் தடுக்கத்தான் கலுசுலிங்கத்தின் மேல் இன்னும் அவளுக்கு அதிகமான காதலும், பிரியமும் வளர்ந்தது. அந்த நிமிஷமே ஓடிப் போய் கலுசுலிங்கத்தைத் தனிமையில் சந்தித்து தன் அப்பாவும், அம்மாவும் அவனைச் சந்திக்கவிடாமல் தடை செய்வதைப்பற்றி அவன் தோளில் சாய்ந்து கொண்டு கண் கலங்கச் சொல்லும்போதெல்லாம் அவன் இன்னும் அவளை அழுத்தமாய்த் தன தோளில் சாய்த்துக் கொண்டு கபடம் மிகுந்த நெஞ்சினில் உண்டாகும் வஞ்சக எண்ணத்தை மறைத்து போலியான காதல் நிறைந்த பார்வையால் அவளைப் பார்ப்பான். மயிலிறகிலும் மென்மையாக அவள் உடலை மெல்லத் தழுவிக் கொண்டே தேனில் தோய்த்த வார்த்தைகளாக அவளிடம் பேசுவான்.

“எனக்குமே பாக்கியம் நீ உன் அப்பா, அம்மா பேச்சைக் கேட்டு நடப்பது தான் சரின்னு தோணுது. பேசாம என்னை மறந்துட்டு அவுக காட்டுற மாப்பிள்ளையே கட்டிக்கிட்டா உன் வாழ்க்கை நல்லா இருக்குமின்னு நினைக்கிறேன்'' என்று அவன் பொய்யாகச் சொன்னபோது அவள் மயங்கினாள் குழந்தையாக. அவனை ஒட்டி உட்கார்ந்திருப்பவள் தொட்டாற் சிணுங்கியைப் போல் பொய்யாக அவனைவிட்டு விலகி உட்கார்ந்து கொள்வாள். முகத்தை உம்மென்று வைத்துக்கொண்டு பொய்க் கோபத்தோடு அவனைப் பார்ப்பாள். அப்போது அவளது கண்களின் ஓரத்திலும், உதட்டின் ஓரத்திலும் ஒரு குழந்தைத் தனம் தெரிவதைப் பார்க்கும் கலுசுலிங்கத்திற்கு இந்தக் குழந்தை முகத்தைப் பார்ப்பதற்காகவே நிறைய ஆண்கள் இவளை மோகிப்பார்கள் என்று கணக்குப் போட்டு வைத்திருந்தான்.

இவர்களின் நெருக்கம் அதிகம் ஆக ஆக பாக்கியத்தின் வீட்டிலும் கட்டுக் காவல் அதிகமானது. ஒரு நாள் மத்தியான வேளை அவள் அம்மாவும், அப்பாவும் வெளியே ஏதோ வேலையாகப் போயிருந்த

சமயம் இருபது பவுன் நகையோடும், தன் உடைகளைக் கொண்ட சூட்கேஸோடும் பாக்கியம் யாருக்கும் தெரியாமல் ரகசியமாக கலுசுலிங்கத்தின் பின்னால ஓடி வந்த போது (பாழும் இருட்டையும் சூடுகாட்டிலிருக்கும் புதைகுழியையும்) தன்னுடனே கூட்டி வந்தது பாக்கியத்திற்கு தெரியாது. தனக்குப் பின்னால் ஒரு பூந்தோட்டமும் அதற்கு முன்னணியாகப் பால் நிலாவும் வருவதாக எண்ணிக் கொண்டு வந்தாள். அவளிடம் அந்த அளவுக்குத் தன் போலியான மாயாஜாலத்தை விதைத்திருந்தான் கலுசுலிங்கம்.

வந்த ஒரு மாதத்திலேயே அவனிடமும், அவனைச் சேர்ந்தவர்களிடமும் அடிமைப்பட்டு பாக்கியம் என்ற பூ கசங்கி இதழ், இதழாக பிய்ந்து போன பின்பு தான் அவள் பெற்றோரின் உண்மை வார்த்தைகள் அவளுக்குச் சத்தியவாக்காக ஒலித்தன. இனி அந்த சத்தியவாக்கு ஒலித்துதான் என்ன பயன்? சத்தியம் என்பது எப்போதோ செத்துப் போய் விட்டது. சாக வைத்தவன் இதோ அவள் எதிரிலேயே இன்னொரு பெண்ணைக் கூட்டிக்கொண்டு வந்து புது மாப்பிள்ளைக் கோலத்தோடு நிற்கிறான்.

கருவை அழிக்கும் மருந்தை உள் வாங்கிக் கொண்ட வலியில் அந்த அறையெங்கும் கதறியவாறு சுழன்று கொண்டு வந்த பாக்கியம் தன் கண்ணில் உயிரைத் தக்கவைத்துக் கொண்டு கலுசுலிங்கத்தை ஆக்ரோசத்தோடு பார்த்தாள். அந்தப் பார்வையில் சீ.... நீயெல்லாம் ஒரு மனுசனா? என்று தூசிக்கும் கீழாக அவனைக் காலடியில் போட்டு மிதிக்கும் துச்சமான பார்வை அவனைச் சுட்டுப் பொசுக்கியது. அந்தப் பார்வையை நேருக்கு நேராக சந்திக்க திரணில்லாமல் குனிந்த தலையோடு வெளியேறுகிறான் கலசுலிங்கம். ஆனாலும் பாக்கியத்தின் பார்வை தீப்பிடித்த சிறு பஞ்சுத் துணுக்காக அவனைத் தொடர்ந்தது.

பாக்கியத்தின் உயிர் மறுநாள் சிறு அலறலோடு அடங்கிப் போனது. அவளோடு தொழில் பார்த்த எல்லாரும் கலுசுலிங்கத்தின் தீ சூட்டுக்கும். சாட்டைக்கும் பயந்து வாயில் துணியைத் திணித்தவாறு தங்கள் கதறல்களை நெஞ்சுக்குள்ளே புதைக்க முயற்சித்தார்கள். கலுசுலிங்கம் தான் சில ரூபாய்களை செலவழித்து நாலு பேரைக் கூட்டிக்கொண்டு போய் பாக்கியத்தை எரித்து விட்டு வந்தான். அன்று யாரும் தொழிலுக்குப் போக வில்லை. எல்லோரும் பசியைக் கூட மறந்தபடி தலைவிரிகோலமாக விம்மி, வெடித்து உள் கதறலாக கதறிக் கொண்டிருந்தார்கள். லாரிகளை இருட்டில் ஒதுக்கிவிட்டு இறங்கி வந்த டிரைவர்களுக்கு மாணிக்கம்தான் பதில் சொல்லியவாறு திருப்பி அனுப்பிக் கொண்டிருந்தான்.

# 13

**பா**க்கியத்தின் சாவு மதுமிதாவை இன்னும் அதிகமாகத் திகிலடையச் செய்திருந்தது. மெலிதாக கைகளில் படிந்திருக்கும் ரோமங்களிலும், எலும்பிலும், திசுவிலும், திசுவிற்குள் இருக்கும் அணுக்களிலும் கூட அந்த திகில் படர்ந்து அவளை முறுக்கியெடுத்துப் பிழிந்து கொண்டிருந்தது.

கடவுளே! இரண்டே இரண்டு கிலோ மீட்டர் நடந்து போனால் ரோடு. ரோட்டில் மனிதர்களும், போலீஸ்காரர்களும் அப்படிப் பறந்து கொண்டு இருக்கிறார்கள். இவ்வளவு கிட்டத்தில் இருந்து கொண்டு யாராலும் இங்கே நடக்கும் கொடுமைகளைப் பார்க்க முடியவில்லையே நிஜ வாழ்க்கைகள் பொய்யாகிப் போக இங்கு பொய்களே வாழ்கையாகி ஒவ்வொருவருக்கும் புதைகுழியைத் தோண்டிக் கொண்டிருக்கிறதே! இப்படியும் பெண்களின் உடலைக் காலம் காலமாய் கசக்கிப் பிழிகிற தொழில் இன்னமும் நடக்கிறது என்கிற வேதனை அவளை வாட்டியது.

காலையில் கதவு தட தடவென்று தட்டப்படும் சத்தம் கேட்டுத் திடுக்கிட்ட மதுமிதா, ஏற்கெனவே குறுகிக் கிடந்தவள் இன்னும் கொஞ்சம் குறுகியவாறு காதுகளை மட்டுமே திறந்து வைத்துக் கொண்டு படுத்திருந்தாள்.

மாணிக்கம் அவசரமாய் போய்க் கதவைத் திறக்க, அங்கே கலுசுலிங்கத்தின் ஆள் நின்றிருந்தான். கடுமையான தூக்கத்தில் எழுப்பிவிட்ட கோபம் மாணிக்கத்தின் குரலிலிருந்தது.

"ஏண்டா இப்ப என்ன அவசரமின்னு கதவை இந்தத் தட்டு தட்டுறே?"

"கலுசுலிங்க அண்ணன் உங்களைக் கூட்டிட்டு வரச் சொன்னாரு."

"வேற என்ன சொன்னாரு?"

"வேற ஒன்னும் சொல்லல. ஆனா ரொம்ப கோவமா இருக்காரு. நேத்து அக்காவுக்கும், அண்ணனுக்கும் பெரிய சண்டை."

மாணிக்கத்திற்குப் பதட்டமாக இருந்தது. கலுசுலிங்கத்திற்கு கோபம் வந்துவிட்டால் லேசுக்குள் அடங்காது. கையில் கிடைத்தவர்களை அடித்து நொறுக்கிவிடுவான். இரண்டு பேரை கொலைகூட செய்து இருக்கிறான். எல்லாம் அந்த வீட்டைச் சுற்றி

இருக்கும் புதைகுழியில் வெறும் எலும்புத் துண்டாகக் கிடக்கிறது என்று எண்ணியவன் அவசரமாய் சட்டையை எடுத்து மாட்டிக் கொண்டே கேட்டான்.

"எதுக்காக சண்டை?"

"பாக்கியம் அக்காவை எரிச்சிட்டு அண்ணன் வீட்டுக்குள்ள கால் வச்சதுமே சந்திரா அக்கா அண்ணனப் புடிச்சி கன்னத்தில அறைஞ்சிட்டாங்க."

மாணிக்கம் பதறிப் போனான் "என்னடா சொல்றே? கலுசுலிங்கம் சும்மாவா இருந்தான்?"

"குறையையும் கேளுண்ணே. அந்த அக்கா அடிச்சதோட இல்லாம பாக்கியம் அக்காவை அண்ணன்தான் கொன்னு போட்டாருன்னு பேசாத பேச்செல்லாம் பேசுச்சு. மத்த நாளா இருந்தா இந்த அக்காளையும் கொன்னு பாக்கியம் அக்காகூட சேத்து எரிச்சிருப்பாரு. ஆனா நேத்து என்னமோ தெரியல. பேசாம இருந்தாரு. அப்படியே இந்த அக்காவும் விட்டுருந்தா. ஒன்னும் ஆகியிருக்காது. ஆனா அங்கே இருந்தவங்களை யெல்லாம் கூட்டி வச்சிக்கிட்டு வாங்க போலீசுக்கு போவோமின்னு புறப்பட்டுருச்சு. அதுக்குப் பெறவுதான் அண்ணன் மூர்க்கமா அவங்கள அடிச்சி நாசக்காடா ஆக்கிட்டாரு."

"சரி சரி வா நம்ம சீக்கிரம் போவோம். பிறகு அந்தக் கோபத்தையெல்லாம் நம்ம மேல காட்டப்போறான்." என்று அவசரமாகப் புறப்பட்டான் மாணிக்கம்.

கதவை அடைத்துக் கொண்டிருக்கும் போதே திடு, திடு என்று ஒரு புயல் போல் யாரோ வந்து நடு வீட்டிற்குள்நிற்பது நன்றாகவே தெரிய மதுமிதாவின் நெஞ்சம் படக் படக்கென்று துடித்தது. மதுமிதா படுத்திருந்த அறைக்குள் நுழைந்தவன் கதவை காலால் எத்தியவாறே அறைந்து சாத்த, அந்த ஓசையும், அவளின் முகம் பார்க்காத கோபமும் மாணிக்கத்திற்கு நெஞ்சில் இடி விழுந்தாற் போலிருந்தது. கலுசுலிங்கம் தான் வந்து நின்றான்.

"ஏண்டா, இவள நீ தொழிலுக்காகக் கூட்டிட்டு வந்தயா? இல்ல நிசமாவே குடும்பம் நடத்துறதுக்காக கூட்டிட்டு வந்தயா? எனக்கு உன் மேல சந்தேகமா இருக்கு." என்றதும் மாணிக்கம் அரண்டு போனான்.

"என்னண்ணே இப்படி கேக்கிறே? எத்தன வருசமா இந்தத் தொழில் செஞ்சிக்கிட்டு இருக்கோம். அப்பவெல்லாம் வராத சந்தேகம் இப்ப உனக்கு வந்துருக்குன்னு நினைக்கிறப்ப எனக்கு மனசுக்குக் கஷ்டமா இருக்கு."

"நீ உன் மனக் கஷ்டத்த சொல்றே. எனக்குத் தொழிலே நஷ்டமா இருக்கு. எவளோ ஒருத்திய புதுசாக கூட்டிட்டு வாரேன்னு போன. ஆனா ஒருத்தியக் கூட கூட்டிட்டு வரல."

"இல்லண்ணே....அது வந்து..."

"இந்த மாதிரி சாக்கும், போக்கும் எனக்குப் புடிக்காது. நீ போய்ட்டு வந்ததுக்கும் அந்த ஊருல பெரிய ஓட்டல்ல தங்குனதுக்கும் எவ்வளவு செலவாயிருக்கு தெரியுமா?" என்றதும் மாணிக்கமும் கோபத்தோடு இறைந்தான்.

"இந்தத் தொழில்ல நானும் ஒரு கூட்டாளிங்கிறதை நீ மறந்து போயிட்டயோன்னு நினைக்கிறேன்." என்று மாணிக்கம் சொல்ல,

"மாணிக்கம்'' என்ற கலுசுலிங்கத்தின் குரல் ஓங்கி ஒலித்தது.

பிறகு "என்னண்ணே, வேட்டைக்குப் போறப்பவெல்லாம் பறவைக கிடைக்குமிங்கிறதுக்கு என்ன உத்தரவாதம் இருக்கு? நம்ம சொன்ன சொல்லுக்கெல்லாம் அனுசரிச்சிப் போய்க்கிட்டு இருந்த பாக்கியத்தை கொன்னே போட்டே"

"மாணிக்கம்" என்று அலறினான் கலசுலிங்கம்.

"அந்த தொத்தல் உடம்புக்கு முத்தானி செய்ற முரட்டு வைத்தியம் தாங்காதுன்னு தெரிஞ்சும் நீ அவளத்தான கூட்டிட்டு வந்திருக்கே."

"நம்ம டாக்டர்கிட்ட எவ்வளவோ கெஞ்சினேன். அவன் வரவே மாட்டேனுட்டான். என்ன என்ன செய்யச் சொல்றே?"

"சந்திராவை அடிச்சி படுத்த படுக்கையாக்கிட்ட போலிருக்கு."

"அவளுக்கு ரொம்ப தைரியம் வந்துருச்சி. என்னையே எதுத்து அடிக்கிறான்னா பாத்துக்கோ. எனக்கு இருந்த கோபத்தில அவளை அப்படியே கழுத்தில ஏறி மிதிச்சிக் கொன்னு சாக்குல அள்ளிட்டுப் போயி சுடுகாட்டுல இருக்க முத்தையனுக்கு நூறு ரூவாய கொடுத்து எரிக்கச் சொல்லிட்டு வருவமான்னு நினைச்சேன். இன்னைக்கு தொழிலுக்கு ஆள் இல்ல. ஓட்டல்ல வாங்கித் தின்ன சோத்துக்கு மட்டும் அம்பது ஆயிரம் கட்டணும் மத்தியானமே மானேசரு பில்லக் கொடுத்து விட்டுருக்கான். அம்பது ஆயிரத்த எப்படிக் கொடுக்கப் போறோம். அதை விடு.

இந்தா இவளுக்கு மட்டும் எவ்வளவு செலவு ஆயிருக்கு தெரியுமா? மருத்துவச் செலவு, சாப்பாடு, டீன்னு கணக்குப் பாத்தா இருபதாயிரம் வரை ஆயிருக்கு. இன்னைக்கு இவள நீ தொழிலுக்குக் கூட்டிட்டு வரவே உன்னால - முடியலேன்னா, சொல்லு. நானே அவளை கூட்டிட்டுப் போறேன். இனியும் இவளுக்குத் தண்டமா செலவழிக்க முடியாது.'' என்றான் கலுசுலிங்கம் கோபத்தோடு.

# 14

**அ**தற்குப் பிறகு எங்கும் ஒரே அமைதி எல்லாரும் போய் விட்டார்கள் போலிருக்கிறது வெளியே கதவைப் பூட்டும் சத்தம் கேட்டது, இவ்வளவு நேரமும் போர்வைக்குள் வியர்த்து விறு, விறுத்துக் கிடந்த மதுமிதா எழுந்தாள். பயத்தில் அவள் முகத்தில் மட்டுமில்லை, மனதிலும் வியர்த்துக் கொட்டியது.

இன்றைய பொழுது இந்த முரடர்களிடமிருந்து தப்பிக்க முடியாது என்று தெரிந்து கொண்டவளுக்கு ஒரு யோசனை தோன்றியது. இவர்களிடமிருந்து தப்பித்து ரோட்டுக்காக ஓடினால் நிச்சயம் ஏதாவது ஒரு பஸ்ஸில் அடிப்பட்டுத்தான் சாவோம் அப்படி செத்துப் போனால் என்ன? என்று யோசித்தவள் அந்த எண்ணத்தை உடனே கைவிட்டாள்.

தான் செத்துப் போனால் மட்டும் எல்லாம் முடிந்து போகுமா? இவர்களுக்குள் அகப்பட்டுக் கொண்டு இன்னும் எத்தனை பாக்கியங்கள் சாகிறார்களோ? அவர்களைக் காப்பாற்ற முடிந்த அளவு முயற்சி செய்வோம். இந்த நரி முகங்களை வெளிச்சத்திற்குக் கொண்டு வருவோம். கொண்டு வர வேண்டுமென்று தனக்குள் உறுதியையும், தைரியத்தையும் வரவழைத்துக் கொண்டவள் அதற்காக என்ன செய்யாலாம் என்று சுற்றும், முற்றும் பார்த்தாள். அருணா தலையில் வைத்திருந்த பின்னூசி மட்டும் கேட்பாரற்றுத் தாறுமாறாகக் கிடந்தது.

கேசவன் கொண்டுவந்து வைத்த காலைச் சாப்பாடும், மத்தியானச் சாப்பாடும் ஆறிக்கிடந்தது. காலையில் கலுசுலிங்கத்தோடு வெளியே போன மாணிக்கத்தை இன்னும் காணோம். அவள் மெல்ல எழுந்து வந்து ஜன்னல் வழியே தெருவை நோக்கினாள். வெயில் குறைந்து வெக்கை தணிந்திருந்ததைப் பார்க்கையில் அவளுக்குள் திடுக்கிட்டது. இன்னும் கொஞ்ச நேரத்தில் இரவு வந்துவிடுமென்ற எண்ணத்தில் பதட்டம் அதிகரித்தது .

புராணகாலங்கில் எல்லாம் பெண்கள் சொல்லும் விஷயங்கள் அப்படியே நடந்திருக்கின்றன. நளாயினி எனற பெண்தான் விடியவே கூடாது என்று தெய்வத்திடம் வரம் கேட்டிருக்கிறாள். அவள் கேட்டுக் கொண்டபடியே விடியல் என்பது வராமலே இருந்திருக்கிறது. நான் இப்போது இரவு வரவேண்டாம் என்று கேட்கிறேன், வராமல் இருந்து

விடுமா? இப்போது மட்டும் எதுவுமே நடப்பதில்லையே ஏன்? எல்லாப் பெண்களும் பத்தினிகள் இல்லையா?

அவளுக்குகூட இரவு வந்துவிடாமல் இந்த நேரம் இப்படியே பகலாக நின்று விடக்கூடாதா என்று தான் இருந்தது. இந்த ஜன்னலை உடைத்து எறிந்து விட்டு வெளியேற முடியுமா என்பதுபோல் மேலும், கீழுமாய் அந்த ஜன்னலைப் பார்த்தாள். அது அவளை இன்னும் கொஞ்சம் உள்ளேதள்ளி சிறையிடுவது போல் அவளுக்கு தோன்றியது. ஐந்தாறு மைனாக்கள் இரை பொறுக்கிக் கொண்டிருந்தன. கொஞ்சம் தள்ளி, நான்கு வீடுகள் தெரிந்தன. அந்த வீடுகள் கூட இவர்களின் வீடுகளாகத் தான் இருக்கும். அந்த வீட்டிற்குள் எந்தப் பெண்ணைக் கூட்டி வந்து காயப்படுத்தி வைத்திருக்கிறார்களோ? எத்தனைக்காட்டுக் கத்தலாய் கத்தினால்கூட அங்கேயிருந்து தனக்கு எந்த உதவியும் கிடைக்காது என்று எண்ணிக் கொண்டாள். அதன் பிறகு வெறும் முள் சாவிகளும், நீலம் பூத்த எருக்கலைச் செடிகளோடு வெறும் கரடு முரடு நிறைந்த கட்டாந்தரையாகத் தான் கிடந்தது. எவ்வளவு தூரம் ஓடினாலும் ஒளிவதற்காக, தப்பித்து கொள்வதற்கான இடம் மட்டும் அங்கு இல்லவே இல்லை இவர்களை துல்லியமாகக் காட்டி கொடுக்கும் வெறும் பொட்டல் தரைதான் கண்ணுக்கெட்டும் தூரம் வரை தெரிந்தது.

பாவம் செய்தவர்கள்தான் இப்படியெல்லாம் கஷ்டப்படுவார்கள் என்று சொல்வார்கள். நான் என்ன பாவம் செய்தேன்? அப்பாவின் மனம் கஷ்டப்படக்கூடாது என்று சத்யத்தின் மீது இருந்த காதலைக் கூட தன் நெஞ்சுக்குள்ளேயே புதைத்து கொண்டு இந்த மாணிக்கத்திற்கு சம்மதித்தேனே அதுதான் நான் செய்த பாவமா? சத்யம்தான் எனக்கு மாப்பிள்ளையாக வரவேண்டுமென்று அடம் பிடித்திருக்க வேண்டுமோ? என்னுள் இருந்த காதலுக்காக போராடியிருக்க வேண்டுமா? என்று எண்ணியவளுக்கு பாக்கியத்தின் ஞாபகம் வந்தது.

அவளும் தான் காதலுக்காகப் போராடினாள். கடைசியில் என்ன கதியை அடைந்தாள். ஒருவனின் புறத்தோற்றத்தைக் கண்டு மயங்கி விடக்கூடதோ? ஒருவனுடைய அகதோற்றத்தை எப்படித் தெரிந்து கொள்வது? இன்றைய விஞ்ஞானம் மேலேமேலே போய் தொடவே முடியாது என்று பிரமித்துப் போயிருந்த வானத்தைத் தொட்டு அதற்கும் மேலே போனாலும்கூட இந்த மனிதர்களின் விஷயத்தில் மட்டுமல்ல; இன்னும் சில பல விஷயங்களில் பிறந்த குழந்தையாக வளராமலே கிடக்கிறேதே இந்த விஞ்ஞானம்?

கிறீச்சென்று கதவு திறக்கும் சத்தம் கேட்டுச்சட்டெனத் திரும்பினாள் மது. அங்கே கனன்ற முகத்தோடு மாணிக்கம் நின்றிருந்தான்.

"ஓ... ஆளுக இருந்தா மயக்கம் வந்தவ மாதிரி படுத்துக்கிறது. ஆளுக யாரும் இல்லாட்டி ஜன்னல் வழியா வேடிக்கை பாக்கிறது. இப்படியும் ஒரு வேலை வேற இங்க நடக்குதா? இது எனக்கு தெரியாம போச்சே." என்று இகழ்ச்சியாக மாணிக்கம் சிரிக்க "சீ வாயை மூடு இங்கே வேடிக்கைபாக்கத் திருழாவா நடக்குது" என்றாள் கோபத்தோடு மதுமிதா.

"நீ இத்தனை வேசம் கட்டுவேன்னு எனக்குத் தெரியாம போச்சே!"

"அந்த வார்த்தய சொல்லக் கூட உனக்கு தகுதியில்லை. வேசம் கட்டுறதும், நடிக்கிறதும் உன்ன மாதிரி ஆளுகளுக்குத் தான் பழக்கம்."

"நானு கொஞ்சம் இரக்கப்பட்டவன். அதனால உன் நடிப்பைப் பாத்து ஏமாந்துட்டேன். ஆனா அந்த கலுசுலிங்கம் ஏமாறமாட்டான். உனக்குள்ள இருக்கிற தந்திரமெல்லாம் எனக்கும் தெரியும். எப்படித் தப்பிச்சிப் போகலாமின்னு நினைக்குறே. ஆனா நிச்சயமா உன்னால தப்பிக்க முடியாது. எங்க பேச்சுக்கு மட்டும் நீ உடன் படாட்டி அடி வாங்கியே செத்துப்போவே."

"அதுதான் பாத்தேனே, அந்த பாக்கியத்தை மருந்து வச்சிக் கொன்னதையும், அவள என் பொண்டாட்டின்னு சொல்லி உன் கூட்டாளி கலுசுலிங்கம் சுடுகாட்டுக்குப் போய் எரிச்சதையும்." என்று அவள் சொல்லவும் விருட்டென ஏறிட்டுப் பார்த்தான். அவன் கண்களில் பயம் ரேகையிட்டு இருந்தது.

மாணிக்கம் கோபத்தோடு அவளிடம் சீறினான்.

"நெசமாவே பாக்கியம் அவன் பொண்டாட்டிதான். அதை நீ முதல்ல புரிஞ்சிக்கோ."

மதுவும் பதிலுக்குச் சீறினாள் "இதைச் சொல்ல உனக்கு வெக்கமாயில்ல. நான் கூட உன் பொண்டாட்டி தான் அது உனக்கும், உன் மனசாட்சிக்கும் தெரியும்."

"நாங்க தாலி கட்டிட்டு கூட்டிட்டு வாரவங்கல்லாம் எங்க பொண்டாட்டி கிடையாது."

"உன்னைப் பொறுத்தவரை தாலி கட்டுற பொம்பளை உன் பொண்டாட்டியா இல்லாட்டாக்கூட தாலிய வாங்கிக் கிட்ட பொம்பளைங்க தாலி கட்டியவன புருசனாத்தான் நினைப்பா. நானும்

கூட இதோ இந்த நிமிசம் வரைக்கும் உன்னை என் புருசனாத்தான் நினைச்சிருக்கேன். எனக்குப் புருசனாக உனக்குத் தரமோ, தகுதியோ கொஞ்சம் கூட இல்லை தான். ஆனா, நான் உன்னை புருசனா ஏத்துக்கிற தயாராதான் இருக்கேன். இந்தத் தொழில்ல இருந்து விலகிடு. நம்ம எங்கேயாவது கண்காணாத இடத்துக்குப் போயிருவோம். கடவுள் எதுக்காக ஒவ்வொரு உறுப்பையும் கொடுத்திருக்கார்னா நம்ம உழைச்சி வாழ்றதுக்கும், அடுத்தவங்களுக்கு உதவுறதுக்கும்தான். அதோட எல்லா அவயங்களையும் தொட்டும், தடவியும் பாத்துட்டு வார கைகள் எதுக்காக வாய்க்கு மட்டும் சாப்பாட்டை அள்ளிக் கொடுக்குது தெரியுமா?"

மாணிக்கம் அவளையே பார்த்துக் கொண்டிருந்தான்.

"அதெல்லாம் உனக்கெங்கே தெரியப்போவுது? பத்து விரலால பாடுபட்டு அஞ்சிவிரலால் கஞ்சி அள்ளிச் சாப்பிடுங்கிற' அர்த்தத்திலதான் கொடுத்திருக்காரு. உன்னால அடுத்தவங்களுக்கு நல்லது செய்ய முடியாட்டிக்கூட பரவாயில்ல. கெட்டது செய்யாம இரு. சமூகத்தில ஒரு நல்ல மனிதனுக்கு மனைவியா வாழணுமின்னுதான் நினைச்சிருந்தேன். ஆனா அந்த நல்ல மனுசன் எனக்கு கிடைக்கல. பரவாயில்ல, கிடைக்கிறத ஏத்துக்கிட்டு சந்தோசமா வாழ்றதுதான் ஒரு மனுசருக்கு பெருமையும், கௌரவமும். அதுதான் சொல்றேன். வா போயிரலாம் உனக்குப் பணம்தானே வேணும் எத்தனை லட்சம் வேணும்? இங்கே நீ இவ்வளவு கீழ்த்தரமானத் தொழிலை செஞ்சி சம்பாரிக்கிறதை கௌரவமான ஒரு தொழில் செஞ்சி சம்பாரிக்கலாம். இன்னைக்கு நீ செஞ்ச பாவம், நாளைக்கு உன்னை பின் தொடர்ந்துகிட்டே வருமிங்கிறதை மறந்துராதே." என்றாள் மதுமிதா. அவளுக்கு மூச்சு வாங்கியது.

இத்தனையும் கேட்டுக் கொண்டு மாணிக்கம் பேசாமல் நின்றான். அவனுக்கு மதுமிதாவை நினைக்கையில் ஆச்சரியமாக இருந்தது. அவன் இப்படியொரு மோசமான தொழிலுக்காக எத்தனையோ பெண்களை ஏமாத்திக் கூட்டி வந்திருக்கிறான். இவர்கள் கூப்பிடாமலே இவர்களின் வார்த்தை ஜாலங்களிலும், மேல் பூச்சான அழகுகளிலும் மயங்கி இவர்களின் பின்னாலேயே வந்து சிக்கிக் கொண்ட பெண்களும் உண்டு. ஆனால் வந்தவர்கள் ஒரு வாரத்துக்கு முரண்டு பிடிப்பார்கள் அல்லது இரண்டு வாரத்துக்கு. அதன் பிறகு இவர்கள் செய்யும் கொடுமையையும், சித்ரவதையும் தாங்காமல் அவர்களாவே இவர்களிடம் தலைவணங்கி இந்தத் தொழிலில் ஈடுபட்டு நைந்து, நசுக்கப்பட்டு செத்துப் போனவர்களும் உண்டு. ஆனால் 'தாலி' என்று

ஒன்று வாங்கிக் கொண்ட காரணத்துக்காகவே மிக மோசமானவனைக் கூட கணவனாக ஏற்றுக் கொண்டு ஒரு புதிய வாழ்க்கையைக் காண பாதையைக் காண்பித்தவர்கள் யாருமில்லை.

அவனுக்கு கூட ஒரு நிமிஷம் மனம் தடுமாறிப் போனது. இன்னும் கொஞ்சநேரம் இவளைப் பேசாவிட்டால் அவ்வளவுதான், இந்தத் தொழிலை மட்டுமல்ல; தன்னைக் கூட மாற்றி விடுவாள் என்று நினைத்தான் மாணிக்கம்.

இவள் அழகை மட்டுமே பார்த்து இவளை இந்தத் தொழிலுக்குக் கூட்டி வந்தது தப்பான காரியமாக அவனுக்குத் தோன்றியது. இவர்களின் பேச்சுக்கும், அடிக்கும் கட்டுப்பட்டு எல்லாம் தலை விதிப்படித்தானே நடக்கும் என்று அடங்கியவாறு பகல், இரவு என்று பார்க்காமல் இவர்கள் கூட்டிவரும் கிராக்கிகளுக்கு ஒத்துழைத்து சம்பாரித்துக் கொடுக்கும் பெண்களைக்கூட இவள் கெடுத்து விடுவாள் போலிருக்கிறேதே. இவளை இப்படியே விட்டால் தான் நாலு பேரோடு கூட்டுச் சேர்ந்து செய்கிற தொழிலுக்கே மோசம் வந்து சேர்ந்துவிடும் என்று நினைத்தவனுக்கு எரிச்சலும், கோபமும் தான் வந்தது.

இவளை இனி பேச விடக்கூடாது இன்னும் இரண்டு நாள்தான் இவளுக்கு டயம். அதன் பிறகு மும்பைக்கு விற்றுவிட வேண்டியது தான். போனவாரமே நல்ல விலைக்கு கலுசுலிங்கம் இவளை விற்றுவிட முயற்சி செய்தான். ஆனால் அந்த விலையைவிட இருமடங்குக்கு மேலே இவளை வைத்துச் சம்பாரிக்கலாம் என்ற எண்ணத்தோடுதான் இவ்வளவு நாளும் தாக்காட்டிப் பார்த்தார்கள். ஆனால் இவளைத் திருத்த முடியாது என்று எண்ணியவனுக்கு அவள் காலைச் சாப்பாட்டையும், மத்தியானச் சாப்பாட்டையும் அப்படியே வைத்திருப்பதைப் பார்க்கையில் கோபம் உச்சி மண்டைவரை ஏறியது.

இந்தத் தொழிலுக்கு உடம்புதான் முக்கியம். அதற்காகவே சாப்பாடு மட்டுமில்லாமல் சில நேரம் பழங்கள், பண்டங்கள் என்று வாங்கிக் கொடுத்து அவர்களின் உடம்பைத் தங்களின் சுய நலத்திற்காக ரொம்பவும் அக்கறையாய்க் கவனிப்பார்கள்.

சில பெண்கள் இவர்களிடமிருந்து தப்பிப்பதற்காக சாப்பிடாமலே வைராக்கியம் காட்டுவார்கள். அவர்களையெல்லாம் சித்ரவதை செய்து சாப்பிட வைப்பார்கள். ஊசி மூலமாக அவர்களுக்கு வேண்டிய உணவுகளை ஏற்றுவது உண்டு. ஆனால் மதுமிதாவைப் பொறுத்தவரை எத்தனை சித்ரவதை செய்தாலும் சாப்பிட மாட்டாள். அந்த அளவுக்கு

வைராக்கியத்தையும், தெம்பையும் அவள் தனக்குள் வளர்த்திருந்தாள் என்பதை அறிந்திருந்திருந்த மாணிக்கத்திற்கு கோபம் இன்னும் அதிகமாகியது.

“நீ சாப்பிடாம இருந்துட்டாமட்டும் உன்னை அப்படியே விட்டுருவோமின்னு. நினைக்காதே. ஆனா ஒன்னு மட்டும் நிச்சயம். நீ இங்கே இருந்து மணப்படுறவ இல்ல. மும்பைக்கும், கல்கத்தாவுக்கும் விலையாகிப் போகிறவதான். ஒன்னும் மட்டும் நினைச்சிக்கோ. அங்கேயெல்லாம் உன்னை இப்படி அடிப்பட்டதுக்கும், மிதிபட்டதுக்கும் ஒரு மாதத்துக்கு உக்கார வச்சி அழகு பாப்பாகன்னு நினைக்காதே. அங்கே உனக்கு பகலும் கிடையாது, இருட்டும் கிடையாது. ஒரு நாளைக்கு இத்தனை ஆளுன்னு கணக்கு இல்ல. நீ நஞ்சு, பிஞ்சு நாசக்காடா ஆனாத்தான் உனக்கு புத்தி வரும்” என்றான் கடுகடுப்போடு.

அவன் பேசியதைக் கேட்டதும் மதுமிதாவிற்கு ‘சீ’ என்று வெறுத்துவிட்டது. இவ்வளவு நேரமும் தான் படித்துப் படித்து பேசியதில் ஒரு வார்த்தைகூட அவன் நெஞ்சில் பதிய வில்லை. கொஞ்சம்கூட மனிதாபிமானமும், நெஞ்சில் ஈரமும் இல்லாதவனிடமும் போய் நாம் நல்ல விஷயங்களைப்பற்றி ரொம்ப நேரம் பேசியிருக்கிறோம் என்று நினைத்த போது அவளின் முகமே மாறிப் போனது. கல்லுக்குள் கூட ஈரத்தைப் பார்க்கலாம் ஆனால் இவர்களிடம் ஈரமே இல்லை. இனி இவனிடம் எதுவும் பேசுவதற்கு இல்லை. பேசவும் கூடாது.

மீண்டும் அவள் ஜன்னல் புறமாய் திருப்பிக் கொண்டபோது “இந்தத் திமிரும், அகம்பாவமும் தான் உன்னை வினையாக்கப் போவுது. ஆனாலும் இன்னைக்கு ராத்திரி தொழிலுக்குப் போகத் தயாராயிரு.” என்று ஆங்காரத்தோடு கத்தியவன் திறந்த கதவை மீண்டும் பூட்டி விட்டு அவசரமாய் வெளியேறினான்.

நீலம் பாரித்த வானத்தில் சிறு குழந்தைகளாய் தவழ்ந்து சென்ற பஞ்சு மேகங்களையே அவள் பார்த்தவாறு நின்று கொண்டிருந்தாள். இந்த மேகம் நகர்வதில்கூட அவள் எத்தனை அழகை ரசித்திருப்பாள். இப்போது எதையும் ரசிக்கும் நிலையில் இல்லை. வெளியே போக வேண்டிய வேலை இருக்கும் போதெல்லாம் வெய்யில் கொஞ்சம் குறையட்டும் என்று இருந்தவளுக்கு இப்போது வெயிலின் சூடு தணிவதைப் பார்க்கையில் நெஞ்சு பதறியது. இன்னும் கொஞ்சம் நேரத்தில் இருட்டிவிடும். அதன் பிறகு அவள் வாழ்க்கையில்

வெளிச்சம் வருமா? இருட்டு வருமா? என்று தெரியவில்லை இதற்கு மேலும் அவள் அங்கே நிற்க விரும்பாதவளாய் என்ன செய்யலாம் யோசித்தவள் ஒரு முடிவுக்கு வந்தாள்.

மடியில் பத்திரப் படுத்தியிருந்த பின்னூசியையும், நியூஸ் பேப்பரில் கிழித்து வெறுமையான பேப்பரையும் எடுத்து தன் முன்னே வைத்துக் கொண்டாள். தன் விரலில் பின்னூசியை அழுந்தக் குத்தினாள். சில்லென்று ரத்தம் ஒரு கோடாக வழிந்து தரையில் சொட்டியது மதுமிதா தான் வைத்திருந்த பின்னூசியால் அந்த ரத்தத்தைத் தொட்டு "என்னைச் சிறை வைத்துக் கொடுமைப் படுத்துகிறார்கள். தயவு செய்து காப்பாற்றுங்கள்" என்று எழுதியதோடு, அவள் அப்பா போன் நம்பரையும், சிவா, மாதவன் நம்பரையும் நாலைந்து பேப்பர்களில் எழுதி முடித்த போது அவளுக்கு மயக்கம் வருவது போல் இருந்தது.

ரத்தம் உலறும் வரை பேன் காற்றில் வைத்தவள், பின்பு அந்த பேப்பர்களை தன் சேலையின் அடிமடியில் சொருகிக் கொண்டாள். பிறகு இவர்கள் அழகுப் பார்ப்பதற்காக வைத்திருந்த பெரிய கண்ணாடியை ரொம்ப ஜாக்கிரதையாக ஒரு கத்திபோல் கூர்மையாக நீளமாக உடைத்து அதைப் பத்திரப்படுத்திக் கொண்டாள். பிறகு இருட்டுவதற்காக காத்திருந்தாள்.

இருட்டிவிட்டது. மாணிக்கம் பூட்டிய கதவைத் திறந்து கொண்டு உள்ளே நுழைந்த போது அவன் கண்கள் மதுமிதாவைப் பார்த்து ஆச்சரியத்தில் விரிந்தன.

வழக்கம் போல் தலைவிரி கோலமாக இல்லாமல் அவள் குளித்து பவுடர் அடித்து நெற்றியில் வட்ட வடிவமாக அழகாக பொட்டு வைத்திருந்தாள். கண்ணில் மைகூட போட்டிருப்பாளோ என்று அவனுக்கு சந்தேகமாக இருந்தது. ஏனென்றால் அவளின் பால் விழிகளினூடே இருந்த விளிம்பில் மையிட்ட கறுப்புத் தெரிந்தது. அவளின் முகமும், உடலும் வாடியிருக்க அதுகூட அவளுக்கு அழகாகவேயிருந்தது.

மாணிக்கத்திற்கு அவளை அப்படியே கட்டிப்பிடித்துக் கொள்ள வேண்டும் போலிருந்தது. ஆனாலும் அதற்கு இது நேரமில்லை தான் தயார்படுத்துவதற்குள் அவளே தயாராகி இருக்கிறாள். இப்போதே இவளைத் தொழிலில் இறக்கிவிட்டுவிட வேண்டியதுதான் என்று நினைத்தவன் அவளைப் பார்த்து சிரித்தான்.

''நானு உன்ன என் பொண்டாட்டியா தாலி கட்டி கூட்டி வந்ததுக்கு இன்னைக்குத்தான் என் தொழிலப் புரிஞ்சிக்கிட்டு தயாரா இருக்கே.

இப்படியே இருந்துட்டீன்னா அது உனக்கும் நல்லது, எனக்கும் நல்லது.'' என்றான் அவளைப்பார்த்துக் கண்ணைச் சிமிட்டிக் கொண்டே.

மதுமிதா எதுவும் பேசவில்லை. அவள் தன் மடியைத் தொட்டுப் பார்த்துக் கொண்டாள். அவள் எழுதிய குறிப்புகள் பத்திரமாயிருந்தன. நமது இந்த முயற்சியால் இவர்களிடமிருந்து தப்பிக்க முடியுமா? என்று யோசித்துக் கொண்டிருந்தாள்.

“நீ இப்படி ரெடியா இருப்பேன்னு தெரிஞ்சிருந்தா ஒரு கூட மல்லிகப்பூவ வாங்கிட்டு வந்திருப்பேன் பரவாயில்ல. பூ இல்லாமலே நீ அழகாத்தான் இருக்கே. அப்ப புறப்படுவமா?'' என்று அவன் கேட்டுக் கொண்டிருக்கும் போதே வெளியே வழக்கம் போல் பெண்கள் கலகலத்துக் கொண்டு போவது கேட்டது. மாணிக்கம் இன்னும் எதையோ சொல்லிக் கொண்டிருக்க, மதுமிதா விருட்டென வெளியேறி சட்டென அவர்களுடன் கலந்து கொண்டாள்.

மாணிக்கம் திகைத்துப்போனான். இவ்வளவு வேகத்துடன் அவள் இருப்பாள் என்று அவன் நினைக்கவில்லை. வேகமாய்க் கதவைப்பூட்டி விட்டு அவன் அந்தப் பெண்களை நெருங்கும்போது மதுமிதா எல்லோருக்கும் முன்னால ஓடி கார்களும், லாரிகளும் ஓடும் சாலையை நெருங்கிக் கொண்டிருந்தாள்.

அது முக்கியமான சாலை என்பதால் கார்களும், லாரிகளும் மெதுவாக ஊர்ந்துகொண்டிருந்தன. இவள் திறந்தவாறு போய் கொண்டிருக்கும் கார்களில் தான் எழுதிவைத்திருந்த துண்டுச் சீட்டுகளை எறிந்தாள். குறைந்த வேகத்தில் போனவர்களில் சிலர் அவளிடம் கை நீட்டியே அந்தத் துண்டுக் காகிதத்தை வாங்கிக் கொண்டனர். அவள் எல்லோரிடமும் கையெடுத்துக் கும்பிட்டாள். அவள் கண்களில் கண்ணீர் தழும்பி நின்றது. கார்களில் பிரயாணம் செய்தவர்களால் அவளிடம் பேச முடியவில்லையே தவிர அவளின் கண்ணீர் நிறைந்த முகம் அவர்களின் மனதில் பதிவாகியிருந்தது.

கூட்டமாகப் போன பெண்கள் தங்களோடு மதுமிதா வந்ததைக் கண்டதும் திடுக்கிட்டுப் போனார்கள். புதிதாக அவள் வந்திருக்கிறாள். ஆனாலும் இந்தத் தொழிலில் இறங்க மறுக்கிறாள் என்றும் அவர்கள் கேள்விப்பட்டிருந்தார்கள். அந்தப் பெண்களுக்கெல்லாம் மதுமிதாவின் செய்கை ரொம்பவும் பிடித்திருந்தது.

'இந்த மாணிக்கந்தான் மதுவோட அம்மா, அப்பாவ ஏமாத்தி பெரிய உத்தமன் மாதிரி வேஷம் போட்டு இவளக் கட்டிட்டு வந்துருக்கான்.

ஆனா அவளும் இங்க வந்து ஒரு மாசமாகப் போவுதாம். இன்னமும் இவுகளால அவள இந்த தொழில்ல எறக்க முடியலயாம். பிறகென்ன எல்லாப் பொம்பளைகளும் நம்மளப் போலவா இருப்பாக. இவுக சாட்டயத் தூக்குன உடனே சம்மதிக்கிறதுக்கு. இப்படியே புதுசா வந்த பொண்ணுக ரெண்டு, மூணு பேரு செஞ்ச்சாகன்னு வச்சிக்கோங்க இந்தப் பயக இந்தத் தொழிலையே விட்டுருவாக என்று ஒருத்தி சொல்ல, இன்னொருத்தி அந்த மது இன்னும் கலசுலிங்கத்தப் பாத்திருக்க மாட்டான்னு நினைக்கிறேன். ஏன்னா ஆனானப்பட்ட ராணியக்காவே எப்படி முரண்டு புடிச்சி அந்த கலுசுலிங்கத்த எதுத்து நின்னாக. கடைசியில நாலு சாட்டையடி வாங்குனாங்க. பிறகு ஒடுங்கி இந்த தொழிலுக்குள்ள எறங்கிட்டாக. அப்படி இருக்கையில இந்த மது எந்த மட்டு என்றாள். இன்னொருத்தி இவர்கள் இப்படி பேசிக்கொண்டே நடக்கையில் மதுமிதா மட்டும் இவர்களுக்கு முந்திக் கொண்டு ரோட்டுக்காக ஓட எல்லோரும் திடுக்கிட்டுப் போனார்கள்.

ஒரு வேளை ஓடும் லாரிக்குள் விழுந்து தற்கொலை செய்யப் போகிறாளோ என்று அருணா "மது" என்று கூப்பிட வாயெடுக்க, ராணி அவளைத் தடுத்தாள்.

“போகட்டும் விடு, அருணா! இவங்ககிட்ட இந்த நரகத்தில கிடந்து வாழ்றதைவிட இப்படித் தற்கொலை பண்ணிக்கிறது எவ்வளவோ மேல் என்றாள்.

மாணிக்கம் இறுமாந்து போயிருந்தான். டில்லி, மும்பையென்று உன்னை வித்துவிடப் போகிறோம் என்று நம்ம சொன்னதால்தான் இந்த மதுமிதா மற்ற பெண்களோடு தொழிலுக்குப் புறப்பட்டுவிட்டாள். இவள் மட்டும் முழுமனதோடு இந்தத் தொழிலில் இறங்கிவிட்டால் தனக்கு நல்ல வரும்படிதான் என்று கூட்டிக்கழித்து கணக்குப் போட்டவாறு வீட்டைப் பூட்டிவிட்டு சாவகாசமாக கூட்டமாகப் போகும் பெண்களின் பின்னால் உற்சாகமாகச் சீட்டி அடித்துக் கொண்டே சற்று தூரத்தில் போகும் பெண்களின் பின்னால் நடந்துக் கொண்டு இருந்த மாணிக்கம் ரோட்டுக்காக மதுமிதா ஓடுவதைப் பார்த்து அதிர்ந்து போனான்.

தங்களின் இம்சை பொறுக்காமல் மது தற்கொலைதான் பண்ணிக்கொள்ளப் போகிறாள். அவளைச் சாக விடக் கூடாது அவள் அப்படி செத்துப் போனால் தனக்குப் பெரிய நஷ்டம் ஏற்படுவது ஒருபுறம் இருக்கட்டும், நாளைக்கே தன்னைத் தேடி வரும் போலீஸீக்கும், மதுமிதா குடும்பத்தாருக்கும் தான் பதில் சொல்லியாக வேண்டுமே எனற பயத்தில் அவனுடைய உடல் நடுங்கியது.

இவர்களின் தொழிலில் இதுவரை எத்தனையோ பெண்கள் இறந்து போயிருக்கிறார்கள். அவர்களையெல்லாம் இவர்களின் வீட்டிற்குள்ளேயே செத்துப் போனதால் மோகன், கலுசுலிங்கத்தின் துணையோடு என் மனைவி, என் தங்கச்சி, அக்கா என்று ஆளாளுக்கு ஒரு உறவு முறையைச் சொல்லி சுடுகாட்டில் கொண்டுபோய் எரித்திருக்கிறார்கள். பிணம் எரிக்கும் முத்தையன் இவர்களின் கையாள்தான். மாணிக்கம் வீட்டில் ஒரு சாவு நடந்தால் அவனுக்கு ரொம்ப, ரொம்ப கொண்டாட்டம் தான். ஏனென்றால் அன்றைய தினம் அவன் கையில் நிறையக் காசு கிடைக்கும். இதுவரையில் நடந்தது எல்லாமே ரகசிய சாவுகள். ஆனால் மதுமிதா ஓடும் லாரியில் விழுந்தால் என்றால் மறுநாள் இந்தச் சாவின் செய்திப் பத்திரிகையிலிருந்து தொலைக்காட்சி வரை போய் விடுமே... கூடாது, அவளைச் சாகவிடக்கூடாது என்று எண்ணியவனாக மாணிக்கம் நாலுகால் பாய்ச்சலில் ஓடினான்.

இவன் ரோட்டின் மேல் ஏறவும் மதுமிதா ரோட்டிலிருந்து இறங்கி அவன் வீட்டிற்காக ஓடினாள். அவளின் ஓட்டத்திற்கு காரணம் புரியாமல் அவள் பின்னாலேயே ஓடிவந்தான் மாணிக்கம். சற்று முன்னால் அவனிடமிருந்த சந்தோசம், ஆணவமெல்லாம் பறந்து போக இப்போது அவனுக்குள் ஆத்திரம் பொங்கியது. இத்தனை நாளும் இவள் மீது இரக்கப்பட்டு எடுக்காத சாட்டையை இன்று எடுக்க வேண்டும். தன் ஆத்திரம் தீருமட்டும் இந்த மதுமிதாவை அடித்து நொறுக்க வேண்டும் என்ற ஆத்திரத்தோடு வீட்டினுள் நுழைந்தவன் அதிர்ச்சியாகி நின்றான்.

மதுமிதா மேல் மூச்சு, கீழ்மூச்சு வாங்க வீட்டிலிருந்த சுவரின் மூலையில் நின்றிருந்தாள். அவள் கையில் நீண்ட கூர்மையான கண்ணாடித்துண்டு அவளின் மார்பின் நடுமையத்தைத் தொட்டுக் கொண்டிருந்தது. தனக்கு எதிராக கண்ணாடியைப் பிடித்திருந்த இருகைகளிலும் இலேசாய் ரத்தம் கசிய மதுமிதா ஆவேசமாய் நின்றிருந்தாள்.

இவனைக் கண்டதுமே இரண்டு விழிகளும் நெருப்புத் துண்டாக சிவந்திருக்க அனல் பறக்க தன் பார்வையை அவன் மீது வீசினாள்.

“வாடா, வா! ஆனா அந்த அறையிலேயே நில்லு. என் கிட்ட வரனுமின்னு நினச்சயோ...இந்தக் கண்ணாடி என் நெஞ்சில் பாஞ்சிரும்'' என்றாள் மதுமிதா. அவள் வார்த்தைகள் அக்னித் துண்டுகளாக அவன் மீது விழுந்தன.

தனது மோக வலைக்குள் விழுந்த பெண்களையெல்லாம் தன் விரலசைவில் நிறுத்தி வைத்த மாணிக்கம் இவளின் கோபத்தைக் கண்டு பயந்தான். கலுசுலிங்கத்தின் துணையைத் தேடி ஓடினான்.

இவன் போகும் போது கலுசுலிங்கம் முழு போதையிலிருந்தான். மூன்று நாளைக்கு பணம் கொடுத்த முதலாளிகள் பெண்களுக்காக அவனைத் தேடி வந்திருந்தார்கள். வந்திருந்த மூன்று பேருமே இவனைத் தேடி வருகிறவர்கள்தான். இரண்டு நாள், மூன்று நாளென்று இங்கேயே தங்குவார்கள். அதனால் நமக்கு நல்ல வரும்படி என்பதால் கலுசுலிங்கம் மிகவும் மகிழ்ச்சியாயிருந்தான்.

அவனுக்கு மதுமிதாவின் ஞாபகம் வந்தது, இன்னும் யார் கையிலும் அடைக்கலமாகாமல் மண்ணுக்குள்ளிருந்து அப்போது தான் பிடுங்கிக் கழுவியெடுத்து சீனிக்கிழங்கு போல தளதளவென்று இருக்கும் மதுமிதாவை மட்டும் இவர்களுக்கு காட்டினால்... இன்னும் கொஞ்சம் பணத்தின் வரவு கூடுமே. கலுசுலிங்கம் மாணிக்கத்துக்காக போன் நம்பரை அழுத்த, அதற்கு தேவையில்லாமல் மாணிக்கம் அவன் முன்னால் வேர்த்து, விறுவிறுத்தவாறு வந்து நின்றான்.

அவனைப் பார்த்ததும் கலுசுலிங்கத்துக்கிருந்த சந்தோசத்தில் விகாரமாக சிரித்தவன், "என்ன மாணிக்கம்? உன்கிட்ட மதுமிதா இருக்கதுனால உன்னத்தேடியும் ரெண்டு, மூணு பணக்காரங்க வந்துட்டாங்களா? இந்த ஓட்டம் ஓடிவாரே! அப்ப மது, நம்ம எறக்கப்போற தொழிலுக்கு ரெடியாயிட்டான்னு சொல்லு." என்று எகத்தாளமாக சொல்லிக் கொண்டு போனவனிடம், "உன் பேச்ச கொஞ்சம் நிறுத்துறியா?'' என்று எரிந்து விழுந்தான் மாணிக்கம்.

இன்று தனக்கு வரப்போகும் வரும்படியை நினைத்துக் கொண்டு இறுமாப்பிலிருந்த கலுசுலிங்கம், "என்ன மாணிக்கம், மதுவ இந்த முதலாளிகிட்டயே அனுப்பிரலாமின்னு நினைக்கிறியா?'' என்றான் இன்னும் எகத்தாளமாக.

"கொஞ்ச நேரம் வாயை மூடிக்கிட்டு நான் சொல்ற கேக்கிறியா?" என்றான் கோபமும், வேகமுமாக மாணிக்கம்.

"என்ன சொல்லப் போறே? சொல்லு."

"அந்த மது ரொம்ப அழகு ரொம்ப, ரொம்ப அழகுன்னு தலயில தூக்கி வச்சிக்கிட்டு கொண்டாடுனமே அவ இப்ப நம்மளயெல்லாம் போலீசுல காட்டிக் கொடுத்திருவா போலிருக்கு" என்று மாணிக்கம் சொன்னதும் கலுசுலிங்கத்தின் தலை வரை நின்றிருந்த போதை

சட்டென இறங்கி விட்டது. அவன் மனதில் பயம் கூடா குளவியாய் கொட்டத் தொடங்கியது.

"என்ன மாணிக்கம் சொல்றே?"

"ஆமா கலுசு, இன்னைக்கு அவ தொழிலுக்கு போறது போல எல்லா பொம்பளைகளோட சேந்து போனா. நானு சந்தோசமா அவ பின்னாலயே போறேன். அவ சடக்கின்னு ரோட்டு மேல ஏறி கொஞ்ச நேரம் ஓடினா. நானு ஒருவேள லாரியில விழுந்து தற்கொலதான் செஞ்சிக்கப் போறாளோன்னு அவ பின்னாலேயே ஓடினேன்."

"பிறகு என்ன ஆச்சு?" என்று கலுசுலிங்கம் பட படத்தான்.

"நானும் ரோட்டுக்குப் போயி அவளப் பிடிக்கிறதுக்கு முன்னாலேயே அவ திரும்பி வீட்டுக்கு ஓடி வந்துட்டா." என்று மாணிக்கம் சொல்லி முடிக்கு முன்பே ஆத்திரத்தில் கொதித்தான் கலுசுலிங்கம்.

"அப்புறமென்ன? அவள நொறுங்க அடிச்சி இன்னும் நாலு நாளைக்கு எந்திரிக்க முடியாம படுக்கையில போட வேண்டியது தான?"

"அது தான் முடியாது கலுசு."

"அப்போ சாட்டய எடுத்து நாளுவீச்சு வீச வேண்டியதுதான?

"அதுவும் முடியாது. ஏன்னா அவ நீளமான கண்ணாடித்துண்ட கூர்மையாக்கி தன் நெஞ்சுக்கு நேராப் பிடிச்சிக்கிட்டு இருக்கா. நம்ம அவகிட்ட போவணுமின்னு ஒரு அடி எடுத்து வச்சாலும் சரி, அவ அவளோட கையிலிருக்கிற கண்ணாடித் துண்ட சதக்குன்னு நெஞ்சுக்குள்ள இறக்கி தற்கொல செஞ்சிக்கிடுவா." என்று மாணிக்கம் சொன்னதும் அக்னிகுழியில் இறங்கியதுபோல் துடித்துப் போனான் கலுசுலிங்கம்.

அவனால் பேசவே முடியவில்லை. காரை பெயர்ந்து மூளியாய்க் கிடந்த சுவரையே கொஞ்ச நேரம் பார்த்துக் கொண்டிருந்தான். இந்த மதுமிதாவை இங்கே கொண்டுவர அவன் செய்த பொய்யும், புரட்டும், பித்தலாட்டமும் அவனுக்கு நினைவில் வந்து போயின.

"என்ன கலுசு பேசாம இருக்கிறே?"

"இல்ல, நம்ம கூட்டிவார பொண்ணுக எல்லாம் தற்கொலை செஞ்சிக்கக் கூடாதுன்னு எவ்வளவோ ஜாக்கிரதையா சிறு துரும்புகூட வீட்டுக்குள்ள இருக்கக் கூடாதுன்னு இருந்தோம். ஆனா இந்தக் கண்ணாடியப் பத்தி நம்ம நினைக்கவே இல்ல."

"இந்தக் கண்ணாடிதான் அவங்க தொழிலுக்கே முக்கியமான பொருள். ஆனா இந்த மது அதை இப்படி உயிரைப் போக்க பயன்படுத்துவான்னு நினைக்கவே இல்ல. அவமட்டும் செத்துப்போனான்னு வை. பிறகு...

"ஆமா, நீ சொல்றதிலயும் நாயம் இருக்கத்தான் செய்யுது."

"அதுமட்டுமில்ல கலுசு. இவ தற்கொலை செஞ்சு செத்துப் போனாலும், பிழைச்சிக் கிட்டாலும் போலீசு நம்மள சும்மா விடாது. ஏன்னா இரண்டு நாளைக்கு முன்னாலதான் பாக்கியத்தை உன் பொண்டாட்டின்னு சொல்லி எரிச்சிருக்கோம். அதனால இவ கொலைக்கு நான்தான் காரணமாவேன். என்னை போலீசு புடிச்சிருச்சின்னா....."

"ஆமா, ஆமா! இப்ப நீ இருக்கிற நிலைமையில என்னை மட்டுமில்ல; நம்ம தொழிலையே காட்டி கொடுக்கக்கூட தயங்கமாட்டேன்னு நினைக்கிறேன்."

மாணிக்கம் மௌனமாக இருந்தான்.

"எனக்கு ஒரு யோசனை தோணுது மாணிக்கம்."

"என்ன யோசனை?"

"அருணாவை இவளுக்குத் துணையா அனுப்பி வைப்போம். அவ ஏற்கெனவே இவகூட இருந்ததால அருணாவுக்கு இவகிட்ட இருந்து எப்படி அந்த கண்ணாடி துண்டை வாங்கணுமின்னு நிச்சயமா தெரியும். நீ என்ன சொல்றே?"

"சரியான ஐடியாவாத்தான் தோணுது, ஆனா நம்ம யோசனையெல்லாம் இவகிட்ட பெயிலா ஆயிருதே. முகம் பார்க்கிறதுக்காக வச்சிருக்கிற கண்ணாடியை அவளுக்குச் சாதகமான ஆயுதமாப் பயன்படுத்துவாள்னு நான் நினைக்கவே இல்ல"

"இந்த விஷயத்தில நானும் கூட தானே ஏமாந்திட்டேன். சரி, அருணா கிட்ட சொல்லி அனுப்புவோம். அவமட்டும் இந்த வேலையைச் சரியா செய்யலேன்னா அவளுக்கு நான் கொடுக்கப் போற தண்டனை கடுமையா இருக்கும்."

"ரொம்பவும் மிரட்டாதே கல்சு. பிறகு அந்தக் கண்ணாடித் துண்டைக் காட்டி இந்த அருணா நம்மளை மிரட்டப் போறா." என்றதும் அடிபட்டவனாய் நின்றான் கலுசுலிங்கம்.

**ம**துமிதா ரொம்பவும் துவண்டு போயிருந்தாள். இவ்வளவு நேரமும் அவளுக்குள் இருந்த ஆத்திரமும், தைரியமும் இப்போது அழுகையாக மாறியிருந்தது.

இந்தக் கண்ணாடித் துண்டைக் காட்டி எவ்வளவு நாளைக்கு அவர்களைப் பயமுறுத்த முடியும்? கொஞ்சம் அசந்தால்கூட தன் மீது விழுந்து சதை பிடுங்கும் ஓநாயாக இருக்கும். இவர்களிடமிருந்து தப்பிக்க முடியுமா? இவள் யோசித்துக் கொண்டிருக்கும் போதே வெளியே கதவு திறக்கும் சத்தம் கேட்க விருட்டென்று கண்ணாடித் துண்டை எடுத்துக் கொண்டு எழுந்த மதுமிதாவைப் பார்த்து 'சிரித்துக் கொண்டே,' ''பயப்படாதே மது! உன் கையில் இருக்கும் ஆயுதத்தை நான் பறித்துக் கொள்ளமாட்டேன். ஏன்னா அந்த ஆயுதத்தாலதான் எனக்கும் விடுதலை கிடைக்குப் போவுது'' என்று சொல்லிக் கொண்டே உள்ளே நுழைந்தாள் அருணா.

அவளை நம்ப முடியாமல் பார்த்தாள் மதுமிதா.,

"இன்னும் நீ என்னை நம்பவில்லைன்னு நினைக்கிறேன். ஆனா உன் தலையில அடித்து "சத்தியம் செய்றேன்" என்றாள் அருணா.

''நீ உடைச்சி வச்சிருக்கிற கண்ணாடியில ஆயிரம் தடவைக்கும் மேல் என் முகத்தைப் பார்த்திருக்கேனே தவிர, இந்த மாதிரி ஒரு யோசனை எனக்கு வந்ததே இல்ல. அப்படி வந்திருந்தா இப்ப இவங்ககிட்ட கிடந்து நஞ்சி, பிஞ்சி நாசக்காடா ஆயிருக்கமாட்டேன் மது.'' என்றவள் விசும்பி விசும்பி ரொம்ப நேரம் வரை அழுதாள்.

அருணாவிற்கு ஆறுதல் சொல்லக்கூட முடியாமல் உட்க்கார்ந்திருந்தாள் மதுமிதா. அவள் கண்களில் மையம் கொண்ட தூக்கம் அவளின் இமைமேல் உட்கார அடம் பிடித்தது. ஆனால் அவளால் அருணாவைக் கூட நம்ப முடியவில்லை.

கலுசுலிங்கம் கொடுக்கப்போகும் தண்டனைக்குப் பயந்து இவள் தன்னிடமிருக்கும் கண்ணாடித் துண்டை நிச்சயம் பிடுங்கிக் கொண்டால்...அதன் பிறகு நடக்கப்போகும் விபரீதங்களை நினைத்தாலே மதுமிதாவின் உயிர்க் கொடி நடுங்கியது. முடிந்த அளவு விடியும்வரை விழித்துக்கொண்டு இருக்கவேண்டும் என்று முடிவெடுத்தவளாய் குளிர்ந்த தண்ணீரை வாளியோடு தன் மீது கவிழ்த்துக் கொண்டு ஈரச் சேலையின் குளிரில் தூக்கத்தைத் தவிர்க்க முயன்றாள் மதுமிதா.

**வி**டிந்து விட்டது. ஜன்னல் வழியே வெளிச்சக்கீற்று இந்த வீட்டிற்குள் இருட்டை விரட்ட முயற்சி செய்து கொண்டிருந்தது. கதவு திறக்கும் சத்தம் கேட்க, எழக்கூட முடியாமல் எழுந்து நின்றாள் மதுமிதா. அவள் கையிலிருந்த கண்ணாடித் துண்டு மெல்ல நடுங்க ஆரம்பித்திருந்தது. அவளை ஒட்டி நின்றிருந்தாள் அருணா.

உள்ளே நுழைந்த கலுசுலிங்கமும், மாணிக்கமும் இவர்களின் ஒட்டுதலைப் பார்த்து திணறித்தான் போனார்கள். யார் கையில் கண்ணாடித் துண்டு இருக்கிறது என்றே அவர்களுக்குப் புரியவில்லை. ஏனென்றால் இருவரின் கையிலுமே கூர்மையான கண்ணாடித் துண்டுகள் இருந்தன. இப்படி ஒரு துரோகத்தை அருணா செய்வாள் என்று மாணிக்கமும் சரி, கலுசுலிங்கமும் சரி; எதிர்பார்க்கவே இல்லை. தங்களைக் கண்டாலே நடுங்கி விதிர் விதிர்த்து ஒடுங்கிக்கிடக்கும் அருணா என்ன தைரியத்தோடு நிற்கிறாள்.

ஓ...அவளின் தைரியத்திற்குக் காரணம் காலை இளவெயிலுக்கு பளிச்சிடும் கண்ணாடித்துண்டுதான் காரணம் என்று நினைக்கையில் கலுசுலிங்கத்திற்கு கொதிதாருக்குள் விழுந்தவன் போல் அலை புரண்டு கொண்டு வந்தான். அப்படியே அவர்கள் மேல் வெறிநாயாகப் பாய்ந்து கையால் நசுக்கி ஊதிவிடுவோமா? என்று அவனுக்குள் ஆவேசம் எகிறிக் கொண்டிருந்தது. அவனுக்குள் இருக்கும் ஆத்திரத்தில் அவனால் அப்படி செய்யவும் முடியும். ஆனால் அதில் ஒரு தவறு நிகழ்ந்தால் கூட இரண்டு பிணங்கள் இங்கே கிடப்பது உறுதி என்பதை அவன் நன்றாகவே புரிந்து கொண்டிருந்ததினால் அவன் ஆத்திரம் மாணிக்கத்தின் பக்கம் அனல் கோட்டையாய் திரும்பியது.

தன் பலத்தையெல்லாம் சேர்த்து வைத்து மாணிக்கத்தை ஓங்கி அறைய, மாணிக்கம் பொறி கலங்கி நின்றான்.

தானும் திருப்பி இந்த கலுசுலிங்கத்தை அறையலாமா? என்று ஆவேசத்துடன் கொதித்துக் கொண்டிருக்கையில்'

"முட்டாள். அன்னைக்கே இவளை விலை பேசி வித்துருவோமின்னு சொன்னதுக்கு நீ என்னடா சொன்னே?" என்றதும் மாணிக்கத்தின் நெஞ்சுக்குள் குமுறிக் கொண்டிருந்த ஆத்திரம் கொஞ்சம் மட்டுப்பட்டது.

ஆம். கலுசுலிங்கம் மதுமிதாவின் அழகிலும், உடம்பிலும் இரட்டிப்பு லாபம் வரும் என்று கணக்குப் போட்டு அதற்காகவே மாணிக்கத்திற்கு தனியாக விருந்து வைத்து உயர்ரக பாட்டில்களோடு கொண்டாடினான். ஆனால் மதுமிதாவை தொழிலில் இறக்க வேண்டுமென்று எண்ணும்போதெல்லாம் மதுமிதா தன்னைக் காயப்படுத்தியவாறு யாரையும் தன் அருகில் நெருங்கவிடாமல் செய்தபோது கலுசுலிங்கம் ஏமாற்றமடைந்தான். ஏனோ அவளின் புத்திசாலித்தனம் தன் தொழிலுக்கு ஒவ்வாதது என்று தோன்றியது.

இத்தனை வருசங்களில் அவர்கள் கூட்டிவரும் பெண்களெல்லாம் அழுதிருக்கிறார்கள், கெஞ்சியிருக்கிறார்கள், அவர்களின் காலைப் பிடித்துக் கதறி கண்ணீர் விட்டு கதறியிருக்கிறார்கள். ஆனாலும் அப்படி அழுதும் அவர்களிடமிருந்து தப்பிக்க முடியாது என்று தெரிந்ததும் அவர்களின் அடிக்கும், உதைக்கும் பயந்து இந்தக் கேவலமான தொழிலுக்குத் தயாராகி விடுவார்கள். ஆனால், மதுமிதாவோ எதற்குமே அசையவில்லை. சொல்லப் போனால் இப்படி ஒரு இடத்தில் சிக்கிவிட்டோமென்ற அச்சத்தின் சாயையைக் கூட அவள் முகத்தில் அவன் பார்க்கவில்லை. அந்த ஒரு விஷயத்தினாலேயே கலுசுலிங்கம் பயந்து கொண்டிருந்தான். அவன் பயம் இப்போது நிஜமாகிவிட்டது.

இன்னும் கோபம் அடங்காத கலுசுலிங்கம் மீண்டும் மாணிக்கத்தின் மீது பாய, மாணிக்கம் கலுசுமீது பாய, மதுமிதா இவர்களின் சண்டையைக் கவனிக்காதவளாய் வாசலையே பார்த்துக் கொண்டிருந்தாள்.

அவள் மனதில் பதிந்து போயிருந்த அந்தக் காலடி ஓசைக்காவும், அந்தப் பரிச்சயமான முகத்தைப் பார்ப்பதற்காகவும் அவள் மனம் ஏங்கிக் கொண்டிருந்தது. அவள் ஏக்கத்தைத் தீர்ப்பதுபோல் வாசலில் போலீஸ் ஜீப் வந்து நிற்க, ஜீப்பிலிருந்து சத்யம் முதல் ஆளாக இறங்க மதுமிதா தன் கையிலிருந்த கண்ணாடித் துண்டை வீசி எறிந்து விட்டு ஓடிப்போய் சத்யத்தின் நெஞ்சில் சாய்ந்தாள் மதுமிதா.

■

www.ingramcontent.com/pod-product-compliance
Lightning Source LLC
LaVergne TN
LVHW090356051026
849518LV00006B/2144